ഗ്രീൻ ബുക്സ്
ഹെർമൻ ഹെസ്സേക്ക് ഒരു ആമുഖം
ഡോ. പി.സി. നായർ

അമേരിക്കയിലെ പല കോളേജുകളിലും ധനതത്ത്വശാസ്ത്ര പ്രൊഫസറായിരുന്ന ശ്രീ. പി.സി. നായർ തിരുവല്ല സ്വദേശിയാണ്. 1959-ൽ യൂണിവേഴ്സിറ്റി കോളേജിൽനിന്നും എക്കണോമിക്സിൽ ബി.എ. ഓണേഴ്സ് പ്രശംസാർഹമായി പാസ്സായി. ലോക പ്രസിദ്ധ ധനതത്ത്വശാസ്ത്രജ്ഞനായ ഡോ. ഇ.എ.ജെ. ജോൺസന്റെ കൂടെ കുറച്ചുകാലം ഡൽഹിയിൽ ജോലി നോക്കി. തുടർന്ന് ഉപരിപഠനാർത്ഥം അമേരിക്കയിലേക്കു പോയി. ന്യൂയോർക്ക് സ്റ്റേറ്റ് യൂണിവേഴ്സിറ്റിയിൽനിന്ന് എം.എ. ബിരുദം നേടി. പിന്നീട് ധനതത്ത്വശാസ്ത്രത്തിൽ പി.എച്ച്.ഡി ബിരുദവും സമ്പാദിച്ചു. ഹെർമ്മൻ ഹെസ്സെയുടെ വിഖ്യാതമായ 'സിദ്ധാർത്ഥ'യും ഇബ്സന്റെ Master Builderഉം (ശ്രേഷ്ഠശില്പി) മലയാളത്തിലേക്കു തർജ്ജമ ചെയ്തിട്ടുണ്ട്. 1985ൽ വാഷിങ്ടണിൽ നടന്ന ലോക മലയാള സമ്മേളനത്തിന്റെ ജനറൽ കൺവീനറായിരുന്നു. 2014ലെ പ്രശസ്തമായ വള്ളത്തോൾ പുരസ്കാരത്തിന് അർഹനായി. വെർജീനിയയിൽ സ്ഥിരതാമസം. അമേരിക്കൻ ആനുകാലിക പ്രസിദ്ധീകരണങ്ങളിൽ എഴുതാറുണ്ട്.

പഠനം

ഹെർമൻ ഹെസ്സേക്ക്
ഒരു ആമുഖം

ഡോ. പി.സി. നായർ

ഗ്രീൻ ബുക്സ്

green books private limited
gb building, civil lane road, ayyanthole,
thrissur- 680 003, kerala, ph: +91 487-2381066, 2381039
website: www.greenbooksindia.com
e-mail: info@greenbooksindia.com

malayalam
herman hessekku oru amukham
study
by
dr. p.c. nair

first published februay 2017
copyright reserved

cover design : rajesh chalode

branches:
thrissur 0487-2422515
palakkad 0491-2546162
kannur 0497-2763038
thiruvananthapuram 8589095301

isbn : 978-93-86440-01-3

---

no part of this publication may be reproduced,
or transmitted in any form or by any means,
without prior written permission of the publisher.

GBPL/873/2017

മുഖക്കുറി

ഏറെ പ്രശസ്തനാണ് ഹെർമ്മൻ ഹെസ്സെ. ഇന്ത്യക്ക് സുപരിചിതനായ ജർമ്മൻ സാഹിത്യകാരൻ. ബഹുമുഖ പ്രതിഭയുള്ള ഈയെഴുത്തുകാരൻ ഭാരതീയ ദർശന ങ്ങളെ ലോകസാഹിത്യത്തിനു പരിചയപ്പെടുത്തിയവരിൽ പ്രമുഖനാണ്. സവിശേഷമായ രചനാപാടവം കൊണ്ട് പ്രസിദ്ധമാണ് അദ്ദേഹത്തിന്റെ കൃതികൾ. ആധുനിക യൂറോപ്യൻ സാഹിത്യത്തിന്റെ മാമൂലുകൾക്കു വിരുദ്ധ മായി ഭാഷയിലും ആശയങ്ങളിലും അനേകം തല ങ്ങളുള്ള ഒരു കാല്പനിക ഭാവാത്മകത അദ്ദേഹം കൊണ്ടുവന്നു. പാശ്ചാത്യലോകം അധഃപതനത്തിലേ ക്കാണ് പോകുന്നതെന്നും ഒരു സാംസ്കാരിക നവോ ത്ഥാനത്തിന്റെ സമയം ആഗതമായെന്നും ഹെസ്സെ വിചാരിച്ചു. യൂറോപ്യൻ മതസങ്കല്പങ്ങളുടെ പഴയ മട്ടി ലുള്ള വിശ്വാസജീവിതങ്ങൾക്കു പകരം പുതിയ ദൈവവും മനുഷ്യനും ധർമ്മനീതിയും ലോകവും വര ട്ടേയെന്ന് ഹെസ്സെ ആഗ്രഹിച്ചു. നിരന്തരമായ പുതുക്കി പ്പണിയലുകൾ എഴുത്തിന്റെ ഘടനയിലും ശൈലിയിലും ദർശനത്തിലും നടത്തിക്കൊണ്ട് തന്റെ ആദർശഭാവന കൾക്കനുയോജ്യമായ സൃഷ്ടികൾക്കുവേണ്ടി അദ്ദേഹം ജീവിതം സമർപ്പിച്ചു. ഹെസ്സെയുടെ സാഹിത്യ ജീവിതവും രാഷ്ട്രീയ നിലപാടുകളും പ്രധാനപ്പെട്ട നോവലുകളെ ആസ്പദമാക്കി ഈ കൃതിയിൽ വിശകലനം ചെയ്തിട്ടുണ്ട്.

കൃഷ്ണദാസ്
മാനേജിങ് എഡിറ്റർ

ആമുഖം

ഇരുപതാംനൂറ്റാണ്ടിലെ അതിപ്രശസ്തസാഹിത്യകാരനാണ് ഹെർമൻ ഹെസ്സെ. അദ്ദേഹത്തെപ്പറ്റിയും, അദ്ദേഹത്തിന്റെ പ്രധാന കൃതികളെക്കുറിച്ചും കേരളീയ വായനക്കാർക്ക് സാമാന്യമായ അറിവ് നൽകാനുള്ള ശ്രമമാണ് ഈ ഗ്രന്ഥത്തിലൂടെ നടത്തിയിരിക്കുന്നത്.

ജർമ്മനിയിൽ ജനിച്ച ഹെസ്സെയുടെ രചനകൾ ജർമ്മൻ ഭാഷയിലായിരുന്നുവെങ്കിലും അവയിൽ മിക്കതിലും ഭാരതീയ ദർശനങ്ങളുടെ പ്രതിഫലനം കാണാം. 1946-ലെ സാഹിത്യത്തിനുള്ള നോബൽ സമ്മാനം നേടിയ ഹെസ്സെയ്ക്ക് ആധുനിക യൂറോപ്യൻ സാഹിത്യത്തിന്റെ വികാസത്തിലുള്ള സ്ഥാനം എന്തായിരുന്നു? അദ്ദേഹത്തിന്റെ ചിന്താസരണിയെ രൂപപ്പെടുത്തിയ ഘടകങ്ങൾ എന്തൊക്കെയായിരുന്നു? യൂറോപ്പിൽ ആദ്യകാലത്ത് നിലവിലിരുന്ന റൊമാന്റിക് പ്രസ്ഥാനവും, പിന്നീടുണ്ടായ നിലനില്പിന്റെ പ്രശ്നങ്ങളും അദ്ദേഹത്തെ എങ്ങനെ സ്വാധീനിച്ചു? ഈ കാര്യങ്ങൾ 'ഹെർമൻ ഹെസ്സേക്ക് ഒരു ആമുഖം' എന്ന ഈ കൃതിയിൽ വിശകലനം ചെയ്യുന്നുണ്ട്. കൂടാതെ ഹെസ്സെയുടെ കൃതികളിലെ വിഷയം, കലാവൈഭവം (craft), ഭാഷ എന്നിവയും അദ്ദേഹത്തിന്റെ പ്രധാനപ്പെട്ട നോവലുകളെ ആസ്പദമാക്കി ഇതിൽ വിശകലനം ചെയ്തിട്ടുണ്ട്.

ഹെസ്സെയുടെ ബഹുമുഖപ്രതിഭ മനസ്സിലാക്കാൻ വായനക്കാരനെ സഹായിക്കുന്ന തരത്തിൽ അദ്ദേഹത്തിന്റെ രാഷ്ട്രീയ നിലപാടുകൾ, കവിതകൾ, ചിത്ര രചനാപാടവം എന്നീ വിഷയങ്ങളും സംക്ഷിപ്തമായി ഇതിൽ പരാമർശിക്കുന്നുണ്ട്.

മലയാളഭാഷയ്ക്ക് അമൂല്യമായ സംഭാവനകൾ നല്കിയിട്ടുള്ള മഹാനായ ഡോ. ഹെർമൻ ഗുണ്ടർട്ടിന്റെ (മലയാളഭാഷാ നിഘണ്ടുവിന്റെ കർത്താവ്) മകളുടെ മകനായ ഹെസ്സെക്ക് ഭാരതീയ ചിന്തകളുടെ അടിസ്ഥാനമായ ഉപനിഷത്തുക്കളിൽ അഗാധമായ അറിവുണ്ടായിരുന്നു. അതുപോലെ ഇന്ത്യയുടെ

സ്വാതന്ത്ര്യ സമരവേളയിൽ മഹാത്മാഗാന്ധിയുടെ അഹിംസാ മാർഗ്ഗത്തെ അദ്ദേഹം സ്വാഗതം ചെയ്യുകയും പുകഴ്ത്തുകയും ചെയ്തിരുന്നു. അതിനാൽ എന്തുകൊണ്ടും പഠനാർഹനായ ഒരു ഉജ്ജ്വലപ്രതിഭയാണ് ഹെർമൻ ഹെസ്സെ. അദ്ദേഹത്തിന്റെ കൃതികളെക്കുറിച്ച് നിരവധി പഠനങ്ങൾ പ്രധാനപ്പെട്ട എല്ലാ ലോക ഭാഷകളിലും ഇതിനകം വന്നിട്ടുണ്ട്. എന്റെ അറിവിൽ മലയാളത്തിൽ അത്തരം ഒരു പഠനം വന്നിട്ടില്ല.* ഈ കൃതി സമഗ്രപഠനമല്ലെങ്കിലും ആ കുറവ് കുറച്ചെങ്കിലും പരിഹരിക്കുമെന്നും സഹൃദയർ ഇത് സ്വീകരിക്കുമെന്നും ഞാൻ വിശ്വസിക്കുന്നു.

ഹെസ്സെയെപ്പറ്റിയുള്ള ഈ പഠനത്തിന് എനിക്ക് രണ്ടു കൃതികൾ സഹായകമായിരുന്നു. ഒരു കൃതി തിയഡോർ സിയാൽകോവ്സ്കിയുടെ Novels of Herman Hesse : A study in theme and structure ആണ്. മറ്റൊന്ന് ജോസഫ് മിലക്കിന്റെ Herman Hesse, Life and Art എന്ന ഗ്രന്ഥമാണ്. സിയാൽകോവ്സ്കിയും, ജോസഫ് മിലക്കും ഹെസ്സെ കൃതികൾ ദീർഘകാലം പഠിച്ച് അവയെക്കുറിച്ച് ആധികാരികമായ അഭിപ്രായം പറയാൻ കഴിവുള്ള പണ്ഡിതന്മാരാണ്. രണ്ടുപേരെയും ഞാൻ കൃതജ്ഞതാപൂർവ്വം സ്മരിക്കുന്നു.

ഡോ. പി.സി. നായർ

---

* ശ്രീ.ആർ.രാമൻ നായർ ഹെസ്സെയുടെ ചില കഥകളും രണ്ടു നോവലുകളും മലയാളത്തിലേക്ക് തർജ്ജമ ചെയ്തിട്ടുണ്ട്.

ഉള്ളടക്കം

ബാല്യവും കൗമാരവും 11

സാഹിത്യജീവിതത്തിലേക്ക് 16

ജീവിതദർശനം 21

കലാപ്രേമിയായ ഹെസ്സെ 29

ചില പ്രധാന കൃതികളും കഥാപാത്രങ്ങളും 32

ഒന്നാം ലോകമഹായുദ്ധം ഹെസ്സേയിൽ
ചെലുത്തിയ സ്വാധീനം 40

പുതിയ കൃതികളും പുതിയ ആദർശങ്ങളും 44

സിദ്ധാർത്ഥയും ഭാരതീയ തത്ത്വചിന്തകളും 53

ഹെസ്സെയുടെ രചനാവൈഭവം 59

സെപ്പൻവോൾഫ് :
ഗദ്യത്തിലുള്ള ഒരു ഗീതകം 71

നാർസിസ്സും ഗോൾഡ്മണ്ടും 89

പൂർവ്വദേശത്തേക്കുള്ള യാത്ര :
പ്രതീകാത്മകമായ ആത്മകഥ 99

ഗ്ലാസ് ബീഡ്സ് ഗെയിം
(സ്ഫടികമണികൾ കൊണ്ടുള്ള കളി) 112

ജീവിതവും കലയും 129

ഒന്ന്

ബാല്യവും കൗമാരവും

ഹെർമൻ ഹെസ്സെയുടെ ബാല്യകാലത്തെയും കൗമാരകാലത്തെയും ജീവിതാനുഭവങ്ങൾ അദ്ദേഹത്തിന്റെ രചനകളിൽ വമ്പിച്ച സ്വാധീനം ചെലുത്തിയിരുന്നു. അതിനാൽ അദ്ദേഹത്തിന്റെ സാഹിത്യ സംഭാവനകൾ മനസ്സിലാക്കാൻ അക്കാലങ്ങളെകുറിച്ചും ജീവിതാനുഭവങ്ങളെക്കുറിച്ചും ഒരു സാമാന്യ ജ്ഞാനം നമുക്ക് ആവശ്യമാണ്

ഹെർമൻ ഹെസ്സെ ദക്ഷിണജർമ്മനിയിലെ ബ്ളാക്ക് ഫോറസ്റ്റ് എന്ന പ്രദേശത്തുള്ള കാൽവ് എന്ന ചെറിയ പട്ടണത്തിൽ 1877 ജൂലായ് 2-ന് ജനിച്ചു. അദ്ദേഹത്തിന്റെ കുടുംബപശ്ചാത്തലം വൈവിധ്യം നിറഞ്ഞതായിരുന്നു. അച്ഛൻ ജോഹാനസ് ഹെസ്സെ എസ്റ്റോണിയാ*യിലാണ് ജനിച്ചത്. അദ്ദേഹം നാലുവർഷം മലബാറിൽ ക്രിസ്ത്യൻ മിഷനറിയായി പ്രവർത്തിച്ചിരുന്നു. ജോഹാനസ്സിന്റെ അച്ഛൻ കാൾ ഹെർമൻ പ്രശസ്തനായ ഒരു ഡോക്ടറായിരുന്നു. ഹെർമന്റെ അച്ഛന്റെ മുത്തച്ഛൻ പേരെടുത്ത ഒരു സംഗീതജ്ഞനും.

ഹെസ്സെയുടെ അമ്മ മേരി ഗുണ്ടർട്ട് ജനിച്ചത് കേരളത്തിലെ തലശ്ശേരിയിലാണ്. മേരിയുടെ അച്ഛൻ ഒരു മിഷനറിയും പ്രശസ്ത ഇൻഡോളജിസ്റ്റുമായ ഹെർമൻ ഗുണ്ടർട്ട് ദീർഘകാലം കേരളത്തിൽ താമസിക്കുകയും മലയാളഭാഷയ്ക്ക് വിലപ്പെട്ട സംഭാവനകൾ നൽകുകയും ചെയ്തിട്ടുണ്ട്. ഗുണ്ടർട്ടിന്റെ പൂർവ്വികർ ഉത്തരജർമ്മനിയിലെ സ്റ്റുട്ട്ഗർട്ട് എന്ന പട്ടണത്തിൽ നിന്നുള്ളവരായിരുന്നു. ഹെസ്സെയുടെ മാതാമഹി ജൂലീ ഡുസോയിസ് ഫ്രഞ്ച്-സ്വിസ് വംശജയും. ഈ വംശപരമ്പരയിൽപ്പെട്ടവർ അനിതരസാധാരണമായ കഴിവുകൾ ഉള്ളവരായിരുന്നു.

ഹെർമൻ ഗുണ്ടർട്ടിന്റെ സാന്നിദ്ധ്യമാണ് ബാല്യത്തിൽതന്നെ ഹെസ്സെയുടെ സാഹിത്യവാസനയെ പ്രോത്സാഹിപ്പിച്ചത്. ഗുണ്ടർട്ടിന് ജർമ്മൻ ഭാഷയ്ക്കു പുറമേ ഇംഗ്ലീഷ്, ഫ്രഞ്ച്, ഇറ്റാലിയൻ, റഷ്യൻ എന്നീ

---

* റഷ്യയോടു ചേർന്നു കിടക്കുന്ന ഒരു ചെറിയ സ്വതന്ത്രരാജ്യം

പാശ്ചാത്യ ഭാഷകളിലും, ഹിന്ദി, മലയാളം, കന്നട, തെലുങ്ക്, തമിഴ് എന്നീ ഭാരതീയ ഭാഷകളിലും അഗാധമായ പരിജ്ഞാനം ഉണ്ടായിരുന്നു. മലബാറിൽ നിന്ന് യൂറോപ്പിലേക്കു മടങ്ങിയ ഗുണ്ടർട്ടിനെ ബേസൽമിഷൻ സൊസൈറ്റി അവരുടെ കാൽവിലെ പ്രസിദ്ധീകരണശാലയുടെ ഡയറക്ടറായി നിയമിച്ചു. ജോഹാനസ്സിനും അവിടെ ഒരു ജോലി ലഭിച്ചു.

ഹെസ്സെയുടെ മാതാപിതാക്കൾക്ക് പ്രൊട്ടസ്റ്റന്റു മതത്തിൽ കൂടുതൽ വൈകാരികമായ മതബോധം കൈവരുത്തണമെന്ന ആഗ്രഹമുണ്ടായിരുന്നു. അതിനാൽ അവർ 17-ാം നൂറ്റാണ്ടിൽ ജർമ്മനിയിലെ ലൂതർ ക്രൈസ്തവ വിഭാഗം പ്രചരിപ്പിച്ച ഒരു നവോത്ഥാനത്തിൽ (Pietism) ഉറച്ചു വിശ്വസിച്ചു. ചെറുപ്പത്തിലേ ഹെസ്സെയെ അവർ അടിയുറച്ച ഒരു ദൈവ വിശ്വാസിയാക്കാൻ ആത്മാർത്ഥമായി പരിശ്രമിക്കുകയുണ്ടായി.

പല നിറങ്ങളിലുള്ള ഇഷ്ടികകൾ പാകി, ഇടുങ്ങിയ തെരുവുകളുള്ള കാൽവ് ചെറിയ പൂന്തോട്ടങ്ങൾകൊണ്ടും അലംകൃതമായിരുന്നു. ത്രികോണാകൃതിയിലുള്ള ചുമരുകളോടുകൂടിയ വീടുകൾ അവിടെ സാധാരണമായിരുന്നു.

ബാല്യത്തിൽ തന്നെ ഹെസ്സെ അസാധാരണമായ ഉത്സാഹവും തലക്കനവുമുള്ള ഒരു കുട്ടിയായിരുന്നു. അദ്ദേഹത്തിന്റെ സ്വതസ്സിദ്ധമായ ജന്മവാസനകൾ മാതാപിതാക്കളെ അദ്ഭുതപ്പെടുത്തി. അമ്മ മേരി ഒരു ഡയറിക്കുറിപ്പിൽ ഒമ്പതുവയസ്സുള്ള മകനെക്കുറിച്ച് ഇങ്ങനെയെഴുതി: "അവന് ചന്ദ്രനെയും മേഘങ്ങളെയും മണിക്കൂറുകളോളം നിരീക്ഷിക്കാനറിയാം. വീട്ടിലെ ഹാർമോണിയത്തിനു കേടുവന്നാൽ അവനത് ശരിയാക്കാനറിയാം. പെൻസിലുകൊണ്ട് വിസ്മയാവഹമായ സ്കെച്ചുകൾ വരയ്ക്കുന്നു. നല്ല ഭാവത്തിലാണെങ്കിൽ അവൻ അതിമനോഹരമായി പാടും, ഒരിക്കലും ഈണം തെറ്റിക്കാതെ." എന്നാൽ ഏതാണ്ട് ഈ പ്രായത്തിൽ തന്നെ ഹെസ്സെയുടെ സ്വഭാവത്തിലുണ്ടായ മാറ്റങ്ങൾ അച്ഛനമ്മമാരെ ആശങ്കാകുലരാക്കി. കുട്ടിയുടെ കുസൃതിത്തരങ്ങൾ ഉണ്ടാക്കിയ വിഷമങ്ങൾ അവർക്കു താങ്ങാവുന്നതിലധികമായിരുന്നു.

പഠനത്തിലോ അദ്ധ്യാപകരെ സമീപിക്കുന്നതിലോ ഒട്ടും താത്പര്യം കാണിച്ചിരുന്നില്ല എന്നിരുന്നാലും വലിയ പരിശ്രമമൊന്നും കൂടാതെ എല്ലാ ക്ലാസ്സുകളിലും ഒന്നാമനായിത്തന്നെ ഹെസ്സെ പാസ്സായി.

ബേസൽമിഷന്റെ പ്രസിദ്ധീകരണശാലയിൽ പണിയെടുത്തിരുന്നതുകൊണ്ട് കുറച്ചുകാലം ഹെസ്സെയുടെ കുടുംബം ബേസലിലാണ് താമസിച്ചിരുന്നത്. അവിടെനിന്നും കാൽവിലേക്കു മടങ്ങിയതു മുതൽ ഹെസ്സെയുടെ വികൃതിത്തരങ്ങൾ വീട്ടുകാർക്കു അസഹ്യമായി തോന്നിത്തുടങ്ങി. പ്രൊട്ടസ്റ്റന്റു പള്ളി നടത്തുന്ന മൗൾബ്രോൺ സ്കൂളിൽ ചേർത്തുവെങ്കിലും ഇവിടത്തെ പഠനം അധികകാലം നീണ്ടുനിന്നില്ല. ഹെസ്സെക്ക് പതിനഞ്ചുവയസ്സുള്ളപ്പോൾ ഒരു ദിവസം ആരോടും പറയാതെ താമസിച്ചിരുന്ന ഡോർമിറ്ററിയിൽ നിന്ന് ഒളിച്ചോടി. ഇത് സ്കൂളധികൃതർക്കും,

അച്ഛനമ്മമാർക്കും തികച്ചും ആശ്ചര്യകരമായ ഒരനുഭവമായിരുന്നു. പെട്ടെന്നുള്ള പ്രചോദനം കൊണ്ടുണ്ടായ ഈ സംഭവം കഴിഞ്ഞ് അടുത്ത ദിവസം ഹെസ്സെ വീട്ടിൽ മടങ്ങിയെത്തി.

ഒളിച്ചോടിയ ഹെസ്സെയ്ക്ക് തിരിച്ചുവന്നപ്പോൾമുതൽ കലശലായ തലവേദനയും ഉറക്കമില്ലായ്മയും അനുഭവപ്പെട്ടു. ബാലന്റെ മാനസികാവസ്ഥയിൽ ആശങ്ക തോന്നിയിരുന്ന സ്കൂൾ അധികൃതർക്ക് ആശ്വാസം നൽകിക്കൊണ്ട് ജോഹാനസ് ഹെസ്സെ മകനെ മൗൾബ്രോൺ സ്കൂളിൽ നിന്നും തിരിച്ചു വീട്ടിലേക്കു കൊണ്ടുവന്നു. അതിനിടയിൽ ഹെസ്സെയേക്കാൾ ഏഴുവയസ്സ് പ്രായം കൂടിയ യുജിനീ കോൾമ്പ് എന്നൊരു യുവതിയുമായി പ്രണയത്തിലായി. മൗൾബ്രോൺ വിട്ടുപോയതുകൊണ്ട് യൂജിനുമായി കണ്ടുമുട്ടാനുള്ള സന്ദർഭങ്ങൾ വിരളമായി. ഇത് ഹെസ്സെയുടെ മനസ്സിൽ ആഴമേറിയ മുറിവാണുണ്ടാക്കിയത്. കൊടിയ നൈരാശ്യത്തിനടിപ്പെട്ട ഹെസ്സെ ഒരു വിഷാദരോഗിയായി മാറി. ഒരു ദിവസം ഹെസ്സെ ഒരു സ്നേഹിതനോട് കുറച്ചു പണം കടം വാങ്ങി ഒരു റിവോൾവർ തരപ്പെടുത്തി. ഒരു ആത്മഹത്യാകുറിപ്പും എഴുതിവച്ച് സ്ഥലം വിട്ടു. അന്നു രാത്രി തന്നെ മടങ്ങിവന്നുവെങ്കിലും പിന്നീട് ദുഃഖിതനും നൈരാശ്യവാനുമായിട്ടാണ് ഹെസ്സെയെ എല്ലാവരും കണ്ടത്.

കുറെ ആഴ്ചകൾക്കുശേഷം ഗോട്ട്ലീബ് ഷാൾ എന്നൊരു വികാരി മാനസിക വൈകല്യങ്ങളുള്ള കുട്ടികൾക്കു വേണ്ടി സ്റ്റെറ്റണിൽ നടത്തുന്ന സ്കൂളിൽ ജോഹാനസ് ഹെസ്സെ ഹെർമനെ ചേർത്തു. ഷാളിന്റെ സ്കൂളിൽ ഹെർമൻ മികച്ച പ്രകടനമാണ് കാഴ്ചവെച്ചത്. അതിന്റെ അടിസ്ഥാനത്തിൽ ആറുമാസത്തിനു ശേഷം ഹെർമനെ തിരികെ കാൽവിലേക്കു മടങ്ങാൻ അദ്ദേഹം അനുവദിച്ചു. നിർഭാഗ്യവശാൽ ഹെർമൻ അതുവരെ അടക്കിവെച്ചിരുന്ന അമർഷവും കോപവും ഈയവസരത്തിൽ വീണ്ടും പൊട്ടിത്തെറിച്ചു. സ്വന്തം അച്ഛനും അമ്മയും തന്നെ കൈവെടിയുകയാണെന്ന് ബാലനായ ഹെസ്സെയ്ക്കു തോന്നി. അന്നു മുതൽ ഹെർമൻ വ്യവസ്ഥാപിത താത്പര്യങ്ങളോടും, അച്ഛനോടും, കൗമാരപ്രായം കഴിഞ്ഞവരെ ശാസിക്കുന്നതിനോടും, അർത്ഥശൂന്യമെന്നു ഹെർമൻ കരുതിയ മതാനുഷ്ഠാനങ്ങളോടും രൂക്ഷമായ രീതിയിൽ പ്രതികരിക്കാൻ തുടങ്ങി. ഇതേ രീതിയിലാണ് മുപ്പതുവർഷങ്ങൾക്കുശേഷം ഹെസ്സെയുടെ സ്റ്റെപ്പൻവോൾഫ് എന്ന നോവലിലെ പ്രക്ഷുബ്ധനായ നായകൻ ഹാരിഹാലർ കാപട്യം നിറഞ്ഞ പാശ്ചാത്യസംസ്കാരത്തിനെതിരേ പ്രതിഷേധിച്ചത്.

വീട്ടിലെ അന്തരീക്ഷം ഹെർമന് വീർപ്പുമുട്ടിക്കുന്നതായി തോന്നി. പ്രത്യേകിച്ചും ചിട്ടപ്പെടുത്തിയ ലൂതറിൻ മതാനുഷ്ഠാനങ്ങൾ പാലിക്കുന്നതിൽ ജോഹാനസ്സ് ഹെസ്സെയ്ക്കുള്ളത്ര താല്പര്യം സ്വതന്ത്രമായി ചിന്തിച്ചുതുടങ്ങിയ മകനില്ലായിരുന്നു. ഇക്കാലത്ത് അച്ഛന് അയച്ച ദീർഘമായ ഒരു എഴുത്തിനൊടുവിൽ ഒപ്പിടേണ്ട സ്ഥാനത്ത് എച്ച്.

ഹെസ്സെ (സ്റ്റെറ്റനിലെ ജയിലിൽ കഴിയുന്ന ഒരു തടവുകാരൻ) എന്നാണ് രേഖപ്പെടുത്തിയിരുന്നത്. ഈ എഴുത്തിൽ തന്നെ ഹെസ്സെയുടെ തീവ്ര മായ ജീവിതനൈരാശ്യം പ്രകടമാകുന്നുണ്ട്. “ഇപ്പോഴെനിക്ക് വീട്, രക്ഷിതാക്കൾ, സ്നേഹം, വിശ്വാസം, ആശ എല്ലാം നഷ്ടമായിരിക്കുന്നു. എന്നെത്തന്നെ എനിക്ക് നഷ്ടമായിരിക്കുന്നു. എന്നെ വെറുതെ വിടുക. ഞാൻ യാത്ര പറയുകയാണ്. ഒരു ഭ്രാന്തൻ നായയെപ്പോലെ ഞാനി വിടെ കിടന്നു മരിക്കട്ടെ!”

ഹെർമൻ തുടരുന്നു:- “ദൈവം എനിക്കൊരു ഉന്മാദമാണ്. യേശു ക്രിസ്തു ഒരു മനുഷ്യൻ മാത്രം. നിങ്ങളെന്നെ ആയിരം വട്ടം ശപിച്ചാലും ഈ സ്ഥാപനത്തിലെ (സ്റ്റെറ്റനിലെ വികാരി ഷാളിന്റെ സ്കൂൾ) മത പഠനം ഞാൻ വെറുക്കുന്നു. അച്ഛൻ എന്നെ ബലം പ്രയോഗിച്ച് ഒരു ട്രെയിനിൽ കയറ്റി ഇങ്ങോട്ടു വിട്ടതാണ്. ഇപ്പോൾ എന്നെക്കൊണ്ട് ആർക്കും ഒരു ശല്യവുമില്ലല്ലോ. ..... ഇത് ഞാനർഹിക്കുന്നില്ല. ഇവിടത്തെ അന്തരീക്ഷം ഞാൻ വെറുക്കുന്നു. എനിക്ക് എഴുതുകയാണെങ്കിൽ ക്രിസ്തുവിനെക്കുറിച്ചെഴുതരുതേ! അത് ഇവിടെ ആവശ്യത്തിലധികം പഠിപ്പിക്കുന്നുണ്ട്. എന്നാൽ അതിനോടൊപ്പം വെറുപ്പും വിദ്വേഷവും വളർത്തുന്നു. ആദർശവും യാഥാർത്ഥ്യവും തമ്മിലുള്ള വ്യത്യാസം എനിക്കറിയാം.” ഹെർമന്റെ അക്കാലത്തെ മാനസികാവസ്ഥ വെളി പ്പെടുത്താനാണ് ഈ കത്തിലെ ചില ഭാഗങ്ങൾ ഇവിടെ ഉദ്ധരിച്ചത്. ഇത്തരം അനുഭവങ്ങൾ അദ്ദേഹത്തിന്റെ വ്യക്തിത്വത്തെ ഒട്ടധികം സ്വാധീ നിച്ചിരുന്നു. അതിന്റെ പ്രതിഫലനം ആദ്യകാലകൃതികളിൽ വേണ്ടത്ര നമുക്കു കാണാം.

കൊടും നൈരാശ്യത്തിനടിപ്പെട്ട ഹെർമൻ തന്റെ നിസ്സഹായവസ്ഥ യിൽ വീണ്ടും ആത്മഹത്യ ചെയ്യാൻ തീരുമാനിച്ചു. സ്റ്റുട്ട്ഗർട്ടിൽ പോയി കുറച്ചു പുസ്തകങ്ങൾ വിറ്റ് വീണ്ടും ഒരു റിവോൾവർ വാങ്ങിയെങ്കിലും അത് നടപ്പാക്കിയില്ല. ആത്മാഭിമാനത്തിന് മുറിവേറ്റ ഹെർമൻ പരുഷ സ്വഭാവക്കാരനായി മാറി. വിഷാദരോഗം അതിന്റെ മൂർദ്ധന്യത്തിലെ ത്തിയതോടെ സലൂണുകൾ സന്ദർശിക്കുകയും സന്മാർഗരഹിതരായ ആളുകളുമായി ഇടപഴകുകയും പതിവാക്കി. അക്കാലത്ത് മദ്യപാനം, പുകവലി തുടങ്ങിയ ദുശ്ശീലങ്ങൾ തുടങ്ങി. കൂടാതെ പലരിൽ നിന്നും പണം കടം വാങ്ങുകയും ചെയ്തു. ഒടുവിൽ ഹെർമന്റെ നിരന്തരമായ അഭ്യർത്ഥനകൾ മാനിച്ച് തിരികെ കാൽവിലേക്ക് മടങ്ങാൻ അച്ഛൻ അനു വദിച്ചു. ഇതോടെ ഹെർമന്റെ ഔപചാരികമായ വിദ്യാഭ്യാസം അവസാ നിച്ചു.

കാൽവിനടുത്തുള്ള ഒരു ചെറിയ ബുക്ക്ഷോപ്പിൽ അപ്രന്റീസായി ഹെസ്സെക്ക് ജോലി കിട്ടി. പക്ഷേ, മൂന്നുനാലു ദിവസത്തിനകം അതു കളഞ്ഞിട്ട് സ്റ്റുട്ട്ഗാർട്ടിലേക്കുപോയി. ഒന്നിലും ഉറച്ചു നിൽക്കാത്ത മനോഭാവം മാതാപിതാക്കളെ ആശങ്കാകുലരാക്കി. ഒടുവിൽ അവർ ഒരു

മനോരോഗ വിദഗ്ധനെക്കൊണ്ട് ഹെർമനെ പരിശോധിപ്പിച്ചു. തത്ക്കാലം കുഴപ്പമൊന്നുമില്ലെന്ന് ഡോക്ടർ പറഞ്ഞതുകൊണ്ട് വീണ്ടും കാൽവിലെ വീട്ടിൽ താമസമാക്കി. ഗുണ്ടർട്ടിന് വിപുലമായ ഒരു ഗ്രന്ഥശേഖരം ഉണ്ടായിരുന്നു. അടുത്ത ആറുമാസം മുത്തച്ഛൻ ഗുണ്ടർട്ടിന്റെ ലൈബ്രറി യിൽ നിരന്തരമായ വായനയിൽ മുഴുകിയും വീട്ടിലെ തോട്ടത്തിൽ പുതിയ ഇനം ചെടികൾ നട്ടുവളർത്തിയും ഹെർമൻ സമയം ചെല വഴിച്ചു. കുറച്ചുനാൾ ഒരു വാച്ചുനിർമ്മാണ കമ്പനിയിലും പണിയെ ടുത്തു. അവിടെ നിന്നു കിട്ടിയ പരിശീലനം കൊണ്ട് ഒരു സ്വതന്ത്ര ജീവിതം കരുപ്പിടിപ്പിക്കാമെന്നും അങ്ങനെ ഒരു സാഹിത്യകാരനാ കാമെന്നും ഹെർമൻ ആശിച്ചു. എന്നാൽ ഒന്നരക്കൊല്ലത്തെ വാച്ചുനിർ മ്മാണകമ്പനിയിലുള്ള പണി അദ്ദേഹം വെറുത്തു. കാൽവിൽ നിന്നു പോയത് അടുത്ത പട്ടണമായ ടുബിജിനിലേക്കാണ്. അവിടെ ഹെക്കൻ ബാക്കർ എന്നയാളുടെ ബുക്ക് ഷോപ്പിൽ അപ്രന്റീസായി ചേർന്നു. തന്റെ മനസ്സിനിണങ്ങിയ പുസ്തകങ്ങളുമായി ഇടപഴകാൻ അവസരമുള്ള ഈ ജോലി ഹെർമന് ഇഷ്ടപ്പെട്ടു.

രണ്ട്

സാഹിത്യജീവിതത്തിലേക്ക്

ഹെർമൻ ഹെസ്സെയുടെ യൗവനകാലത്തെ രചനകൾ മിക്കതും കാവ്യരൂപത്തിലായിരുന്നു. ഹെസ്സെ കൈകൊണ്ട് പെൻസിൽ പിടിക്കാൻ തുടങ്ങിയ നാൾ മുതൽ ഈരടികൾ എഴുതുമായിരുന്നുവെന്നാണ് മേരി ഹെസ്സെയുടെ കത്തുകളിൽനിന്നും, ഡയറിക്കുറിപ്പുകളിൽ നിന്നും മനസ്സിലാകുന്നത്. അതെന്തായാലും പതിമൂന്നാം വയസ്സിൽ താനൊരു കവിയാകണമെന്ന് അദ്ദേഹം ദൃഢനിശ്ചയം ചെയ്തു. ടുബിജിനിലേക്കു പോകുന്നതിനു മുമ്പ് എഴുതിയ തൊണ്ണൂറിൽപരം കവിതകൾ (ഇവയിൽ ഒന്നും തന്നെ പ്രസിദ്ധീകരിക്കപ്പെട്ടിട്ടില്ല.) സ്വിറ്റ്സർലണ്ടിലെ മാർബാക്കിലുള്ള ഷില്ലർ ദേശീയ മ്യൂസിയത്തിൽ സൂക്ഷിച്ചിട്ടുണ്ട്.

ഗദ്യരചനയിൽ ആദ്യത്തേത് 1887-ൽ ഹെസ്സെയ്ക്കു പത്തുവയസ്സു മാത്രം പ്രായമുള്ളപ്പോൾ സ്വന്തം സഹോദരിക്കെഴുതിയ കത്തിന്റെ രൂപത്തിലുള്ള കഥയാണ്.

പതിനെട്ടു മുതൽ ഇരുപത്തിരണ്ടു വരെയുള്ള നാലുവർഷം ഹെക്കൻബാക്കറുടെ ബുക്ക്ഷോപ്പിലാണ് ജോലിചെയ്തിരുന്നത്. ഈ വർഷങ്ങളിൽ അദ്ദേഹത്തിന്റെ ജീവിതം ശാന്തമായിരുന്നു. എഴുത്തും വായനയുമായിട്ടാണ് മിക്കവാറും സമയം ചെലവഴിച്ചത്. ഹെസ്സെ ടുബിജനിൽ വരുന്നതിനു മുമ്പുതന്നെ അദ്ദേഹം പതിനെട്ടും പത്തൊൻപതും നൂറ്റാണ്ടിലെ ജർമ്മൻ സാഹിത്യത്തിലും അക്കാലത്തെതന്നെ ഇംഗ്ലീഷ്, ഫ്രഞ്ച്, ഇറ്റാലിയൻ, റഷ്യൻ എഴുത്തുകാരുടെ പ്രധാനപ്പെട്ട കൃതികളിലും നല്ല പരിജ്ഞാനം നേടിയിരുന്നു. ജർമ്മൻ എഴുത്തുകാരുടെ കൂട്ടത്തിൽ അദ്ദേഹം പ്രത്യേക താത്പര്യം കാണിച്ചിരുന്നത് ഗീഥേയുടെ കൃതികളോടാണ്. പിന്നെ നോവാലിസ് ഉൾപ്പെടെയുള്ള ജർമ്മൻ റൊമാന്റിക്കുകളോടായി താത്പര്യം. എന്നാലത് അധികകാലം നീണ്ടുനിന്നില്ല. പരമ്പരാഗതമായ കാല്പനിക സങ്കല്പങ്ങളിൽ മാത്രം ഒതുങ്ങി നിൽക്കാതെ അതിനു കൂടുതൽ സുഗന്ധവും, സൗന്ദര്യവും നൽകി ഒരു പുതിയ പന്ഥാവ് വെട്ടിത്തുറക്കാനാണ് ഹെസ്സെ ശ്രമിച്ചത്. ഹെസ്സെയുടെ ആദ്യകാല കൃതികൾ ഈ സാങ്കല്പിക തലത്തിലാണ് ഉരുത്തിരിഞ്ഞത്.

ഹെസ്സെയുടെ ടുബിജിനിലെ താമസത്തിനിടയിൽ അദ്ദേഹത്തിന്റെ സാഹിത്യവാസന തികച്ചും പുഷ്പിതമായി. അക്കാലത്ത് സ്കൂളിലെ അച്ചടക്കമോ വീട്ടിലെ ചട്ടങ്ങൾ ഏല്പിച്ച അസ്വാസ്ഥ്യങ്ങളോ ഒന്നു മില്ലാതെ സ്വൈരമായി സാഹിത്യത്തിലുള്ള താത്പര്യം തുടർന്നു കൊണ്ടുപോകാൻ ഹെസ്സെയ്ക്കു കഴിഞ്ഞു.

ആദ്യകാലരചനകളിൽ ഹെസ്സെയുടെ കവിതകൾക്കാണ് കൂടുതൽ അംഗീകാരം കിട്ടിയത്. 'മഡോണ' എന്ന കവിത ആദ്യമായി വെളിച്ചം കണ്ടു. ഈ കവിത പ്രസിദ്ധീകരിച്ച വിയന്ന (ഓഡിയ)യിലെ മാസിക യിൽ തന്നെ തുടർച്ചയായി ഏഴു കവിതകൾ കൂടി അടുത്ത ഒന്നര കൊല്ല ത്തിനിടയിൽ പ്രസിദ്ധീകരിച്ചു. ഈ കവിതകളെല്ലാം ചേർത്ത് പ്രേമ ഗീതങ്ങൾ (Romanticshe Lied-er) എന്ന പേരിൽ ആദ്യത്തെ കവിതാ സമാഹാരം പുറത്തിറക്കി. ടുബിജിനിലെ താമസത്തിനിടയിൽ എഴുതി യതെങ്കിലും പ്രസിദ്ധീകരിച്ചിട്ടില്ലാത്ത എഴുപതോളം കവിതകൾ ബേണിലെ ഒരു മ്യൂസിയത്തിൽ ഇപ്പോഴും സൂക്ഷിച്ചിട്ടുണ്ട്.

ഹെസ്സെ ആദ്യം എഴുതിയ കവിതകൾ മിക്കവാറും ശോകാത്മ കങ്ങളായിരുന്നു. അവയിലെ അന്തരീക്ഷം സുഗന്ധവും ശബ്ദം അടക്കി യതുമായിരുന്നെങ്കിലും, അവ കണ്ണഞ്ചിക്കുന്ന നിറങ്ങൾകൊണ്ട് മനോ ഹരങ്ങളായിരുന്നു. സ്നേഹവും മരണവും ഹെസ്സെയുടെ പ്രധാന വിഷയങ്ങളായിരുന്നു. തീർച്ചയായും കാല്പനികത തന്നെയായിരുന്നു ഈ കവിതകളുടെ പ്രത്യേകത. ഒരർത്ഥത്തിൽ ഇവയെ കേരളത്തിന്റെ കാല്പനിക കവിയായ ശ്രീ.ചങ്ങമ്പുഴ കൃഷ്ണപിള്ളയുടെ കവിതകളോട് സാദൃശ്യപ്പെടുത്താം.

1899-ൽ ഹെസ്സെയുടെ ഇരുപത്തിരണ്ടാമത്തെ വയസ്സിൽ പ്രസിദ്ധീ കരിച്ച അർത്ഥരാത്രിക്കു ശേഷം ഒരു മണിക്കൂർ (Eine stunde Hinter m-itternach-t) ആണ് അദ്ദേഹത്തിന്റെ ഗദ്യരൂപത്തിലുള്ള പ്രഥമകൃതി. ഇതിൽ ഏകാന്തനായ കഥാകാരൻ വൈദേശികമായ ഒരു ദ്വീപിനെ ക്കുറിച്ച്[1] വിവരിക്കുന്നുണ്ട്. ദ്വീപിൽ ആകർഷണീയമായ പുഷ്പകുടീര ങ്ങളും, സുന്ദരികളായ വനകന്യകകളുമുണ്ട്. ഈ ദ്വീപിൽ കഴിയാനാണ് അദ്ദേഹത്തിനിഷ്ടം. അശിക്ഷിതമായ ബാഹ്യലോകവുമായി ഇടവിട്ടിട വിട്ടുള്ള സമ്പർക്കം അദ്ദേഹത്തിൽ നിരാശയും ദുഃഖവുമുണ്ടാക്കുന്നു. യഥാർത്ഥത്തിൽ കഥാകാരൻ ഹെസ്സെയെ തന്നെയാണ് പ്രതിനിധാനം ചെയ്യുന്നത്. അതുകൊണ്ട് കാലദേശങ്ങൾക്കപ്പുറത്തുള്ള സ്വർഗ്ഗീയമായ ദ്വീപിലേക്കുതന്നെ മടങ്ങിപ്പോകാൻ ഈ കൃതിയിൽ ഹെസ്സെ തീവ്രമായി അഭിലഷിക്കുന്നു. പക്ഷേ ഈ പുസ്തകത്തിന് വളരെ പ്രചാരം ലഭി ച്ചില്ല. അറുന്നൂറു കോപ്പികൾ അടിച്ചതിൽ ആദ്യത്തെ വർഷം മുപ്പത്തഞ്ചു

1. ഹെസ്സെയുടെ അവസാനത്തെ നോവലായ ഗ്ലാസ് ബീഡ്സ് ഗെയിമിലെ 'കാസ്റ്റേലിയ' സങ്കല്പത്തിന് ഈ സൗന്ദര്യാനുഭൂതിയുടെ തലവുമായി സാദൃശ്യമുണ്ട്.

കോപ്പികളേ വിറ്റഴിഞ്ഞുള്ളൂ. വലിയ ഒരനുവാചക ലോകം ഇതുപോലൊരു കൃതിക്കുണ്ടാകില്ലെന്ന് ഹെസ്സെയ്ക്ക് അറിയാമായിരുന്നു. എന്നാൽ പ്രശസ്ത നിരൂപകനായ ആർ.എം. റിൽകി ഇത് നല്ലൊരു കലാസൃഷ്ടിയാണെന്ന് വിലയിരുത്തി. ഇതൊഴിച്ചാൽ പൊതുജനങ്ങളുടെ പ്രതികരണം തണുപ്പനായിരുന്നു. എന്നാലിതൊന്നും തന്നെ ഹെസ്സെയെ നിരാശപ്പെടുത്തിയില്ല. ഒരെഴുത്തുകാരനെന്ന നിലയിൽ കൂടുതൽ ഖ്യാതി നേടണമെന്നും അതിനായി അക്ഷീണം പരിശ്രമിക്കണമെന്നും അദ്ദേഹം തീരുമാനിച്ചു.[2]

കാൽവിലെ ഏതാനും മാസത്തെ താമസത്തിനുശേഷം ബേസലിലെ ആർ.റെയിച്ച് എന്നയാളുടെ ബുക്ക്ഷോപ്പിൽ പണിയെടുക്കാൻ ഹെസ്സെ അങ്ങോട്ടുപോയി. ബേസലിലേക്കുള്ള യാത്രയിൽ സമപ്രായക്കാരനായ സ്നേഹിതനും എഴുത്തുകാരനുമായ ലഡ്ജ്‌വിഗ് ഫിൻചുമൊത്ത് മറക്കാനാവാത്ത പത്തുദിവസം കിർചെയിം എന്നൊരു ചെറിയ ഗ്രാമത്തിൽ താമസിച്ചു. ഗ്രാമത്തിലെ താമസം ഹെസ്സെയുടെ സാഹിത്യ ജീവിതത്തിലെ ഒരു വഴിത്തിരിവായി. പരിശുദ്ധമായ ഗ്രാമീണ സൗകുമാര്യം നിറഞ്ഞ ഇവിടത്തെ അന്തരീക്ഷമായിരുന്നു അദ്ദേഹത്തെ ജൂലിഹെൽമാനുമായി അടുപ്പിച്ചത്.

ഹെസ്സെ താമസിച്ചിരുന്ന ഹോട്ടലുടമയ്ക്ക് രണ്ട് അനന്തരവളുമാരുണ്ടായിരുന്നു. അവരിൽ ഇളയവളായിരുന്നു ജൂലി. പ്രേമഗാനങ്ങളെഴുതിയും പൂച്ചെണ്ടുകൾ സമ്മാനിച്ചും ജൂലിയുടെ ഹൃദയം വശീകരിക്കാൻ ഹെസ്സെ ശ്രമിച്ചെങ്കിലും അവളെ പരിണയിക്കാൻ കഴിഞ്ഞില്ല. ബേസലിലേക്കു പോയ ഹെസ്സെ വളരെനാൾ ഇടവിട്ട് ജൂലിയുമായി കത്തിടപാടുകൾ നടത്തിയിരുന്നു. എങ്കിലും പിന്നീട് ഒരിക്കലും അവർ തമ്മിൽ കണ്ടുമുട്ടാൻ ഇടയായില്ല. കിർചെയിമിലെ ഈ ചെറിയ ഇടവേളയാണ് ലുലു എന്ന പ്രശസ്തമായ കൃതി രചിക്കാൻ വേണ്ട പ്രചോദനം നൽകിയത്.[3]

ബേസലിൽ ഹെസ്സെ അധികനാൾ താമസിച്ചില്ല. റെയിച്ചിന്റെ ബുക് ഷോപ്പിലെ പണി ഇഷ്ടപ്പെട്ടുവെങ്കിലും നീണ്ട മണിക്കൂറുകളുടെ പണിയും അവധി ദിവസങ്ങളുടെ കുറവും ഹെസ്സെയെ മുഷിപ്പിച്ചു.

---

2. ഹെസ്സെയുടെ ആദ്യത്തെ ഗദ്യകൃതിയിൽ അമ്മ മേരി ഹെസ്സെയ്ക്ക് കടുത്ത അതൃപ്തിയാണ് തോന്നിയത്. 'പയറ്റി'സത്തിൽ പൂർണ്ണമായി വിശ്വസിച്ചിരുന്ന ആ മഹിളാരത്നം മകന്റെ പുതിയ ചിന്താഗതിയെ അപലപിച്ച് ഇങ്ങനെ എഴുതി : "ഒരു പാമ്പിനെ ഭയപ്പെടുന്നതുപോലെ നിന്റെ ഈ പുതിയ ചിന്താസരണിയെ നീ ഭയപ്പെടണം. പ്രേമഗാനങ്ങൾ അലയടിക്കുന്ന ഈ സ്വർഗ്ഗം വിഷലിപ്തമാണ്. എന്റെ മകനേ, എത്രയും വേഗം നീ ആ തലത്തിൽ നിന്ന് മടങ്ങിവരണം. നീ ദൈവത്തിന്റേതാണ്. നിന്നെ ദൈവം രക്ഷിക്കട്ടെ." നീതിശാസ്ത്രത്തിലധിഷ്ഠിതമായ അമ്മയുടെ ഈ അതൃപ്തി ഹെസ്സെയെ വേദനിപ്പിച്ചതോടൊപ്പം രോഷാകുലനുമാക്കി.
3. ലുലുവിലെ കഥാകാരനായ ഹെർമൻ ലാവ്ചർ ഹെസ്സെ തന്നെയായിരുന്നു.

സ്വന്തമായി എന്തെങ്കിലും എഴുതുന്നതിനോ യാത്ര ചെയ്യുന്നതിനോ ഉള്ള സൗകര്യവുമില്ലായിരുന്നു. ഒന്നരക്കൊല്ലം അവിടെ ജോലി ചെയ്തിട്ട് തിരിച്ച് കാൽവിലേക്കു തന്നെ മടങ്ങി. ഏതാനും ആഴ്ചകൾ അവിടെ താമസിച്ചതിനുശേഷം ഇറ്റലി സന്ദർശിക്കാൻ കാൽവ് വിടുകയും ചെയ്തു. ഈ ചുരുങ്ങിയ സമയത്തിനുള്ളിൽ ബാല്യകാലത്തെ അനുഭവങ്ങൾ കോർത്തിണക്കി മൂന്നു ചെറിയ ലേഖനങ്ങൾ എഴുതിയെങ്കിലും പ്രസിദ്ധീകരണത്തിനയച്ചില്ല.

വെനീസ്, ഫ്ളോറൻസ്, ബൊളോഞ്ജ എന്നീ ഇറ്റാലിയൻ നഗരങ്ങൾ സന്ദർശിച്ചു മടങ്ങിയെത്തിയ ഹെസ്സെ വീണ്ടും ബേസലിലേക്കു തന്നെ തിരിച്ചുപോയി. ടുബിജിനിൽ താമസിച്ചിരുന്ന അവസരത്തിൽ ഏകാന്തജീവിതമാണ് അദ്ദേഹം നയിച്ചിരുന്നത്. എന്നാൽ ബേസലിൽ താമസിയാതെ എഴുത്തുകാരും സംഗീതജ്ഞരും ചിത്രകാരന്മാരുമടങ്ങിയ ഏറെ സുഹൃത്തുക്കൾ അദ്ദേഹത്തിനുണ്ടായി. പ്രസിദ്ധചരിത്രകാരനായ ഡോ. റുഡോൾഫ് വാക്കർ നാഗൽ, തത്ത്വചിന്തകനായ ഡാ. ജാക്കോബ് വാക്കർ നാഗൽ എന്നീ മഹദ്‌വ്യക്തികൾ ഹെസ്സെയുടെ സ്നേഹിതന്മാരായി.

ബേസലിലെ പ്രാമാണികനായ ഒരാത്മീയനേതാവായിരുന്നു വികാരി ലറോഷ്. സംഗീതപ്രേമിയായ ലറോഷ് പ്രശസ്ത സംഗീതജ്ഞരെ വീട്ടിൽ വിളിച്ചുവരുത്തി കച്ചേരികൾ നടത്തിയിരുന്നു. ഈ കച്ചേരികളിൽ പങ്കെടുക്കാൻ ഹെസ്സെയെയും ക്ഷണിക്കുക പതിവായിരുന്നു. അദ്ദേഹത്തിന് ചെറുപ്പം മുതൽ സംഗീതത്തിലുണ്ടായിരുന്ന അഭിരുചി വളർത്തിയെടുക്കാൻ ഈ പരിപാടികളിലൂടെ ഹെസ്സെക്കു കഴിഞ്ഞു. അക്കാലത്ത് ലറോഷിന്റെ മകൾ എലിസബത്തുമായി പ്രണയത്തിലായി. എന്നാൽ അത് സഫലമായില്ല. അവൾക്കെഴുതിയ പ്രണയഗാനങ്ങൾ ലാവ്ചറുടെ ഡയറി (Laushers Tagebuch) എന്ന പേരിൽ പ്രസിദ്ധീകരിച്ചിട്ടുണ്ട്.

ഹെസ്സെയ്ക്ക് ബേസലിൽ ഒരു വലിയ സ്നേഹിതവലയമുണ്ടായിരുന്നുവെങ്കിലും അവരുമായി അദ്ദേഹം അടുത്ത് ഇടപഴകിയിരുന്നില്ല. പൊതുചടങ്ങുകളിൽ പങ്കെടുക്കുമ്പോൾ ഹെസ്സെ അസ്വസ്ഥനുമായിരുന്നു. അദ്ദേഹത്തിന്റെ ഒരു കഥാപാത്രമാണ് പീറ്റർ കാമിൻസിഡ്.[4] അയാൾ അല്പം വിലക്ഷണനായിരുന്നുവെങ്കിലും മൃദുല പ്രകൃതക്കാരനായിരുന്നു. അയാളെപ്പോലെ ഹെസ്സെയും ഏകാന്തതയിലായിരുന്നു മനഃശാന്തി കണ്ടെത്തിയിരുന്നത്. മലകളും താഴ്‌വാരങ്ങളും നദിയും പൂന്തോപ്പുകളുമെല്ലാം ക്രമേണ ഹെസ്സെയുടെ ലോകത്തിന്റെ പ്രധാന ഘടകങ്ങളായി. മഞ്ഞു വീണുകിടക്കുന്ന കുന്നിൻചെരുവുകളിലൂടെയുള്ള ഓട്ടവും (skeeing) തടാകത്തിലെ ബോട്ടുസഞ്ചാരവും പട്ടണത്തിലെ ഒരു സ്വകാര്യ വിരുന്നിൽ പങ്കെടുക്കുന്നതിനേക്കാൾ കൂടുതൽ അദ്ദേഹം ഇഷ്ടപ്പെട്ടു. വാരാന്ത്യങ്ങളിൽ സമീപത്തുള്ള കുന്നിൻ

---
4. പീറ്റർ കാമിൻസിഡ്. ഹെസ്സെയുടെ ആദ്യത്തെ നോവൽ

ചെരുവിലിരുന്ന് സ്വതന്ത്രമായി ചിന്തിക്കുന്നതിലാണ് അദ്ദേഹത്തിന് കൂടുതൽ ഔത്സുക്യം തോന്നിയിരുന്നത്.

അതുവരെയുള്ള എഴുത്തുകൊണ്ട് വലിയ സാമ്പത്തിക ബുദ്ധിമുട്ടില്ലാതെ ജീവിക്കാമെന്ന അവസ്ഥ വന്നപ്പോൾ ബുക്ക്ഷോപ്പിലെ പണി മതിയാക്കി ഹെസ്സെ കാൽവിലേക്ക് മടങ്ങി. അവിടെ അദ്ദേഹം മുഴുവൻ സമയവും എഴുത്തിലും വായനയിലും വ്യാപൃതനായി.

ബേസലിൽ താമസിച്ചിരുന്ന കാലത്ത് ഹെസ്സെയുടെ ധൈഷണികവും താത്ത്വികവുമായ തലങ്ങൾക്ക് കൂടുതൽ അർത്ഥവും വ്യാപ്തിയുമുണ്ടായി. ആദ്യം അദ്ദേഹത്തിന് കാല്പനികതയോടായിരുന്നു ആഭിമുഖ്യം. ഗീഥേയുടെയും നോവാലിസിന്റെയും രചനകൾക്കു പുറമേ ഏണസ്റ്റ് ഹോഫ്മാൻ, ജോഹാൻ ട്രിയെക്, ഹെന്റിച്ച് ഹെയിൻ, ക്ലെമൻസ് ബ്രെന്റാനൊ എന്നിവരുടെ കൃതികളുമായും പരിചയപ്പെട്ടു. അതുപോലെ ഹാപ്ടുമാൻ, മേറ്റർലിക് എന്നീ മഹാരഥന്മാരുടെ കൃതികളും അദ്ദേഹം അക്കാലത്ത് മനസ്സിരുത്തി വായിച്ചു.

അന്ന് ഫ്രാൻസിൽ പ്രചാരത്തിൽ വന്ന നാച്യുറലിസം[5] എന്ന രചനാസമ്പ്രദായത്തോട് ഹെസ്സെക്ക് ആഭിമുഖ്യം ഉണ്ടായിരുന്നില്ല. ഐവാൻ ടർജനിവ്, ഹെന്റിക് ഇബ്സൺ, ഹാപ്ടുമാൻ, എമിലിസോള എന്നിവരുടെ സർഗ്ഗാത്മകത്വത്തോട് ആദരവുണ്ടായിരുന്നുവെങ്കിലും ഈ സമ്പ്രദായത്തിന് ഒരു ഭാവിയുണ്ടെന്ന് ഹെസ്സെ വിശ്വസിച്ചില്ല. അതിൽ കലാത്മകതയില്ലെന്നായിരുന്നു ഹെസ്സെയുടെ പക്ഷം. ടോൾസ്റ്റോയിയും അലക്സാണ്ടർ പുഷ്കിനും, ഗോഗോളും, ദസ്തയേവ്സ്കിയുമെല്ലാം ഒരളവുവരെ നാച്യുറലിസ്റ്റുകളായിരുന്നതുകൊണ്ട് ആദ്യം റഷ്യൻ സാഹിത്യത്തോട് അദ്ദേഹത്തിന് പൊതുവേ പ്രിയം കുറവായിരുന്നു. എങ്കിലും ഒന്നാം ലോക മഹായുദ്ധം ആരംഭിച്ചതോടെ അതു മാറുകയും ടോൾസ്റ്റോയി, ദസ്തയേവ്സ്കി തുടങ്ങിയവരുടെ നോവലുകൾ ജർമ്മൻ ഭാഷയിൽ ഇല്ലാത്തതിൽ പരിതപിച്ച് ഒരു കത്തെഴുതുകയും ചെയ്തു. മേൽപറഞ്ഞ സാഹിത്യ സമ്രാട്ടുകളുടെ കൃതികളുമായുള്ള നിരന്തര സമ്പർക്കമാണ് ഹെസ്സെയുടെ അതിപ്രശസ്തമായ, ടി.എസ്.എലിയട്ടിനാൽ[6] പ്രകീർത്തിക്കപ്പെട്ട ആസന്നമായ വിഷമഘട്ടം (1919) എന്ന കൃതി രചിക്കാനുള്ള പ്രചോദനം നല്കിയത്.

---

5. കലകൾ പ്രകൃത്യാനുസരണമായിരിക്കണമെന്ന നിയമം.

6. എലിയട്ടിന്റെ ഊഷരഭൂമി (waste land) എന്ന പ്രശസ്ത കൃതിയിൽ 'ആസന്നമായ വിഷമഘട്ടത്തെ' (Insight of chaos) കുറിച്ച് പരാമർശിക്കുന്നുണ്ട്.

മൂന്ന്

ജീവിതദർശനം

ബേസലിൽ താമസിച്ചിരുന്ന കാലത്ത് തന്നെ ഹെസ്സെയെ ആകർഷിച്ച മറ്റൊരു സാഹിത്യകാരനാണ് ജേക്കബ് ബർക്ക് ഹാർട്ട്. ആദ്യം നിചേയായിരുന്നു ആരാധ്യപുരുഷൻ. എന്നാൽ അദ്ദേഹത്തിന്റെ സാന്മാർഗ്ഗിക വീക്ഷണം ഹെസ്സെക്ക് താങ്ങാവുന്നതിലപ്പുറമായിരുന്നു. പിന്നീട് ആ സ്ഥാനം ബർക്ക് ഹാർട്ടിനാണ് നൽകിയത്. അദ്ദേഹത്തിന്റെ ചരിത്രാധിഷ്ഠിത ജീവിതവീക്ഷണമാണ് മനുഷ്യനിർമ്മിതമായ വ്യവസ്ഥകളുടെ അസ്ഥിരതയെക്കുറിച്ചും ആത്മാവിന്റെ അനശ്വരതയെപ്പറ്റിയും ഹെസ്സെയെ ചിന്തിപ്പിക്കാൻ പ്രേരിപ്പിച്ചത്. ബർക്ക് ഹാർട്ടിന്റെ കൃതികളിലൂടെ മതവും സംസ്കാരവും രാഷ്ട്രീയവുമായി നാഗരികത പുലർത്തുന്ന അടുത്ത ബന്ധം മനസ്സിലാക്കാൻ കഴിഞ്ഞു. മനുഷ്യരെ സംബന്ധിച്ച കാര്യങ്ങളിൽ നിഷ്കൃഷ്ടമായ ആത്മശോധനയുടെയും ഉത്തമ മാതൃകകളുടെയും ആവശ്യവും ഹെസ്സെക്ക് ബോദ്ധ്യപ്പെട്ടു. ഹെസ്സെയുടെ ഗ്ലാസ് ബീഡിസ് ഗെയിമെന്ന നോവലിലെ ബുദ്ധിമാനും വന്ദ്യവയോധികനുമായ പേറ്റർ ജാക്കോബും അദ്ദേഹത്തിന്റെ ശിഷ്യൻ ജോസഫ് നെച്ചും തമ്മിലുള്ള ബന്ധം പോലെയായിരുന്നു ഹെസ്സെയും ബർക്ക് ഹാർട്ടും തമ്മിലുള്ള ബന്ധം. ഒരാൾ ഗുരുവും മറ്റേയാൾ വിനീതനായ ശിഷ്യനും. ഹെസ്സെക്ക് സമഗ്രമായ ജീവിതവീക്ഷണമുണ്ടാക്കി കൊടുത്തത് ഗുരുവായ ബർക്കുഹാർട്ടു തന്നെയായിരുന്നു.

പൗരസ്ത്യ ചിന്തകളെപ്പറ്റി അഗാധമായ ജ്ഞാനമുണ്ടായിരുന്ന ആർതർഷോപ്പ് ഹൗറുടെ രചനകളും ഹെസ്സെക്ക് പരിചിതമായിരുന്നു. ഷോപ്പ് ഹൗറുടെ 'നിർവ്വാണ' എന്ന കൃതി ഹെസ്സെക്ക് പത്തൊൻപത് വയസ്സുള്ളപ്പോൾ തന്നെ വായിച്ചിരുന്നുവെങ്കിലും ആദ്യം വലിയ മതിപ്പു തോന്നിയില്ല. ഷോപ്പ് ഹൗറുടെ സ്വരം നിരാശകലർന്നതായിരുന്നുവെന്ന് ഹെസ്സെ അഭിപ്രായപ്പെട്ടു. എന്നാൽ വളരെ വർഷങ്ങൾക്കു ശേഷം ഹെസ്സെയുടെ ശ്രദ്ധ ഭാരതീയ ദർശനങ്ങളിലേക്കും ഹിന്ദുമത പഠനത്തിലേക്കും തിരിഞ്ഞതോടെ ഷോപ്പ് ഹൗറുടെ നിഗമനങ്ങൾ കൂടുതൽ

സ്വീകാര്യമായി തോന്നി. ഈ തത്ത്വചിന്തകന്റെ കൃതികൾ ഹെസ്സെയുടെ ജീവിതത്തെയും ചിന്തയെയും വളരെക്കാലം സ്വാധീനിച്ചിരുന്നു.

ടുബിജിനിലെ താമസക്കാലത്ത് താനൊരു സാഹിത്യകാരനാണെന്ന് ഹെസ്സെ സ്വയം തെളിയിച്ചു. ബേസലിൽ വെച്ച് തന്റെ രചനകൾക്ക് പൊതുജനങ്ങളുടെ അംഗീകാരവും കിട്ടി.

പീറ്റർകാമിൻ സിൻഡ് പ്രസിദ്ധീകരിക്കുന്നതിന് മുമ്പ് ഹെസ്സെ എഴുതിയ അതിമനോഹരമായ കൃതിയാണ് ലുലു. കെർച്ചെയിമിലെ[1] താമസവും അവിടെവച്ചു കണ്ടുമുട്ടിയ ജൂലിയ എന്ന പെൺകുട്ടിയുമായുള്ള പ്രണയവും നല്കിയ പ്രചോദനത്തിന്റെ ഫലമാണ് ഇതെന്ന് മുമ്പ് സൂചിപ്പിച്ചുവല്ലോ. തികഞ്ഞ അന്തഃസത്തയുള്ള ഒരു ഘടനയാണ് ലുലുവിന്റേത്. സാധാരണമായ ബാഹ്യലോകവും അദ്ഭുതം ജനിപ്പിക്കുന്ന ഒരു സാങ്കല്പികതലവും തികഞ്ഞ കലാവിരുതോടെ അടുത്തടുത്തായി ഈ കൃതിയിൽ ഉരുക്കിച്ചേർത്തിരിക്കുന്നു. ഹെസ്സെയുടെ (ലൗസ്ചർ) മാനസിക സംഘർഷം പിന്നീടു വരുന്ന സുഖദുഃഖങ്ങളുടെ മുന്നോടിയായിട്ടാണ് ഇവിടെ ചിത്രീകരിച്ചിരിക്കുന്നത്. ഹെസ്സെയുടെ മറ്റൊരു നോവലായ സ്റ്റെപ്പൻവോൾഫിലെ ഹാരിഹാലരുടെ വിഷമഘട്ടം, ഏകാന്തവാസം വെടിഞ്ഞുള്ള അയാളുടെ തിരിച്ചുവരവ് ജീവിതവുമായി ഇണങ്ങുന്നത്, പിന്നീട് ആത്മീയതയുടെ തലത്തിലേക്ക് പിൻവാങ്ങുന്നതുമെല്ലാം ലൗസ്ചർ കീർചെയിമിലെ ചുരുങ്ങിയ കാലത്തെ ജീവിതവും പിൻവാങ്ങലും അയാളുടെ കലയും സങ്കല്പത്തിലുള്ള ആദർശലോകവുമായി താരതമ്യപ്പെടുത്താം. രണ്ടു കഥാപാത്രങ്ങളും ഏകാന്തതയിൽ നിന്നും സമൂഹ ജീവിതത്തിലേക്കും, ആദർശത്തിൽ നിന്നും യഥാർത്ഥ്യത്തിലേക്കും, ദൈവികതയിൽ നിന്ന് ഇന്ദ്രിയസുഖങ്ങളുടെ ലോകത്തിലേക്കും ഒരു ഘടികാരത്തിന്റെ പെൻഡുലംപോലെ അങ്ങോട്ടുമിങ്ങോട്ടും മാറിക്കൊണ്ടിരിക്കുന്നു. സദാ ചലനാത്മകമായ ഈ ഭാവവ്യത്യാസം ലുലുവിൽ അസാധാരണമായ കൈവിരുതോടെ ഹെസ്സെ അവതരിപ്പിച്ചിരിക്കുന്നു. ഈ വിഷയത്തിന്റെ സങ്കീർണ്ണമായ മറ്റൊരവതരണമാണ് സ്റ്റെപ്പൻവോൾഫിലുള്ളത്.

ഇക്കാലത്ത് ഹെസ്സെയുടെ രണ്ടാമത്തെ കവിതാ സമാഹാരം പുറത്തിറക്കുകയുണ്ടായി. നൂറ്റിയറുപത്തിയാറു കവിതകളുള്ള (Gedic-h-te) എന്ന ഈ സമാഹാരത്തിന് പൊതുജനങ്ങളിൽ നിന്നുള്ള സ്വീകരണം ഹെസ്സെക്ക് ചാരിതാർത്ഥ്യം ഉണ്ടാക്കുന്ന വിധത്തിലായിരുന്നു. ഇതോടെ സമകാലീന ക്ലാസിക്കുകളുടെ ഇടയിൽ ഹെസ്സെ ലബ്ധപ്രതിഷ്ഠിതനായി.

ഹെസ്സെയുടെ കലയും ജീവിതവും തമ്മിൽ അഭേദ്യമായ ബന്ധമാണുണ്ടായിരുന്നതെന്നതിന്റെ ബാഹ്യപ്രകാശനമാണ് പീറ്റർകാമിൻസിൻഡ്

1. ടുബിജിനും കെർചെയിമുമെല്ലാം സ്വിറ്റ്സർലണ്ടിലെ ചെറിയ പട്ടണങ്ങളാണ്

എന്ന നോവൽ. ഹെസ്സെയുടെ മറ്റു പല നോവലുകളിലുമെന്നപോലെ ഇതിലും വ്യക്തമായ ഒരു ഇതിവൃത്തമില്ല. ആന്തരികവും ബാഹ്യവുമായ പരിതഃസ്ഥിതികൾ തമ്മിലുള്ള സംഘർമാണ് ഇതിലെ വിഷയം. കാമിൻ സിൻഡിന്റെ (ഹെസ്സെയുടെ) അഭിലാഷങ്ങളും നൈരാശ്യങ്ങളും ജീവിത ത്തിലെ മറ്റു പ്രശ്നങ്ങളും അതു പരിഹരിക്കാനുള്ള യത്നവുമെല്ലാം ഹെസ്സെയുടേതു തന്നെയായിരുന്നു. കാമിൻസിൻഡിന്റെ ജീവിത ഗതിയും ഹെസ്സെയുടേതിനോട് സദൃശമാണ്. അദ്ദേഹത്തിന്റെ ജന്മദേശ മായ കാൽവാണ് ഈ നോവലിലെ നിമികോൺ. ഹെസ്സെയുടെ മൗൾ ബ്രോൺ കാമിൻസിൻഡിന്റെ ഹൈസ്കൂൾ. ഹെസ്സെയുടെ ഇറ്റാലിയൻ യാത്ര. കാമിൻ സിൻഡിന്റെ ഫ്ളോറൻസ് സന്ദർശനം. കാമിൻസിൻ ഡിന്റെ എലിസബത്ത് ഹെസ്സെ ഒരിക്കൽ പ്രണയിച്ചിരുന്ന പാസ്റ്റർ ലറോ ഷിന്റെ മകൾ എലിസബത്ത് തന്നെ. ഇങ്ങനെ പോകുന്നു കഥാപാത്രവും ഹെസ്സെയും തമ്മിലുള്ള സാദൃശ്യങ്ങൾ. കാമിൻ സിൻഡിന്റെ വ്യക്തിത്വ ത്തിനും ഹെസ്സെയുടേതുമായി വളരെ സാമ്യമുണ്ട്. അദ്ദേഹത്തിന്റെ മനസ്സ് ദുഃഖിതമായിരുന്നപ്പോൾ ഹെസ്സെ സ്വന്തം കലയെത്തന്നെ തള്ളി പ്പറഞ്ഞിരുന്നു. അതുപോലെ തന്നെയായിരുന്നു കാമിൻസിൻഡും.

ഹെസ്സെ ബേസലിൽ വെച്ചു രൂപപ്പെടുത്തിയ ജീവിതത്തോടുള്ള ഒരു പുതിയ സമീപനത്തിന്റെ ആദ്യഘട്ടമാണ് കാമിൻസിൻഡിൽ ആവിഷ് കരിച്ചത്. സൗന്ദര്യാനുഭൂതിയുടെ ലോകം അദ്ദേഹം ഏറെക്കുറെ കൈ വെടിഞ്ഞു. അത് ഒരു കലാകാരനെ എങ്ങോട്ടും നയിക്കയില്ലെന്ന് അദ്ദേഹം അഭിപ്രായപ്പെട്ടു. ഏകാന്തനും സൗന്ദര്യാരാധകനുമായ ഒരു സ്വപ്ന ജീവിയായി കഴിയുന്നതിൽ അർത്ഥമില്ലെന്നും ഹെസ്സെക്കു തോന്നി. യാഥാർത്ഥ്യത്തിന്റെ ലോകത്തേക്ക് ഇറങ്ങിവരുന്നത് ആവശ്യമാണെന്നും തോന്നി. കഠിനമായ ദുഃഖം മാത്രം തരുന്ന ഏകാന്തവാസത്തിൽ നിന്ന് രക്ഷപ്പെടാൻ ഇതേ മാർഗ്ഗമുള്ളുവെന്ന അഭിപ്രായം അദ്ദേഹത്തിനു ണ്ടായി. ഇത്തരത്തിലുള്ള വികാര വിചാരങ്ങളാണ് തന്റെ ഇരുപത്തി യാറാം വയസ്സിൽ പൂർത്തിയാക്കിയ (1903) പീറ്റർ കാമിൻ സിൻഡ് എന്ന നോവലിൽ ഹെസ്സെ പ്രകടിപ്പിച്ചത്. ബാഹ്യ ജീവിതത്തിലെ ബന്ധ ങ്ങളോടു വിട പറയാനുള്ള കാമിൻസിൻഡിന്റെ തീരുമാനം തന്നെയായി രുന്നു ഈ ഘട്ടത്തിൽ ഹെസ്സെയുടെയും. പക്ഷേ ജീവിതത്തോടുള്ള ഈ പുതിയ കാൽവയ്പ് നിർഭാഗ്യവശാൽ വിജയകരമായിരുന്നില്ല. ഹെസ്സെയുടെ ജീവിതത്തിലെ ഒരു പ്രധാന സംഭവം ഈയവസരത്തി ലുണ്ടായി. അത് മറിയ ബർണൗലിയുമായുള്ള വിവാഹമാണ്.

പീറ്റർ കാമിൻസിൻഡിന്റെ രചനയിൽ ഹെസ്സെയുടെ ആഖ്യാന രീതി ക്ക് സാരമായ മാറ്റമുണ്ടായി. സൗന്ദര്യാനുഭൂതിയുടെ തലത്തിൽ വിഷയ ങ്ങളെ കൈകാര്യം ചെയ്യുന്ന രീതി കൂടുതൽ റിയലിസ്റ്റ് സ്വഭാവമുള്ള പാത്രങ്ങളെ അവതരിപ്പിക്കുമ്പോൾ അപര്യാപ്തമാണെന്നു തോന്നി. നിഴലുകളുടെയും, മേഘങ്ങളുടെയും അപ്സരസുകളുടെയും ലോകം വിട്ട്

ശരാശരി മനുഷ്യന്റെ ലോകത്തേക്ക് കഥാപാത്രങ്ങളിറങ്ങി വന്നു. ഗദ്യം കൂടുതൽ വിവരണാത്മകവും സമചിത്തതയുള്ളതുമായി. സ്തോഭജന കമായ വിശേഷണങ്ങളും ക്രിയകളുമെല്ലാം കുറച്ചു. ഭാവനാസൃഷ്ടികൾ ക്കും ഒരു പരിധിയുണ്ടായി. വിവരണങ്ങളിൽ നിന്ന് വിരാമങ്ങളും ചോദ്യ ചിഹ്നങ്ങളും ആലങ്കാരികങ്ങളായ ഉൽഘോഷങ്ങളും ഒഴിവാക്കി. ഋജു വും ക്ലിഷ്ടത കൂടാതെ വായിച്ചു പോകാവുന്നതുമായ ഒരു ശൈലി ഇവി ടെ രൂപപ്പെട്ടു. കാലത്തിനും ദേശത്തിനുമുള്ളിൽ നിന്ന് ക്രിയാത്മകമാ യി വികസിക്കുന്ന കെട്ടുറപ്പുള്ള ഒരു കഥ ഇതിലില്ല. ആത്മനിഷ്ഠാപര മായ ചിന്താശകലങ്ങളുടെയും പ്രകൃതി ദൃശ്യങ്ങളുടെയും സാമൂഹിക വിമർശനങ്ങളുടെയും ഒരു സംഗ്രഹമാണ് പീറ്റർകാമിൻസിൻഡ്. അയാ ളുടെ ഓർമ്മയിൽ വരുന്ന പിഴവുകൊണ്ട് സംഭവങ്ങളുടെ കാലനിർണ്ണയം ശ്രമകരവും, അടുക്ക് വികലവുമായിട്ടുണ്ടെന്ന് പറയാതെ വയ്യ. സ്കൂൾ വിദ്യാഭ്യാസ കാലം ഒന്നോടിച്ച് പരാമർശിച്ചിട്ടേയുള്ളു. ഇറ്റലിയിലെ യാത്ര സഞ്ചാരികൾക്കുവേണ്ടി എഴുതിയ ഒരു ഗൈഡുപോലെ ശുഷ്കമായി ട്ടാണ് രേഖപ്പെടുത്തിയിരിക്കുന്നത്. കാൽനടയായി ഫ്രാൻസിൽ നടത്തിയ സഞ്ചാരത്തെപ്പറ്റി സൂചിപ്പിച്ചിട്ടുപോലുമില്ല.

സൗന്ദര്യാരാധകനായിരുന്ന ഹെസ്സെ പീറ്റർകാമിൻ സിൻഡിൽ ചില റിയലിസ്റ്റ് സങ്കേതങ്ങൾ സ്വീകരിച്ചിട്ടുണ്ട്. എന്നാലവ പൂർണ്ണതയിലെത്തി യിട്ടില്ല. പാത്രങ്ങളെക്കുറിച്ച് പരാമർശിക്കുന്നതേയുള്ളു. യാഥാർത്ഥ്യ ത്തിന്റെ പരിവേഷം അണിയിച്ച്. അതിന്റേതായ മികവോടെ അവതരിപ്പി ച്ചിട്ടില്ല. ഇതിലെ രംഗങ്ങൾ യാഥാർത്ഥ്യസ്വഭാവമുള്ളതാണെങ്കിലും അവയ്ക്ക് വേണ്ടത്ര വ്യക്തത കൈവന്നിട്ടില്ല. കാമിൻ സിൻഡ് ജനിച്ച നിമികോൺ എന്ന ഗ്രാമം ആൽപ്സ് പർവ്വതനിരകളിലുള്ള ഒരു സാധാ രണ സമൂഹമായേ നമുക്ക് തോന്നൂ. അതിന്റേതായ ഒരു തനിമ ഈ നോവലിൽ ദൃശ്യമല്ല. അവിടത്തെ വീടുകളും അപ്പാർട്ടുമെന്റുകളുമെല്ലാം മനുഷ്യർ താമസിക്കുന്ന വെറും വാസസ്ഥലങ്ങളായിട്ടാണ് അവതരിപ്പി ച്ചിരിക്കുന്നത്. പ്രകൃതി ദൃശ്യങ്ങൾ തന്നെ ഒരു പശ്ചാത്തലമാണ്. ഒരു പ്രത്യേക സംഭവം നടക്കുന്ന രംഗമായി അവയെ ചിത്രീകരിച്ചിട്ടില്ല. അതുകൊണ്ട് അവക്ക് വേണ്ടത്ര റിയലിസ്റ്റിക് പ്രതീതി കൈവന്നിട്ടില്ല. സൗന്ദര്യാരാധകർക്കു പ്രകൃതി എന്തായിരുന്നുവോ അതു തന്നെയായി രുന്നു കാമിൻ സിൻഡിനും. ഇങ്ങനെ നോക്കുമ്പോൾ രൂപത്തിലും ഉള്ളടക്കത്തിലും ഹെസ്സെയുടെ ആദ്യകാല കൃതികളിൽ നിന്നും പൂർണ്ണ മായി അദ്ദേഹം കാമിൻ സിൻഡിൻ വ്യതിചലിച്ചിട്ടില്ല. എന്നാൽ സൗന്ദര്യാ രാധനയും റിയലിസവും ഒരളവുവരെ സമന്വയിപ്പിക്കാനുള്ള ശ്രമം ഈ നോവലിൽ കാണാം. അദ്ദേഹത്തിന്റെ ജീവിതാവസാനം വരെ ഹെസ്സെ ഈ പ്രക്രിയ തുടർന്നുകൊണ്ടിരുന്നു.

1903-ൽ തന്നെ ഹെസ്സെ തന്റെ രണ്ടാമത്തെ നോവലായ ചക്രത്തി നടിയിൽ (Unterm Rand) എഴുതിത്തീർത്തിരുന്നു. (ഇത് പ്രസിദ്ധീകരിച്ചത് രണ്ടു കൊല്ലത്തിനു ശേഷമാണ്) ഈ നോവലെഴുതിയത് അക്കാലത്ത്

ജർമ്മനിയിൽ പ്രചാരത്തിലിരുന്ന 'സ്കൂൾ നോവലിന്റെ' മാതൃകയിലാണ്.[2] സാഹിത്യം പ്രബോധനാത്മകമായിരിക്കണമെന്ന സിദ്ധാന്തമാണ് സ്കൂൾ നോവലുകളിൽ പ്രകടമായിരുന്നത്. 'ചക്രത്തിനടിയിൽ' എന്ന നോവലിൽ വളർന്ന തലമുറയ്ക്കെതിരായി തീക്ഷ്ണമായ കുറ്റാരോപണമാണ് ഹെസ്സെ നടത്തിയത്. രക്ഷാകർത്താക്കളെയും പള്ളിവികാരികളേയും അദ്ധ്യാപകരെയുമെല്ലാം ഇവിടെ കണക്കിന് ശകാരിച്ചിരിക്കുന്നു. അവരുടെ രക്ഷാകർതൃത്ത്വത്തിലുള്ള കുട്ടികളോട് അനുകമ്പയോ, ആർദ്രതയോ ഇക്കൂട്ടർ കാണിക്കുന്നില്ലെന്നും, ഇവർ പൊതുവെ കഴിവുകെട്ടവരും കാപട്യം നിറഞ്ഞവരുമാണെന്നാണ് ഹെസ്സെ ഈ നോവലിൽ വരച്ചു കാട്ടിയത്. ബാല്യദശയിലുള്ളവർ തികച്ചും അവഗണിക്കപ്പെട്ടിരിക്കുന്നു. ഈ കാലഘട്ടത്തിൽ നിന്നും മുറിവേല്ക്കാതെ പുറത്തു വരുന്നവർ ചട്ടമ്പികളും ക്രൂരമനസ്കരുമാണ്. മൃദുസ്വഭാവികളും വാസനാ സമ്പന്നരും ചക്രത്തിനടിയിൽ അടിച്ചമർത്തപ്പെടുന്നു.

ഹെസ്സെയുടെ അനുഭവത്തിൽ നിന്ന് അദ്ദേഹം അങ്ങനെയൊരു നിഗമനത്തിലെത്തിയത് നമുക്ക് മനസ്സിലാക്കാവുന്നതാണ്. എന്നാൽ ഈ നോവൽ എഴുതിയതുകൊണ്ട് അദ്ദേഹം എന്താണ് ഉദ്ദേശിച്ചിരുന്നത്? സാമൂഹിക സംഘടനകളുടെ പൊള്ളത്തരം വെളിച്ചത്തു കൊണ്ടുവരിക മാത്രമായിരുന്നില്ല പ്രധാന ഉദ്ദേശ്യം. ഹെസ്സെ ഉള്ളിൽ അടക്കിയിരുന്ന അമർഷത്തിനും രോഷത്തിനും ഈ നോവലിലൂടെ ബാഹ്യപ്രകാശനം കൊടുക്കുകയായിരുന്നു എന്നു വേണം കരുതാൻ. ഹെസ്സെയുടെ സ്വന്തം അനുഭവങ്ങളാണ് ചക്രത്തിനടിയിൽ എന്ന കൃതിയിലൂടെ അദ്ദേഹം വായനക്കാരുമായി പങ്കുവയ്ക്കുന്നത്. ഹാൻസ് ഗിബർനാത്താണ് ഇതിലെ പ്രധാന കഥാപാത്രം. ഹെസ്സേക്ക് പതിനാലു മുതൽ പതിനെട്ടു വയസ്സുവരെ നേരിട്ട തിക്താനുഭവങ്ങൾ ഗിബർനാത്തിനുമുണ്ടാകുന്നു. ഹെർമൻ ഹെയ്നർ എന്ന മറ്റൊരു കഥാപാത്രം മൗൾ ബ്രോൺ സ്കൂളിലും പിന്നീട് കാൽവിലെ താമസത്തിനിടയിലും ഹെസ്സെക്കുണ്ടായ ദുരിതങ്ങൾ അനുവാചകനുമായി പങ്കുവയ്ക്കുന്നു.

ചക്രത്തിനടിയിലെ ഭാഷ കാവ്യാത്മകമാണെങ്കിലും ഇതിന്റെ ഭൂമികയും ആത്മകഥാപരമാണ്. ഹെസ്സെയെപോലെ ഹാൻസ് ഗിബർനാത്തും സ്റ്റുർട്ട് ഗാർട്ട് എന്ന പട്ടണത്തിൽവെച്ച് സ്റ്റേറ്റ് പരീക്ഷ എഴുതുന്നു. പിന്നിട് കാൽവിൽ വിശ്രമിക്കുന്നു. ഈ നോവലിൽ ഹെസ്സെയുടെ തന്നെ സ്നേഹിതരും അദ്ധ്യാപകരുമാണ് കഥാപാത്രങ്ങളായി വരുന്നത്. അവരുടെ പേരുകളിൽ സ്വല്പം വ്യത്യാസം വരുത്തിയിട്ടുണ്ടെന്നു മാത്രം. ഹെസ്സെയെടുത്ത വിഷയങ്ങൾ തന്നെയാണ് ഗിബർനാത്തും എടുത്തത്. അയാൾക്കും ഹെസ്സെയെപ്പോലെ ഹോമറുടെ കൃതികളോടും ലാറ്റിൻ ഭാഷയോടും അതിയായ താത്പര്യമായിരുന്നു. അയാൾ

2. എമിലി സ്ട്രാസ്, റോബർട്ട്മുസിൽ, ഫ്രഡറിക് ഹച്ച് എന്നീ ജർമ്മൻ സാഹിത്യകാരന്മാർ ഈ രീതിയാണവലംബിച്ചിരുന്നത്.

ഹെസ്സെയെപ്പോലെ മുഷിഞ്ഞു പഠിക്കുന്ന സ്വഭാവക്കാരനും. പെട്ടെന്ന് കോപാകുലനാകുന്നവനും, ഉറച്ച സ്വഭാവക്കാരനുമായ ഹെയ്നറും ഹെസ്സെ തന്നെ. അയാളും സ്റ്റേറ്റ് പരീക്ഷയിലെ ഗദ്യഭാഗം ഹെസ്സെയെ പ്പോലെ കവിതയിലാണ് എഴുതിയത്. രണ്ടുപേർക്കും പിയാനോ വായന യിൽ താത്പര്യവും വൈദഗ്ധ്യവുമുണ്ടായിരുന്നു. ഗിബർനാത്തിന്റെ സ്കൂൾ വിദ്യാഭ്യാസത്തിനു ശേഷമുള്ള വാച്ച് ഷോപ്പിലെ അപ്രൻറിസ് ഷിപ്പും ഹെസ്സെക്കുണ്ടായിരുന്നതുതന്നെ.

ഗിൽബർനാത്തും, ഹെയ്നറും ഹെസ്സെയുടെ ബാല്യകാലത്തെ എതാനും വർഷങ്ങളിലെ തിക്താനുഭവങ്ങൾ നമുക്ക് വെളിപ്പെടുത്തി തരുന്നു. ഇതേ രീതിയിലാണ് കാമിൻസിൻഡും അയാളുടെ അടുത്ത സ്നേഹിതൻ റിച്ചാർഡും ഹെസ്സെയുടെ ബാല്യകാലത്തെ മറ്റു ചല വർഷങ്ങളിലെ അനുഭവങ്ങൾ വായനക്കാരുമായി പങ്കുവെക്കുന്നത്. ഈ രണ്ടു നോവലുകളുടെയും ആന്തരികഘടനയ്ക്ക് വളരെയേറെ സാമ്യ മുണ്ട്. ആരോടും ഇണങ്ങാത്തവനും, വിലക്ഷണനുമായ പീറ്റർ ഒരവ സരത്തിലെ ഹെസ്സെയുടെ പ്രതിരൂപമായിരുന്നു. എപ്പോഴും ഉല്ലാസവാനും, സ്നേഹിതന്മാരോടു അടുത്തു പെരുമാറുന്നവനും, ശുഭാപ്തി വിശ്വാസി യുമായ റിച്ചാർഡിനെപ്പോലെയാകാനാണ് ഹെസ്സെ അഭിലഷിച്ചിരുന്നത്. റിച്ചാർഡിന്റെ മരണത്തോടെ ആ അഭിലാഷം ഫലവത്തായില്ല. പീറ്റർക്ക് ഒരു മാതൃകാപുരുഷനെ (Role Model) നഷ്ടമായി. ചക്രത്തിനടിയിലെ ഗിബർനാത്ത് ഹെയിനറെപ്പോലെയാകാൻ ശ്രമിച്ചു. രണ്ട് അടുത്ത സുഹൃത്തുക്കൾ തമ്മിലുള്ള ബന്ധത്തിലൂടെ ഒരാളിന്റെ രണ്ടു ഭാവങ്ങൾ അവതരിപ്പിക്കുന്ന ഉപായം ഹെസ്സെയുടെ ആഖ്യാനരീതിയിലെ സവിശേ ഷതയായിരുന്നു. ഹെയ്നറുടെ ആത്മഹത്യയോടെ തന്റെ ആശ നശിച്ച ഗിബർനാത്ത് മരിക്കുകയും ഭാവിയുള്ള ഹെയ്നർ ഹെസ്സെയായി രൂപ പ്പെട്ടുവരികയും ചെയ്തു. എല്ലാ സന്ദർഭങ്ങളിലും ഹെസ്സെ മുഖ്യകഥാ പാത്രം ഏതാണെന്നു വിശ്വസിച്ചിരുന്നയാളും അയാളുടെ അടുത്ത സ്നേഹിതൻ ഹെസ്സെ ആരാകാൻ ആഗ്രഹിച്ചിരുന്നുയെന്ന ആളുമാണ്. (ഉദാ: ഡീമിയൻ എന്ന നോവലിലെ സിൻക്ളെയർ മുഖ്യ കഥാപാത്രവും ഡീമിയൻ സദ്ഗുണ സമ്പന്നനും ഹെസ്സെ അയാളെപ്പോലെയാകാൻ ശ്രമിച്ചയാളുമാണ്.) വേറൊരർത്ഥത്തിൽ ഹെസ്സെയുടെ സ്വയം കണ്ടെ ത്തലിന് സ്നേഹിതന്റെ ഗുണങ്ങളാണ് ആവശ്യമായിരുന്നത്.

പീറ്റർ കാമിൻസിൻഡിൽ ഹെസ്സെ തന്റെ തത്കാലത്തെ ജീവിതാ വസ്ഥ വായനക്കാരുമായി പങ്കുവെക്കുന്നതിലാണ് ശ്രദ്ധിച്ചത്. അതിൽ ഒരു കലാകാരനുണ്ടായിരിക്കേണ്ട കരകൗശലം വേണ്ട വിധത്തിൽ കാണിച്ചിട്ടില്ല. അല്പം ഭ്രമാത്മകത കലർന്ന സന്ദർഭങ്ങളും ഇതിലുണ്ട്. എന്നാൽ ചക്രത്തിനടിയിലാകട്ടെ അദ്ദേഹം സ്വയം അനാവരണം ചെയ്യുക യാണ്. എല്ലാ അനുഭവങ്ങളും അതിന്റേതായ തീക്ഷ്ണതയോടെ വായന ക്കാരുടെ മുമ്പിൽ നിരത്തുന്നു. വർത്തമാന കാലത്തിൽ നിന്ന് ഭൂതകാല ത്തേക്കും ഭാവനയിൽ നിന്ന് ഓർമ്മകളിലേക്കുമുള്ള ഊന്നൽ ഈ

നോവലിന് കലാപരമായ ആകർഷണീയത നല്കി. ചക്രത്തിനടിയിലെ വിവരണത്തിന് കൂടുതൽ സമചിത്തതയും ഓജസ്സും കൈവന്നു എന്നു തീർച്ചയായും പറയാം. ഈ നോവലിന്റെ ഉപസംഹാരവും നമുക്കു മനസ്സിലാക്കാൻ കഴിയും.

ഹെസ്സെയുടെ വിവരണത്തിന്റെ ഒരു പ്രത്യേകത അതിലെ പ്രധാന കഥാപാത്രങ്ങൾക്കല്ല. ആശയങ്ങൾക്കാണ് കൂടുതൽ പ്രാധാന്യം എന്നതാണ്. ബാഹ്യലോകത്തിന് യാഥാർത്ഥ്യത്തിന്റെ പരിവേഷം നൽകുന്നുണ്ടെങ്കിലും അത് അന്തർനാടകത്തിന്റെ പശ്ചാത്തലമായേ കണക്കാക്കിയിട്ടുള്ളു.

ഹെസ്സെയുടെ ആദ്യകാല കൃതികളിൽ ഭാഷയുടെ ഭംഗിയിൽ അദ്ദേഹം ശ്രദ്ധിച്ചിരുന്നു. എന്നാൽ പീറ്റർ കാമിൻസിൻഡിന്റെ രചനയോടെ അതില്ലാതായി. കൂടുതൽ നാടോടി ഭാഷയും വാക്കുകളും ഉപയോഗിക്കാൻ ശീലിച്ചു. അദ്ദേഹത്തിന്റെ സാമൂഹിക വിമർശനം സംക്ഷിപ്തവും അതേ സമയം തീക്ഷ്ണവുമായിരുന്നു.

ബേസലിലെ താമസത്തിനിടയിൽ നടത്തിയ സാഹിത്യ പരിശ്രമങ്ങൾ പുസ്തക രചനയിൽ മാത്രം ഒതുങ്ങി നിന്നില്ല. ഏതാണ്ട് എഴുപതോളം ചെറുകഥകളും ഗാനാത്മക നാടകങ്ങളും സ്മരണകളും യാത്രാവിവരണങ്ങളും ഇക്കാലത്ത് എഴുതി. ഇവയെല്ലാം തന്നെ ജർമ്മനിയിലെയും സ്വിറ്റ്സർലണ്ടിലെയും, ആസ്ട്രിയയിലെയും പ്രമുഖ പത്രമാസികകളിൽ പ്രസിദ്ധപ്പെടുത്തി.

ഹെസ്സെ മറിയ ബർണൗലിയെ വിവാഹം കഴിച്ചകാര്യം മുമ്പ് സൂചിപ്പിച്ചുവല്ലോ. താമസിയാതെ അവർ ഗെയിൻഹോഫൻ എന്ന ഗ്രാമത്തിൽ ഒരു വീടുവാങ്ങി അങ്ങോട്ടു താമസം മാറ്റി. ഗെയിൻഹോഫൻ മനോഹരമായ ഒരു സ്വിസ് ഗ്രാമമായിരുന്നു. ചെറിയ കുന്നുകളും അതിന്റെ താഴ്‌വരകളിലുള്ള തടാകങ്ങളും ആ ഗ്രാമത്തിന്റെ പ്രകൃതി രമണീയതയുടെ മാറ്റു കൂട്ടി. മറിയ വീട്ടുകാര്യങ്ങളിൽ ശ്രദ്ധിച്ചപ്പോൾ ഹെസ്സെ എഴുത്തിലും വായനയിലും മുഴുകി. മറിയയ്ക്ക് സംഗീതത്തിൽ താത്പര്യം ഉണ്ടായിരുന്നതുകൊണ്ട് അവരതാസ്വദിച്ചു. ഹെസ്സെ പ്രകൃതിയെ നിരീക്ഷിച്ചും സന്തോഷത്തോടെയും ആദ്യത്തെ ഏതാനും വർഷങ്ങൾ ചെലവഴിച്ചു.

1905-ൽ ഹെസ്സെയുടെ മൂത്തമകൻ ബ്രൂണോ ജനിച്ചു. രണ്ടു വർഷത്തിനുശേഷം രണ്ടാമത്തെ പുത്രൻ ഹെയിനറും. കുട്ടികൾ ജനിച്ചതോടെ ആദ്യത്തെ വീട് ചെറുതാണെന്നു തോന്നി. അതുകൊണ്ട് കുറച്ചുകൂടെ വലിയ ഒരു വീട്ടിലേക്ക് താമസം മാറി. അവിടെ താമസിച്ചുകൊണ്ടിരുന്നപ്പോൾ അദ്ദേഹത്തിന് സന്തോഷം കൊടുത്ത മറ്റൊന്ന് അയൽക്കാരനായി ലഡ്ജ്‌വിഗ് ഫിങ്ക എന്ന എഴുത്തുകാരനെ കിട്ടിയതാണ്. ഫിങ്കിനെ ചെറുപ്പം മുതലേ ഹെസ്സെക്കറിയാം. ഇവർ രണ്ടുപേരും ഒരുമിച്ച് തടാകത്തിൽ ബോട്ടു സഞ്ചാരത്തിനും, മലകയറലിനും (Mountain Climbing)

പോകുക പതിവായി. ഇങ്ങനെ ആറുവർഷം സന്തോഷകര മായ ഗാർ ഹിക ജീവിതമായിരുന്നു ഹെസ്സെക്കുണ്ടായിരുന്നത്. ഹെസ്സെ പ്രശം സാർഹനായ ഒരെഴുത്തുകാരനും, സന്തുഷ്ടമായ കുടുംബജീവിതം നയിക്കുന്നയാളുമായി. വീടിനോടു ചേർന്ന് ഒരുക്കിയിരുന്ന നല്ല തോട്ട ത്തിലിരുന്ന് ചിന്തിക്കുന്നത് ഹെസ്സെക്ക് ഉന്മേഷജനകമായ ഒരനുഭവമാ യിരുന്നു.

ദൗർഭാഗ്യവശാൽ ലൗകിക സുഖങ്ങൾ അനുഭവിച്ചുള്ള ജീവിതം നീണ്ടു നിന്നില്ല. ഗെയിഫൻ ഹോഫനിലെ താമസത്തിലുള്ള പുതുമ കുറെ കഴിഞ്ഞപ്പോൾ ഹെസ്സെക്ക് നഷ്ടപ്പെട്ടതായി തോന്നി. ഒരു കുടുംബ ത്തിന്റെ ഉത്തരവാദിത്വം മുഴുവൻ തന്റെ ചുമലിൽ വന്നത് ഹെസ്സെയെ പരിഭ്രമിപ്പിച്ചു. ജീവിതം ക്രമേണ വിരസമായ വീട്ടുപണിയായി മാറി. വിവാഹ ബന്ധത്തിലും വിള്ളലുകൾ അനുഭവപ്പെട്ടു. മറിയയ്ക്ക് ഹെസ്സെയെക്കാൾ ഒമ്പതു വയസ് മൂപ്പുണ്ടായിരുന്നു. കൂടാതെ അവർക്ക് എല്ലാ കാര്യത്തിലും സ്വന്തമായ ഉറച്ച അഭിപ്രായവുമുണ്ടായിരുന്നു. അവരവരുടെ സ്വഭാവത്തിലുള്ള അന്തരംകൊണ്ട് രണ്ടു പേർക്കും ഒന്നിച്ചു ജീവിക്കുക പ്രയാസമായി. ഹെസ്സെ ക്ഷിപ്രകോപിയും, മറിയ ശാന്ത സ്വഭാവക്കാരിയുമായിരുന്നു. മറിയയുടെ സ്വയം പര്യാപ്തത ഹെസ്സെ ഇഷ്ടപ്പെട്ടില്ല. മ്ലാനവദനയായ മറിയയ്ക്ക് ഹെസ്സെയുടെ സാഹിത്യസപര്യ യിൽ ഒട്ടും താത്പര്യവുമില്ലായിരുന്നു. ഒരാൾ മറ്റേയാളിന്റെ ആവശ്യങ്ങൾ നിറവേറ്റാൻ പ്രാപ്തരല്ലെന്ന് തോന്നിയതുകൊണ്ട് അവർ താമസിയാതെ വിവാഹബന്ധം വേർപ്പെടുത്തുകയാണുണ്ടായത്.

നാല്

കലാപ്രേമിയായ ഹെസ്സെ

ഗെയിൻഹോഫനിലെ താമസത്തിനിടയിൽ ഹെസ്സെ കൂടുതൽ അടുത്തത് കലാകാരന്മാരോടാണ്. ബ്രൂണോ ഫ്രാങ്ക്, വില്യം ഷേഫർ, എമിൽ സ്ട്രാസ്, സ്റ്റീഫൻ സ്വയിഗ് തുടങ്ങിയ പ്രശസ്തരായ എഴുത്തുകാരെ അദ്ദേഹം വീട്ടിലേക്ക് ക്ഷണിക്കുക പതിവായിരുന്നു. എങ്കിലും കൂടുതൽ താത്പര്യം ചിത്രകാരന്മാരോടും സംഗീതജ്ഞരോടുമായിരുന്നു. ഗെയിൻഹോഫന്റെയും സമീപത്തുള്ള ആൽപ്സ് ഗ്രാമങ്ങളുടെയും അതുല്യമായ ഭംഗിയിൽ ആകൃഷ്ടരായി പല ചിത്രകാരന്മാരും ആ പ്രദേശത്ത് താമസിക്കാനെത്തിയിരുന്നു. അവരുമായി സൗഹൃദം സ്ഥാപിക്കാൻ ഹെസ്സെക്കു സാധിച്ചു. അതിലൂടെ ഹെസ്സെക്ക് ചിത്രരചനയിലുള്ള സ്വന്തം കഴിവ് വികസിപ്പിച്ചെടുക്കാനുള്ള അവസരം കിട്ടി. ഓട്ടോ ബ്ലൂമെൻ, മാക്സ് ബുച്ചറർ, ഫ്രിറ്റ്സ് വിഡ്മൻ, ആൽബർട്ട് വെൽറ്റി തുടങ്ങിയ ചിത്രകാരന്മാരുമായുള്ള സ്നേഹബന്ധം ഹെസ്സെക്ക് ഉന്മേഷജനകമായിരുന്നു.

അതുപോലെ തന്നെയായിരുന്നു ഹെസ്സെക്ക് സംഗീതത്തിലുണ്ടായിരുന്ന താത്പര്യം. സംഗീതമില്ലാത്ത ജീവിതം ഒരു പക്ഷേ, അദ്ദേഹത്തിന് ചിന്തിക്കാൻപോലും കഴിയുമായിരുന്നില്ല.[1] ഷോപ്പിന്റെയും മൊസാർട്ടിന്റെയും ഗാനങ്ങൾ ഖിന്നചിത്തനായിരിക്കുമ്പോൾ ഹെസ്സെയുടെ മനസ്സിന് ആനന്ദം നല്കിയിരുന്നു. അദ്ദേഹത്തിന്റെ അവസാനനാളുകളിൽ ബാക്കിന്റെ സംഗീതമാണ് ഏറ്റവും ഇഷ്ടപ്പെട്ടിരുന്നതെന്ന് ഒരു ഡയറിക്കുറിപ്പിൽ എഴുതിയിരിക്കുന്നു. ശൈശവത്തിൽ തന്നെ പള്ളിയിലെ ഓർഗാൻ വായനയിലും മറ്റും ശ്രദ്ധിച്ചിരുന്നതായി അമ്മയും രേഖപ്പെടുത്തിയിട്ടുണ്ട്. ഹെസ്സെ ബേസലിലായിരുന്നപ്പോൾ പാസ്റ്റർ ലറോഷിന്റെ വീട്ടിലെ സംഗീതജ്ഞരായ ആൽബർട്ട് ഷ്ളെൻകർ, ഓത്ത്മാർ ഷുയെക്, ഫ്രിറ്റ്സ് ബ്രൂൺ എന്നിവരുമായും ഗാനരചയിതാക്കളായ ഫെറ്റ ഡിയോ ബുസോണി, ഹെർമൻ സൂട്ടർ, ജസ്റ്റസ് വെറ്റ്സൻ എന്നിവരുമായും

1. മറിയ ബർണൗലിയുടെ സംഗീതത്തിലുള്ള താത്പര്യമാണ് ഹെസ്സെയെ അവരോടടുപ്പിച്ചത്.

സമ്പർക്കം പുലർത്തിയിരുന്നതുകൊണ്ട് വിദൂരമായ ഗെയിൻ ഹോഫനിലിരുന്നും സമകാലീന സംഗീതമാസ്വദിക്കാൻ അദ്ദേഹത്തിനു സാധിച്ചു. ഹെസ്സെയുടെ പല കവിതകൾക്കും പ്രശസ്തരായ സംഗീതജ്ഞർ ഈണം പകർന്ന കാര്യവും ഇവിടെ പറയേണ്ടതാണ്.

ഹെസ്സേക്ക് ചിത്രരചനയിലും സംഗീതത്തിലുമുള്ള താത്പര്യം ജീവിതാവസാനം വരെ നിലനിന്നിരുന്നു. അദ്ദേഹത്തിന്റെ നോവലുകളിലെ ചില പ്രധാന കഥാപാത്രങ്ങളും ഉപ പാത്രങ്ങളും ചിത്രകാരന്മാരോ സംഗീതജ്ഞരോ ആയിരുന്നു എന്നുള്ളതും പ്രസ്താവ്യമാണ്.[2]

ഹെസ്സെയുടെ പല കവിതകളും സ്വന്തമായി വരച്ച വാട്ടർ കളർ ചിത്രങ്ങളാൽ ദൃഷ്ടാന്തരപ്പെടുത്തിയവയാണ്.[3] ചില കവിതകൾ ഹെസ്സെ സംഗീതജ്ഞർക്കും ചിത്രകാരന്മാർക്കുമായി സമർപ്പണം ചെയ്തിട്ടുണ്ട്. ഇതിനു പ്രത്യുപകാരമായി ഹെസ്സെയുടെ പുസ്തകങ്ങൾക്ക് അവർ മനോഹരമായ കവർ ചിത്രങ്ങൾ വരച്ചു കൊടുത്തിരുന്നു.

ഗെയിൻഹോഫനിലെ താമസത്തിനിടയ്ക്ക് ഹെസ്സെയുടെ താത്പര്യങ്ങൾ കലയുടെ പല മേഖലകളിലേക്കും പടർന്നെങ്കിലും ജീവിതം കൂടുതൽ അസഹനീയമായി തോന്നിത്തുടങ്ങി. അവിവാഹിതനായി കഴിഞ്ഞിരുന്ന കാലത്തെ പല സ്വാതന്ത്ര്യങ്ങളും ഇപ്പോൾ നഷ്ടപ്പെട്ടതുപോലെ തോന്നി. പൊതുവായ അസംതൃപ്തിയും ഗാർഹിക ജീവിതത്തിലെ അസ്വാരസ്യങ്ങളിൽ നിന്ന് ഒളിച്ചോടി പോകാനുള്ള അഭിവാഞ്ഛയും അദ്ദേഹത്തെ ആശങ്കാകുലനാക്കി.

ഈ കാലത്ത് യാത്രകളിലാണ് ഹെസ്സെ അല്പം ആശ്വാസം കണ്ടെത്തിയത്. വസന്തകാലത്ത് ഇറ്റലിയിലും ഗ്രീഷ്മകാലത്ത് സ്വിറ്റ്സർലണ്ടിലെ പല ഗ്രാമങ്ങളിലും സഞ്ചരിച്ചു. പ്രകൃതി സൗന്ദര്യം ആസ്വദിക്കുന്നതിന് ഹെസ്സെ എന്നും കൊതിച്ചിരുന്നു. അതുകൊണ്ട് നീണ്ടുനിന്ന യാത്രകൾ സങ്കീർണ്ണമായ മനസ്സിന് ഒരു ടോണിക് പോലെയായിരുന്നു. അതുപോലെ ജർമ്മനിയിലെയും സ്വിറ്റ്സർലണ്ടിലെയും പല സാഹിത്യ സംഘടനകൾ അദ്ദേഹത്തെ പ്രസംഗ പരമ്പരകൾ നടത്താൻ ക്ഷണിക്കുകയും പതിവായിരുന്നു. എന്നാൽ ഗെയിൻഹോഫനിലെ താമസം കഴിയുന്നത്ര ഉന്മേഷപ്രദമാക്കാൻ ഹെസ്സെ നടത്തിയ അശ്രാന്ത പരിശ്രമങ്ങൾ വിജയം കണ്ടില്ല. അസ്വസ്ഥതകൾ നാൾക്കുനാൾ വർദ്ധിച്ചു വന്നതേയുള്ളു. ഒടുവിൽ ജീവിതത്തിന്റെ ഉൾവിളി എന്തായാലും അതനുസരിക്കാൻ തന്നെ ഹെസ്സെ തീരുമാനിച്ചു.

---

2. ചില നോവലുകളിലെ വിഷയവും സംഗീതവുമായി ബന്ധപ്പെട്ടതാണ്. ഉദാ:-ഗ്ലാസ്ബീഡ്സ് ഗെയിം.
3. ഹെസ്സെയുടെ വാട്ടർ കളർ ചിത്രങ്ങളെപ്പറ്റിയുള്ള ഒരു സമഗ്രപഠനം ജോസഫ് മെലകിന്റെ ഹെസ്സെയും അദ്ദേഹത്തിന്റെ നിരൂപകരും എന്ന ഗ്രന്ഥത്തിൽ കൊടുത്തിട്ടുണ്ട്.

ഹെസ്സെയുടെ ആന്തരികമായ ഉൾവിളി അദ്ദേഹത്തെ കൂടുതൽ അപരിചതവും ഏകാന്തവുമായ തലങ്ങളിലേക്കാണ് എത്തിച്ചത്. ഇരുപതാം നൂറ്റാണ്ടിന്റെ ആരംഭത്തിൽ ഗസ്റ്റോഗ്രേസർ എന്ന ഒരു കവിയുമായി ഹെസ്സെ പരിചയപ്പെടാനിടയായി. ഗ്രേസർ നീണ്ട മുടിയും താടിയുമുള്ള ശില്പകലാകാരനും, ചിത്രകാരനും, പ്രകൃതി ആരാധകനും അലഞ്ഞു നടക്കുന്ന പ്രകൃതക്കാരനുമായിരുന്നു. ഗ്രേസർ നയിച്ച പ്രത്യേക ജീവിതത്തോടുള്ള അസൂയ കൊണ്ടോ എന്നറിയില്ല, ഗയിൻഹോഫനിലെ താമസത്തിനിടയ്ക്ക് ഏതാനും ആഴ്ചകൾ ഗ്രേസറോടൊത്ത് കഴിയാൻ ഹെസ്സെ തീരുമാനിച്ചു. മോണ്ടേവെറിറ്റ (Monte verita) എന്ന ആൽപ്സ് പർവത നിരകളിലെ ഒരു ചെറിയ ഗ്രാമത്തിലുള്ള കൊച്ചു കുടിലിലാണ് ഗ്രേസർ താമസിച്ചിരുന്നത്. കിടക്കാൻ മെത്തയില്ല. വെറും കല്ലുപാകിയ തറ. പുതയ്ക്കാൻ ഒരു കമ്പിളിമാത്രം. താമസം ഗ്രേസറെ പോലെ പൂർണ്ണ നഗ്നനായി. ഒരാഴ്ച നിരാഹാരം. അല്പംവെള്ളം മാത്രം കുടിക്കും. ചില ദിവസങ്ങൾ കക്ഷംവരെ മണ്ണിനടിയിലാക്കിനില്ക്കും. ഇതൊക്കെ ആയിരുന്നു അവിടത്തെ ദിനചര്യ. (സിദ്ധാർത്ഥ എന്ന ഹെസ്സെയുടെ നോവലിൽ കൗമാരപ്രായം കഴിഞ്ഞ് വൈരാഗിയായിപ്പോകുന്ന സിദ്ധാർത്ഥന്റെ അനുഭവം തന്നെയാണ് ഹെസ്സെക്കുമുണ്ടായത്) എന്നാൽ ഈ ചടങ്ങുകൾകൊണ്ട് ഉദ്ദേശിച്ച ഫലമുണ്ടായില്ല. മാനസിക സംഘർഷങ്ങളും ശാരീരികാസ്വസ്ഥതകളും പഴയപടി തുടർന്നു. അതുകൊണ്ട് ഗെയിൻഹോഫനിലേക്ക് തന്നെ മടങ്ങി. ഗ്രേസറെപോലെ പ്രകൃതിയിലേക്ക് പിൻവാങ്ങിയതുകൊണ്ടു മാത്രം മോചനം കിട്ടുന്നതല്ല തന്റെ ജീവിതത്തിലെ പ്രശ്നങ്ങളെന്ന് ഹെസ്സെക്ക് ബോദ്ധ്യമായി.

ഗെയിൻഹോഫനിൽ താമസിച്ചിരുന്ന കാലത്ത് ഹെസ്സെ ആദ്യമായി അല്പം തിയോസഫി പഠിച്ചു. അതിൽ നിന്നാണ് ഭാരതീയ ദർശനങ്ങളോട് ഹെസ്സെക്ക് താത്പര്യം ജനിച്ചത്. മോണ്ടേ വെറിറ്റയിലെ പരീക്ഷണത്തിനു ശേഷം ചൈനീസ് ദാർശനികരായ ലാവോസെ, കൺഫ്യൂഷിയസ് എന്നിവരുടെ പ്രധാനപ്പെട്ട കൃതികളും മനസ്സിരുത്തി വായിച്ചു. എന്നാൽ പൗരസ്ത്യ ദാർശനികരോടുള്ള അഭിനിവേശവും ഹെസ്സെയെ അന്ന് തൃപ്തനാക്കിയില്ല. നിരാശാബോധവും, അസ്വസ്ഥ ചിന്തകളും വിടാതെ അദ്ദേഹത്തെ പിന്തുടർന്നുകൊണ്ടിരുന്നു.

അഞ്ച്

ചില പ്രധാന കൃതികളും കഥാപാത്രങ്ങളും

മുന്നദ്ധ്യായത്തിൽ പ്രധാനമായും ഹെസ്സെയുടെ ഗെയിൻഹോഫനിലെ ജീവിതത്തെപ്പറ്റിയും പൊതുവേയുള്ള സാഹിത്യപരിശ്രമങ്ങളെക്കുറിച്ചും പരാമർശിക്കുകയുണ്ടായി. കൂടാതെ ആദ്യകാലത്ത് രചിച്ച 'പീറ്റർ കാമിൻ സിൻഡിന്റെയും' 'ചക്രത്തിനടിയിലെയും' എന്ന കൃതികളുടെ സാമാന്യ സ്വഭാവം വിവരിക്കുകയുമാണ് ചെയ്തത്.

ഹെസ്സെ തന്റെ കലാപരമായ കഴിവ് പ്രദർശിപ്പിച്ച മറ്റൊരു തരത്തിലുള്ള കഥകളെപ്പറ്റിയും അദ്ദേഹത്തിന്റെ മനഃശാസ്ത്ര വിദഗ്ധരുമായുള്ള സമ്പർക്കത്തെക്കുറിച്ചും പ്രതിപാദിക്കാനാണ് ഈ അദ്ധ്യായത്തിലൂടെ ഉദ്ദേശിക്കുന്നത്. ഹെസ്സെ കൃതികളുടെ യഥാർത്ഥ സ്വഭാവം മനസ്സിലാക്കാനിതാവശ്യമാണ്. എന്തെന്നാൽ അദ്ദേഹത്തിന്റെ കൃതികളിലെ മിക്ക കഥാപാത്രങ്ങളും മാനസിക സംഘർഷങ്ങളനുഭവിക്കുന്നവരും അതിൽ നിന്നെങ്ങനെ മോചനം നേടാം എന്നാഗ്രഹിക്കുന്നവരുമാണ്. മാനസിക സമ്മർദ്ദത്തിന്റെയും അതിന്റെ ഫലമായുണ്ടാകുന്ന വിഷാദരോഗത്തെയും കുറിച്ച് ശാസ്ത്രീയമായ പഠനം ഇക്കാലത്താണുണ്ടായത്. പ്രത്യേകിച്ച് കൗമാരദശയിൽ ഹെസ്സെ വിഷാദരോഗത്തിന്റെ ലക്ഷണങ്ങൾ പ്രകടിപ്പിച്ചിരുന്നുയെന്നും അദ്ദേഹത്തിന് പ്രശസ്ത മനഃശാസ്ത്ര വിദഗ്ധനായ ജെ.ബി.സ്ട്രോങ്ങിന്റെ[1] ചികിത്സ ലഭിച്ചിരുന്നുയെന്നും ഡയറിക്കുറിപ്പുകളിലൂടെ വ്യക്തമാകുന്നുണ്ട്. അടുത്തതായി ഒന്നാം ലോകമഹായുദ്ധത്തിന്റെ ആവിർഭാവം ഹെസ്സെയുടെ വ്യക്തി ജീവിതത്തിൽ എന്തെല്ലാം ചലനങ്ങൾ സൃഷ്ടിച്ചുവെന്നും അവ അദ്ദേഹത്തിന്റെ ചിന്താസരണിയെ എങ്ങനെ സ്വാധീനിച്ചുവെന്നും വിശദീകരിക്കുന്നതു കൂടാതെ ഇക്കാലത്ത് രചിച്ച പ്രധാന കൃതികളെക്കുറിച്ചും സംക്ഷിപ്തമായി പരാമർശിക്കുന്നതാണ്.

---

1. ജെ.ബി.സ്ട്രോങ്ങ് പ്രസിദ്ധ മനശ്ശാസ്ത്ര വിദഗ്ധനായ ഡോ. ഫ്രൂയിഡിന്റെ (Freund) ശിഷ്യനാണ്.

പീറ്റർ കാമിൻസിൻഡിന്റെ പ്രസിദ്ധീകരണത്തിനു ശേഷം ഹെസ്സെയുടെ രചനാ രീതിയിൽ സാരമായ മാറ്റങ്ങൾ വന്ന കാര്യം നേരത്തെ പറഞ്ഞുവല്ലോ. അതുവരെ എഴുതിയത് ഗാനാത്മക കവിതകളും (musical poems) ഗദ്യവുമായിരുന്നു. വിവാഹവും ജീവിതയാഥാർത്ഥ്യങ്ങളോടുള്ള ഏറ്റുമുട്ടലും ഹെസ്സെയുടെ ഗദ്യശൈലിക്കു കൂടുതൽ ജനകീയ സ്വഭാവം നല്കി എന്നു പറയാം.

ഗെയിൻഹോഫനിൽ താമസിക്കുന്നതുവരെയുള്ള രചനകളിൽ ജന്മഗ്രാമമായ കാൽവിനെയാണ് പ്രകീർത്തിച്ചിരുന്നത്. അവിടെയുള്ള എല്ലാത്തരക്കാരായ ആളുകളുമായും ഹെസ്സെ ഇഴുകിച്ചേർന്നിരുന്നു. കാൽവിലെ ചെറിയ തടാകങ്ങളും, പൂന്തോപ്പുകളും പുരാതനകാലത്ത് നിർമ്മിച്ച പള്ളിയും ചന്തയുമെല്ലാം ഹെസ്സെയുടെ മനസ്സിൽ ആ ഗ്രാമത്തെക്കുറിച്ച് ഒരിക്കലും മായാത്ത മുദ്ര പതിപ്പിച്ചിരുന്നു. ഗെയിൻഹോഫനിൽ വന്നതിനു ശേഷം ഈ ഗ്രാമത്തെ കേന്ദ്രീകരിച്ചായിരുന്നു ഹെസ്സെയുടെ രചനകളെല്ലാം. തന്റെ പ്രിയപ്പെട്ട കാൽവിനെക്കുറിച്ചുള്ള സ്മരണകൾ ആത്മകഥാരൂപത്തിലാണ് വിവരിക്കുന്നത്. പിന്നീട് മൂന്നാമതൊരാൾ നമുക്കുവേണ്ടി വിവരിക്കുന്ന രീതിയും. ഓർമ്മക്കുറിപ്പുകൾ എന്ന നിലയിൽ നിന്ന് കഴിവുറ്റ സാഹിത്യസൃഷ്ടികൾ വികസിപ്പിച്ചെടുക്കാൻ ഹെസ്സെ ഈയവസരത്തിൽ ശ്രമിക്കുകയും അതിൽ അസാധാരണമായ വിധത്തിൽ വിജയിക്കുകയും ചെയ്തു.

ഗെയിൻഹോഫനിൽ താമസമുറപ്പിച്ചതിനു ശേഷമാണ് നോവല്ലയുടെ രൂപത്തിൽ ഹെസ്സെ കഥകളെഴുതിത്തുടങ്ങിയത്. നോവല്ലകളുടെ ലോകത്തെ കഥാപാത്രങ്ങളെല്ലാം ഹെസ്സെ കാൽവിൽ കണ്ടുമുട്ടിയവരാണ്. തികഞ്ഞ ജീവിതനിരീക്ഷണപടുവായ ഹെസ്സെ അവിടുത്തെ ഭിക്ഷാംദേഹികളെയും ശുദ്ധാത്മക്കളായ ആദർശവാദികളെയും പരിത്യക്തരായവരെയും തോന്നിയവാസികളെയും അടുത്തറിഞ്ഞ് തന്മയത്വത്തോടെ അവരെ അവതരിപ്പിച്ചു. ഈ നോവല്ലകളിലെ ജെർബറാസു കാൽവ് തന്നെ.[2] ഹെസ്സെയുടെ മൗൾബ്രോണിലെ അനുഭവങ്ങൾ വിവരിച്ചും ഇക്കാലത്ത് ചില നോവല്ലകൾ എഴുതിയിട്ടുണ്ട്. ഇത്തരത്തിലുള്ള കഥകൾക്ക് പൊതുവെ സ്വാബിയൻ കഥകളെന്നാണ് പറയാറുള്ളത്.[3] ഇവക്ക് ജർമ്മനിയിലും സ്വിറ്റ്സർലണ്ടിലും വമ്പിച്ച സ്വീകരണമാണ് ലഭിച്ചത്. ഗെയിൻഹോഫനിലെ താമസം മതിയാക്കിയതോടെ ഈ രീതി(genere)യിലുള്ള താത്പര്യം കുറയുകയാണുണ്ടായത്. വീണ്ടും

2. എസ്.കെ.പൊറ്റക്കാട്ടിന്റെ 'എന്റെ ദേശം', കോവിലന്റെ 'തട്ടകം' എന്നീ കൃതികൾ നോക്കുക. അവയ്ക്ക് നോവല്ലയുടെ രൂപമല്ലെങ്കിലും ഉള്ളടക്കത്തിൽ ഹെസ്സെയുടെ കഥകളോട് സാമ്യമുണ്ട്.

3. സ്വാബിയ ദക്ഷിണജർമ്മനിയിലെ ബവേറിയ എന്ന സംസ്ഥാനത്തിനും അതിനു സമീപത്തുള്ള പ്രദേശങ്ങൾക്കും പൊതുവേ പറയുന്ന ഒരു പേരാണ്. ഹെസ്സെയുടെ ബ്ലാക് ഫോറസ്റ്റിലുള്ള കാൽവ് ഇതിൽപ്പെടും.

ആത്മകഥാ രീതിയിലുള്ള അഖ്യാനം തുടരുകയും ചെയ്തു. ആദ്യം പത്രമാസികകളിൽ പ്രസിദ്ധീകരിച്ചിരുന്ന കഥകൾ പിന്നീട് ക്രോഡീ കരിച്ച്, ആലങ്കാരികഭാഷ ഒഴിവാക്കി, രണ്ടു വാല്യങ്ങളായി (1912) പ്രസി ദ്ധീകരിച്ചു. ഇതോടെ അദ്ദേഹത്തിന്റെ 'സ്വാബിയൻ' കഥകളിലുള്ള സംഭാവനകൾ അവസാനിച്ചു.

ഒരു കാര്യം ഇവിടെ എടുത്തു പറയേണ്ടത് സ്വാബിയൻ നോവല്ല കളിലെ കഥാപാത്രങ്ങളിൽ ഭൂരിഭാഗവും പുരുഷന്മാരാണെന്നതാണ്. ചെറുപ്പക്കാരോ, വയോധികരോ, സ്കൂൾ വിദ്യാർത്ഥികളോ, കച്ചവട ക്കാരോ, ബുദ്ധിശാലികളോ ആരുമായിക്കൊള്ളട്ടെ അവരെല്ലാം ഒരേ തരത്തിൽപ്പെട്ടവരാണ്. പുറമേ പരുഷസ്വഭാവക്കാരാണെങ്കിലും ആന്തരികമായി അവരെല്ലാം പ്രകൃതിയെ സ്നേഹിക്കുന്നവരും ഏകാ ന്തത ഇഷ്ടപ്പെടുന്നവരുമാണ്. എന്നാലിത് പുറമേ ഏറ്റു പറയാൻ ആർക്കും ധൈര്യമില്ല. എല്ലാം വിധിയാണെന്നു സങ്കല്പിച്ച് ജീവിത ത്തിന്റെ വഴിത്താരയിലൂടെ അവർ നിശ്ശബ്ദരായി കടന്നു പോകുന്നു. ഹെസ്സെയുടെ കഥാപാത്രങ്ങളായ ലൗസ്ചറേയും, കാമിൻസിൻഡി നെയും ഗിബർനാത്തിനെയുംപോലെ ഇവർ മാനുഷിക ബന്ധങ്ങളിൽ അസ്വസ്ഥരും ജീവിതത്തിൽ അവരുടെ ശരിയായ സ്ഥാനം കണ്ടെ ത്താൻ കഴിയാതെപോയവരുമാണ്. അവരുടെ രക്ഷാകർത്താക്കൾ എപ്പോഴും പശ്ചാത്തലത്തിൽ മാത്രമേ പ്രത്യക്ഷപ്പെടുന്നുള്ളൂ. കുട്ടികളെ ആവശ്യത്തിൽ കവിഞ്ഞ് ശാസിക്കുന്നതൊഴിച്ചാൽ അവർ ക്രിയാത്മ കരല്ല.

എന്നാൽ സ്ത്രീകളുടെ കാര്യം നേരേ മറിച്ചാണ്. സ്വഭാവദാർഢ്യവും ലക്ഷ്യബോധവുമുള്ളവരാണ് ഹെസ്സെയുടെ നോവലുകളിലെ സ്ത്രീ പാത്രങ്ങൾ. മാതാവോ, പ്രേമഭാജനമോ, ആരോ ആയിക്കൊള്ളട്ടെ, അവരെല്ലാം ക്ഷമാവതികളും ബുദ്ധിശാലിനികളും പക്വമതികളുമാണ്. പുരുഷന്മാരുടെ ഭാഗധേയം നിർണ്ണയിക്കുന്നതിലെ ഒരു പ്രധാനഘടക മായി അവർ വർത്തിക്കുന്നു. സ്ത്രീകളെ ആദർശവത്കരിക്കുന്നതിൽ ഹെസ്സെക്കുള്ള താത്പര്യം സ്വാബിയൻ കഥകളിൽ പ്രകടമാണ്. ഹെസ്സെയുടെ പ്രശ്നങ്ങളിൽ പലതും സ്ത്രീകളെ കേന്ദ്രീകരിച്ചുള്ളതാ യതുകൊണ്ടായിരിക്കാം പിന്നീട് രചിച്ച കൃതികളിൽ ഈ മനോഭാവം പ്രകടമല്ലാത്തത്.[4]

ഹെസ്സെയുടെ ഇറ്റാലിയൻ നോവലുകൾക്ക് സ്വാബിയൻ നോവലു കൾക്ക് ലഭിച്ചതുപോലുള്ള അംഗീകാരം ആദ്യം ലഭിച്ചില്ലെന്നു മാത്രമല്ല,

---

4. പ്രത്യേകിച്ച് ഗ്ലാസ് ബീഡ്സ് ഗെയിം എന്ന നോവലിൽ സ്ത്രീകളെ അവ ജ്ഞയോടെ കാണുന്ന ഒരു മനോഭാവമാണ് ഹെസ്സെക്കുള്ളത്. അദ്ദേഹ ത്തിന്റെ ക്രമരഹിതമായ ജീവിതത്തിലെ മുഖ്യധാര ശ്രദ്ധിച്ചാൽ ഈ സ്ത്രീ വിദ്വേഷത്തിന്റെ അകംപുറം നമുക്ക് കണ്ടെത്താൻ കഴിയും.

അവയിൽ പലതും പ്രസിദ്ധീകരിക്കപ്പെട്ടുപോലുമില്ല. എന്നാൽ ചക്രത്തിനടിയിൽ എഴുതിയ ശേഷം ഹെസ്സെ ഇറ്റാലിയൻ നവോത്ഥാനകാലത്തെ ക്ലാസിക് കൃതികൾ വായിക്കാൻ സമയം കണ്ടെത്തി. ആ രീതി സമർത്ഥമായി അവതരിപ്പിക്കാനും കഴിഞ്ഞു. ആദ്യമെഴുതിയ മൂന്നു കഥകളും 1904ൽ പ്രസിദ്ധീകരിച്ചു. നവോത്ഥാനകാലത്തെ അതിപ്രശസ്ത കലാകാരനായ ഗിയോവാനി ബൊക്കാച്ചിയുടെ ഒരു ജീവ ചരിത്രവും ഈ കാലത്ത് പ്രസിദ്ധീകരിച്ചു. ഗെയിൻഹോഫനിൽ താമസമാക്കിയശേഷം ഇറ്റാലിയൻ കഥകളോടുള്ള താത്പര്യം തീരെയില്ലാതായി.

വിദേശത്തു നടന്ന സംഭവങ്ങൾ കേന്ദ്രീകരിച്ച് ഹെസ്സെ എഴുതിയിട്ടുള്ള കഥകൾ മിക്കവയും ഇറ്റിലിയിൽ നടന്നതായിട്ടാണ് ചിത്രീകരിച്ചിരിക്കുന്നത്. ഇറ്റാലിയൻ കഥകളുടെ ഉള്ളടക്കത്തിലും ഭാവത്തിലും അതിന്റെ വൈകാരിക സ്വഭാവത്തിലും ഹെസ്സെ പ്രത്യേകം ശ്രദ്ധിച്ചിരുന്നു. ധീരാന്മാക്കളായ പുരുഷന്മാരുടെ ജീവിതത്തിലെ അവിസ്മരണീയമായ സംഭവങ്ങൾ പ്രണയം, പ്രണയ നൈരാശ്യം, ഗായകർ, ഹ്രസ്വ ഗായകർ തുടങ്ങി ഭാഗ്യത്തിന്റെ പരിവർത്തനങ്ങളെല്ലാം ചേർത്ത് ഏതോ കഴിഞ്ഞുപോയ ഒരു പുരാതന കാലഘട്ടത്തിന്റെ നഷ്ട സ്വപ്നങ്ങളാണ് ഈ കഥകളിലൂടെ ഹെസ്സെ അനാവരണം ചെയ്തിരിക്കുന്നത്. എന്നാൽ ഇരുപതാം നൂറ്റാണ്ടിലെ ഇറ്റാലിയൻ സാഹിത്യത്തോട് അദ്ദേഹത്തിന് അഭിരുചിയില്ലായിരുന്നുവെന്നും ഇവിടെ പറയേണ്ടിരിക്കുന്നു.

ഹെസ്സെക്ക് ഐതിഹ്യങ്ങളിലുള്ള താത്പര്യത്തെകുറിച്ചും ചുരുക്കമായി ഇവിടെ പറയട്ടെ. ബൊക്കാച്ചിയോയുടെ ജീവചരിത്രമെഴുതിയ ശേഷം പുണ്യവാളനായ അസീസിയിലെ ഫ്രാൻസിസിനെക്കുറിച്ചും ഒരു ചെറിയ പുസ്തകം ഹെസ്സെ എഴുതുകയുണ്ടായി. ഇതിൽ ഫ്രാൻസിസ് നവോത്ഥാനത്തിനു നൽകിയ സംഭാവന വിലയിരുത്താനാണ് ഹെസ്സെ ശ്രമിച്ചത്. ഇതിലെ ഭാഷ വിഷയത്തിനനുസരിച്ച് ഭക്തിനിർഭരവും അതേ സമയം ലളിതവുമായിരുന്നു. പക്ഷേ, ബൊക്കാച്ചിയേയും അസീസിയിലെ ഫ്രാൻസിസിനെയും ഉയർത്തിക്കാട്ടുന്നതിൽ നവോത്ഥാനകാലത്തോടുള്ള അഭിനിവേശത്തിനു പുറമേ മറ്റൊരു ഉദ്ദേശ്യം കൂടിയുണ്ടായിരുന്നു. അത് ഹെസ്സെയെ നിരന്തരം അലട്ടിക്കൊണ്ടിരുന്ന ആന്തരികമായ വൈരുദ്ധ്യങ്ങളും അതിൽ നിന്ന് മോചനം നേടാനുള്ള അഭിവാഞ്ഛയും എങ്ങനെ സഫലീകരിക്കാമെന്ന ചിന്തയായിരുന്നു. അദ്ദേഹത്തിന്റെ പല പ്രധാന കൃതികളിലും (പ്രത്യേകിച്ചു നാർസിസും ഗോൾഡ്മണ്ടും എന്ന നോവലിൽ) പാപിയും പരിശുദ്ധനും തമ്മിലുള്ള സംവാദം ഒരു പ്രത്യേക അനുഭവമായി അവതരിപ്പിച്ചിട്ടുണ്ട്. അതിന്റെ പ്രതീകാത്മകമായ ഒരവതരണമായി ബൊക്കാച്ചിയോ അസീസി പഠനങ്ങളെ കാണാം.

അസീസിയിലെ ഫ്രാൻസിസ് സ്വപ്നലോകത്ത് ജീവിക്കുന്ന ഒരു കവിയായിട്ടാണ് ഹെസ്സെക്കു തോന്നിയത്. സ്വന്തം ആത്മാവിനെയും

പ്രപഞ്ചത്തെയും ദൈവത്തിനെത്തന്നെയും കണ്ടെത്തിയ, വൈരാഗിയായ ഒരു പുണ്യാത്മാവ്. ഈ ആരാധ്യപുരുഷനെ അനുകരിക്കണമെന്നായിരുന്നു ഹെസ്സെ ആശിച്ചത്. തന്റെ സാന്മാർഗിക പാരമ്പര്യവും സൗന്ദര്യാനുഭൂതികളും ഒരുപോലെ സമന്വയിപ്പിച്ച വ്യക്തിയായി ഹെസ്സെ ഫ്രാൻസിസിനെ ദർശിച്ചു. ഹെസ്സെയുടെ എല്ലാ പ്രധാനപ്പെട്ട കഥാപാത്രങ്ങളിലും അസീസിയിലെ ഫ്രാൻസിസിന്റെ നിഴൽ നമുക്കു കാണാം. പ്രത്യേകിച്ചും സൗന്ദര്യാനുഭൂതി ആസ്വദിക്കുന്നവരെയും, പാപികളെയും ഭാവിയിൽ പുണ്യവാളന്മാരാകാൻ ആഗ്രഹിക്കുന്നവരെയും അവതരിപ്പിക്കുന്ന പാത്രങ്ങളിൽ ഹെസ്സെയുടെ മാനസിക പരിവർത്തനം കൊണ്ടുണ്ടാകുന്ന ഏകത്വത്തെ കണ്ടെത്തൽ, അതിന്റെ അഭൗമമായ സൗന്ദര്യാനുഭൂതി, അത് ജീവിതത്തിനു നൽകുന്ന പുതിയ അർത്ഥ തലങ്ങൾ, ഇതെല്ലാം ഡീമിയൻ എന്ന നോവലിനുശേഷം അവതരിപ്പിക്കുന്ന കഥാപാത്രങ്ങൾക്ക് ഒരവസരത്തിൽ അനുഭവ വേദ്യമാകുന്നതായി കാണാം. പൊതുവേ പറഞ്ഞാൽ ഹെസ്സെയുടെ ഗദ്യം മതനിരപേക്ഷമായ വൈദിക സാഹിത്യത്തിൽപ്പെടുത്താം.

നോവല്ലകൾ എഴുതിയിരുന്ന കാലത്തും ഹെസ്സെ വൈദിക സാഹിത്യത്തിൽ തത്പരനായിരുന്നു. അതുപോലെ തന്നെ പൗരാണിക റൊമാന്റിക് കല്പനകളിലും. ഈ രീതിയിലെഴുതിയ ചില കഥകൾ ഈജിപ്തിലും പാലസ്തീനിലും മറ്റു ചിലത് ഇറ്റലിയിലും ഇംഗ്ലണ്ടിലും നടന്നതായിട്ടാണ് സങ്കല്പിച്ചിരിക്കുന്നത്. എല്ലാ കഥകളുടെയും കാലം ക്രിസ്തുമതത്തിന്റെ ആരംഭദശയാണ്.

ഇറ്റലിയിലെ നവോത്ഥാനകാലം പോലെ തന്നെ മദ്ധ്യകാലഘട്ടവും ഊഷ്മളവും ആകർഷണീയവുമായ കഥകളുടെ ഖനി തന്നെയായിരുന്നു ഹെസ്സെക്ക്. വൈദിക സാഹിത്യത്തിലുള്ള രചനാസമ്പ്രദായം അദ്ദേഹത്തിന്റെ പല ഉപാധികളിൽ ഒന്നു മാത്രമായിരുന്നു. അതുപോലെ വൈദിക-ലാറ്റിൻ സാഹിത്യങ്ങളിലുള്ള താത്പര്യം ഹെസ്സെയെ പൊതുവേ മദ്ധ്യകാലഘട്ടത്തെ(Middle age)പ്പറ്റിയുള്ള രചനകളിലെത്തിച്ചു. ഇവിടെയും ഐതിഹ്യങ്ങളിലും കാവ്യങ്ങളിലുമായിരുന്നു അദ്ദേഹത്തിന്റെ ശ്രദ്ധ പതിഞ്ഞത്. ഇതോടൊപ്പം അക്കാലത്തെ ജീവിതം, കല, തത്ത്വചിന്ത എന്നീ വിഷയങ്ങളിലും താത്പര്യമെടുത്ത് അവയെക്കുറിച്ചുള്ള ആധികാരിക ഗ്രന്ഥങ്ങൾ സശ്രദ്ധം പഠിക്കുകയുണ്ടായി. മദ്ധ്യകാലത്തെ വൈദികരുടെ ജീവിതത്തിൽ (Medival monastic life) പ്രത്യേകം ആകൃഷ്ടനായ ഹെസ്സെ അതു ശരിക്കും മനസ്സിലാക്കി, ഒരു പ്രതീകമാക്കി മനസ്സിൽ സൂക്ഷിച്ചു. ഈ പ്രതീകമാണ് നാർസിസും ഗോൾഡ്മണ്ടും എന്ന കൃതിയുടെയും ഗ്ലാസ് ബീഡ്സ് ഗെയിമിന്റെയും പശ്ചാത്തലം.[5]

5. പ്രത്യേകിച്ചും ഗ്ലാസ് ബീഡ്സ് ഗെയിമിലെ 'കാസ്റ്റേലിയ' എന്ന സങ്കല്പം നോക്കുക.

ഗോൾഡ്മണ്ടിന്റെ അസ്തമിക്കാറായ മദ്ധ്യകാലവും നെച്ചിന്റെ (ഗ്ലാസ് ബിഡ്സ് ഗെയിമിലെ മുഖ്യ കഥാപാത്രം) പുനർജന്മവും സാധിച്ചത് കാലാതീതമായ ചൈതന്യത്തിന്റെ ദുർഗ്ഗമായിരുന്ന സന്ന്യാസിമാരുടെ മഠവും അതിലെ പവിത്രത നിറഞ്ഞ അന്തരീക്ഷവും കൊണ്ടായിരുന്നു.

എട്ടു വർഷത്തെ ഗയിൻഹോഫനിലെ താമസം കൊണ്ട് സാവ്ബിയൻ നോവലുകളും, ഇറ്റാലിയൻ കഥകളും, ഐതിഹ്യത്തെ അടിസ്ഥാനമാക്കിയുള്ള രചനകളും മാത്രമായിരുന്നില്ല ഹെസ്സെ നിർവഹിച്ചത്. ഈ പ്രസിദ്ധീകരണങ്ങൾ ഹെസ്സെക്ക് നിയതമായ ഒരാദായം ഉണ്ടാക്കിക്കൊടുത്തു. ഇക്കാലത്ത് നോവൽ രചനകൾക്കു വേണ്ട പ്രചോദനം ചിലപ്പോഴൊക്കെ കിട്ടിയിരുന്നെങ്കിലും സമയ ദൗർല്ലഭ്യംകൊണ്ട് കാര്യമായൊന്നും എഴുതാൻ കഴിഞ്ഞില്ല. രണ്ടു കൊല്ലത്തെ പരിശ്രമം കൊണ്ട് ഗെർട്രൂഡ് എന്നൊരു നോവൽ എഴുതിയെങ്കിലും അതിന് വേണ്ടത്ര അംഗീകാരം കിട്ടാതെപോയി. പീറ്റർ കാമിൻസിൻഡിനു ശേഷമുള്ള, പ്രത്യേകിച്ച് ഗെയിൻഹോഫനിൽ താമസമായതിനു ശേഷം ഹെസ്സെയുടെ ജീവിതത്തിൽ വന്ന മാറ്റങ്ങൾ വിശദീകരിക്കുകയാണ് അദ്ദേഹം. ഗെർട്രൂഡിലൂടെ നടത്തിയത്. ഈ നോവലിലെ പ്രധാന കഥാപാത്രവും, സംഗീതജ്ഞനുമായ ഖുൺ (സൗവി)ഹെസ്സെ തന്നെ. എന്നാലൊരു സാഹിത്യസൃഷ്ടിയെന്ന നിലയിൽ ഇതിന് പല പോരായ്മകളുമുണ്ട്. ഗെർട്രൂഡിലെ ഭൗതിക ലോകത്തിന് സുതാര്യതയില്ല. പ്രധാനകഥാപാത്രമൊഴിച്ച് മറ്റുള്ളവരെല്ലാം സ്വന്തമായ വ്യക്തിത്വമില്ലാത്ത വെറും വേഷക്കാർ മാത്രമാണ്. ദേശവും കാലവും വെറും പേരു കൊണ്ടു മാത്രമേ കൃതിയിൽ അവതരിപ്പിച്ചിട്ടുള്ളു. ഗെയിൻഹോഫനിലെ താമസത്തോടെ കാല്പനികതയിലുള്ള ഹെസ്സെയുടെ താത്പര്യം കുറഞ്ഞു. ആശയ വിനിമയത്തിന് അദ്ദേഹം തിരഞ്ഞെടുത്തത് ഗദ്യരീതിയാണ്.

ഗെയിൻഹോഫനിലെ താമസത്തിനിടയ്ക്ക് ഇറ്റാലിയൻ സാഹിത്യകാരന്മാരായ സാച്ചറ്റിയുടെയും ബാൻസലോയുടെയും കൃതികൾ ജർമ്മൻ ഭാഷയിലേക്ക് പരിഭാഷപ്പെടുത്തിയിട്ടുണ്ട്. അതുപോലെ കുടുംബപ്രശ്നങ്ങൾക്കും യാത്രകൾക്കുമിടയിൽ പുസ്തക നിരൂപണങ്ങളുമെഴുതിയിരുന്നു. ഈ നിരൂപണങ്ങളെല്ലാം പ്രസിദ്ധപ്പെടുത്തിയിരുന്നത് പുതിയ പത്രം (Neue Rundschau) എന്ന മാസികയിലാണ്. ഏതെങ്കിലും തരത്തിൽ ഗുണമേന്മയുള്ള പുസ്തകങ്ങൾ മാത്രമേ അദ്ദേഹം നിരൂപണത്തിനായി സ്വീകരിച്ചിരുന്നുള്ളൂ. നിരൂപണം സംക്ഷിപ്തവും കൃതിയിലെ കാതലായ ഭാഗങ്ങളെ സ്പർശിച്ചുകൊണ്ടുള്ളതുമായിരിക്കും. നിരൂപണങ്ങളിലൂടെ അനാവശ്യമായ കലഹങ്ങൾ സൃഷ്ടിക്കാൻ ഹെസ്സെ ഒട്ടും ആഗ്രഹിച്ചിരുന്നില്ല. അക്കാലത്തെ ഒരു പ്രധാനപ്പെട്ട സാഹിത്യനിരൂപകനെന്ന ഖ്യാതി സമ്പാദിക്കാൻ ഹെസ്സെക്കു കഴിഞ്ഞു. ബേസൽ വിടുന്നതിനു മുമ്പു തന്നെ ഹെസ്സെയുടെ ജർമ്മൻ സാഹിത്യത്തിലുള്ള താത്പര്യം പൊതുവേ യൂറോപ്യൻ സാഹിത്യത്തിലേക്കും വ്യാപിച്ചു കഴിഞ്ഞിരുന്നു.

ഗെയിൻഹോഫനിലെ താമസത്തിനിടയിൽ ഹെസ്സെ പൗരസ്ത്യ രാജ്യങ്ങളും സന്ദർശിച്ചിരുന്നു. എന്നാലത് ഉദ്ദേശിച്ചതുപോലെ മാനസിക മായ ഉത്തേജനം നല്കിയില്ലയെന്ന് ഹെസ്സെ ഒരു ഡയറിക്കുറിപ്പിൽ രേഖപ്പെടുത്തിയിട്ടുണ്ട്.

1912 സെപ്തംബറിൽ ഹെസ്സെ ബേണിലേക്ക് താമസം മാറ്റി. സംഗീ താത്മകമായ അവിടത്തെ അന്തരീക്ഷം ഹെസ്സെ ഇഷ്ടപ്പെട്ടു. അതു പോലെ തന്നെ സമുദായത്തിന്റെ മേലേക്കിടയിലുള്ളവരുമായുള്ള സം സർഗ്ഗവും. എന്നാൽ ഇവിടെയും അസന്തുഷ്ടിയും നിരാശയും ഒരു നിഴൽ പോലെ ഹെസ്സെയെ പിൻതുടരുകയാണുണ്ടായത്.

ഹെസ്സെയുടെ ആദ്യപുത്രനായ മാർട്ടിന്റെ ജനനത്തോടെ അദ്ദേഹ ത്തിന്റെ ദാമ്പത്യജീവിതം തകർന്നു എന്നു തന്നെ പറയാം. കുട്ടിയുടെ എന്തോ രോഗം മാറാൻ നടത്തിയ കുത്തിവയ്പ് കുട്ടിയുടെ രോഗം മൂർച്ഛി പ്പിക്കുകയാണുണ്ടായത്. കുറേ നാളുകൾക്കു ശേഷം രോഗം ഭേദപ്പെട്ടെ ങ്കിലും ഇത് ഹെസ്സെക്കും മറിയത്തിനും താങ്ങാൻ കഴിയുന്നതിലുമപ്പുറ മായിരുന്നു. അവരുടെ മാനസിക സംഘർഷമൊഴിവാക്കാൻ മാർട്ടിനെ ഒരു ഫോസ്റ്റർ കെയർ ഹോമി (Foster Care home) ലേക്കു മാറ്റി. അവിടെ യാണു മാർട്ടിൻ വളർന്നത്.[6]

ഒന്നാം ലോകമഹായുദ്ധത്തിന്റെ ആരംഭം ഹെസ്സെയെ തികച്ചും ആശങ്കാകുലനാക്കി. ആക്രമണോത്സുകരായ ജർമ്മനിയിലെ ജനവിഭാഗം തികഞ്ഞ സമാധാനകാംക്ഷിയായ ഹെസ്സെയെ തള്ളി പറയുകയാണു ണ്ടായത്. ജർമ്മനിയിലെ പൊതുവികാരത്തിനെതിരായിരുന്നെങ്കിലും ഹെസ്സെ യുദ്ധത്തിനെതിരായി പരസ്യ പ്രസ്താവനകളൊന്നും നടത്തി യിരുന്നില്ല. കൂനിന്മേൽ കുരു എന്ന പോലെ ഈയവസരത്തിൽ മറിയ യിൽ മാനസിക രോഗത്തിന്റെ ലക്ഷണങ്ങൾ കണ്ടു തുടങ്ങി. ഈ അവ സരത്തിലാണ് (1916) ഹെസ്സെയുടെ പിതാവ് ജോഹാനസ് മരണമട ഞ്ഞതും. ശാരീരകമായും മാനസികമായും തളർന്ന ഹെസ്സെ മനശ്ശാസ്ത്ര വിദഗ്ദ്ധനായ ജെ.ബി.ലാങ്ങിന്റെ ചികിത്സ നേടാൻ നിർബന്ധിതനായി. ഇതിനിടെ ചില പ്രകൃതി ചികിത്സകളെല്ലാം നടത്തിനോക്കിയെങ്കിലും അതു കൊണ്ടൊന്നും ഫലമുണ്ടായില്ല.

സ്വിറ്റ്സർലണ്ടിലെ ലൂസേൺ എന്ന ചെറിയ പട്ടണത്തിൽ പ്രാക്ടീസ് ചെയ്തിരുന്ന ഡാ.ലാങ്ങിന്റെയടുത്ത് മൂന്നു മണിക്കൂർ നീണ്ടു നിന്ന പന്ത്രണ്ട് പരിശോധനകളുടെയും പഠനങ്ങളുടേയും ഫലമായി ജീവിത ത്തിലെ നൈരാശ്യത്തോട് മല്ലിടാൻ വേണ്ട മനോധൈര്യം കുറച്ചൊക്കെ ഹെസ്സെക്കു കൈവന്നു. സാവധാനത്തിൽ വിഷാദരോഗം വിട്ടുമാറി.

മനഃശാസ്ത്രവുമായുള്ള ഹെസ്സെയുടെ അവിചാരിതമായ അടുപ്പം അദ്ദേഹത്തിന്റെ കലയിലും ജീവിതത്തിലും ആഴത്തിലുള്ള

6. അറിയപ്പെടുന്ന ഒരു ഫോട്ടോഗ്രാഫറായിത്തീർന്ന മാർട്ടിൻ വളർന്നത് ജോഹാനസ് – ആലിസ് ദമ്പതിമാരുടെ കൂടെയാണ്.

സ്വാധീനമാണുണ്ടാക്കിയത്.[7] സ്വന്തമായി തന്നെ വിലയിരുത്താനും ദുഷ്കരമായ ജീവിത സമസ്യകളുമായി പൊരുത്തപ്പെട്ടുപോകാനും ഹെസ്സെ പഠിച്ചു. പ്രത്യേകിച്ചും ആത്മസാക്ഷാത്കാരം കൈവരിക്കാനുള്ള ദുർഘടം നിറഞ്ഞ യാത്രയ്ക്കുവേണ്ട ഉൾക്കരുത്തും ഇതിലൂടെ കൈവന്നു. മുമ്പുള്ള ആത്മപരിശോധനകളെല്ലാം ഒഴിഞ്ഞുമാറലിൽ (Escapism) അവസാനിക്കുകയായിരുന്നുവല്ലോ. അദ്ദേഹത്തിന്റെ പ്രധാന കഥാപാത്രങ്ങളായ ലൗസ്ചറെയും കാമിൻസിൻഡിനെയും, ഖുണ്ണിനെയും പോലെ സൗന്ദര്യാനുഭൂതി ആസ്വദിക്കാനുള്ള അഭിവാഞ്ഛ ന്യായീകരിക്കാനാണ് ഹെസ്സെ ശ്രമിച്ചത്. അല്ലാതെ സ്വയം കണ്ടെത്താനുള്ള പാതയിലൂടെ അവിഘ്നം സഞ്ചരിക്കാനല്ല. മുമ്പ് ഇക്കാര്യത്തിൽ വേണ്ടത്ര അറിവു സമ്പാദിക്കാൻ അദ്ദേഹം ഔത്സുക്യം പ്രകടിപ്പിച്ചില്ല. എന്നാൽ ഈ അവസരത്തിൽ അതിനു മാറ്റമുണ്ടായി. അടിയന്തര നടപടികളെടുക്കാൻ തന്നെ തീരുമാനിച്ചു. ആത്മശോധന കർശനമായ സ്വയം നിരീക്ഷണമായി.

ഹെസ്സെക്ക് ചിത്രരചനയിലുള്ള താത്പര്യം മുമ്പ് സൂചിപ്പിച്ചിട്ടുണ്ട്. ബേസലിൽ താമസം തുടങ്ങിയതോടെ വാട്ടർ കളറിൽ പ്രകൃതി ദൃശ്യങ്ങൾ വരയ്ക്കുന്നത് പതിവാക്കി. ഇതിൽ മിക്കതും ബേസലിലെ ദേശീയ മ്യൂസിയത്തിൽ പല തവണ പ്രദർശിപ്പിച്ചിട്ടുണ്ട്. വാട്ടർ കളറിൽ അദ്ദേഹത്തിന്റെ കവിതകളിലെ പ്രമേയം ചിത്രീകരിക്കയും പതിവായിരുന്നു. ഇതിൽ ചിലതെല്ലാം കലാവസ്തുക്കൾ (Art Objects)വിതരണം ചെയ്യുന്ന കമ്പനികൾ വഴി വിറ്റഴിച്ചിരുന്നു. ചിത്രരചന എക്കാലത്തും ഹെസ്സെക്ക് ആനന്ദപ്രദമായ ഒരനുഭവമായിരുന്നു. ജീവിതത്തിലെ മനോഹരമായ നിറങ്ങൾ അദ്ദേഹത്തിന്റെ ബ്രഷിലൂടെ പുറത്തുവന്നു. പ്രസന്നവദനനും സംതൃപ്തനുമായ മനുഷ്യന്റെ മുഖമാണ് ഹെസ്സെയുടെ ചിത്രങ്ങളിൽ നമുക്കു കാണാൻ കഴിയുന്നത്. പ്രകൃതി ദൃശ്യങ്ങളും ഗ്രാമഭംഗിയാർന്ന ചെറിയ വീടുകളും, അതിനു ചുറ്റുമുള്ള ആട്ടിൻകൂട്ടങ്ങളും, നാട്ടുവഴിയിലെ ചെറിയ പള്ളികളും ഹെസ്സെയുടെ ബ്രഷിലൂടെ പുറത്തുവന്നു. ഈ ചിത്രങ്ങൾ സ്വന്തം കൃതികൾക്കു പുറമേ സ്നേഹിതന്മാരുടെ കൃതികളും ദൃശ്യവത്കരിക്കാൻ ഉപയോഗിച്ചിട്ടുണ്ട്.

ഗെയിൻഹോഫനിൽ നിന്ന് ബേസലിലേക്ക് താമസം മാറ്റിയതോടെ സാഹിത്യത്തിനു പുറമേ തത്ത്വചിന്ത, രാഷ്ട്രമീമാംസ, മതം എന്നീ മേഖലകളിലേക്കും അദ്ദേഹത്തിന്റെ ശ്രദ്ധ വ്യാപരിച്ചു.

---

7. ജെ.ബി.ലാങ്ങ് പിന്നീട് ഹെസ്സെയുടെ ആത്മസുഹൃത്തായ കാര്യവും ഇവിടെ പ്രസ്താവ്യമാണ്. വളരെയധികം കഴിവുകളുണ്ടായിരുന്നുവെങ്കിലും വിചിത്ര സ്വഭാവക്കാരനായ ലാങ്ങിന് മനഃശാസ്ത്രജ്ഞരുടെ ഇടയിൽ വേണ്ടത്ര അംഗീകാരം കിട്ടിയില്ല. പിന്നീട് വ്യക്തിപരവും, ജോലി സംബന്ധവുമായ പ്രശ്നങ്ങളുണ്ടാകുമ്പോൾ അദ്ദേഹം ഹെസ്സയുടെ സഹായം തേടുക പതിവായിരുന്നു. ദീർഘകാലം ഇവർ തമ്മിൽ എഴുത്തുകുത്തുകളും നടത്തിയിരുന്നു.

ആറ്

ഒന്നാം ലോകമഹായുദ്ധം ഹെസ്സേയിൽ ചെലുത്തിയ സ്വാധീനം

ഒന്നാം ലോകമഹായുദ്ധത്തിന്റെ ആവിർഭാവം ഹെസ്സെയെ അസ്വസ്ഥനാക്കിയെന്ന് മുമ്പു സൂചിപ്പിക്കുകയുണ്ടായി. സ്വദേശസ്നേഹിയായ ഹെസ്സെക്ക് നാട്ടുകാരായ ജർമ്മൻ ജനതയോട് അനുഭാവമാണുണ്ടായിരുന്നത്. എന്നാൽ അദ്ദേഹം അക്രമം വെറുത്തു. രാഷ്ട്രീയ പ്രശ്നങ്ങളിൽ ഹെസ്സെ ഒരിക്കലും തത്പരനായിരുന്നില്ല. എങ്കിലും അദ്ദേഹത്തിന് തന്റെ കർത്തവ്യത്തിൽ നിന്ന് ഒഴിഞ്ഞുമാറാൻ കഴിഞ്ഞില്ല. ജർമ്മൻ സൈന്യത്തിൽ ചേരാൻ തീരുമാനിച്ച് അവരുടെ കൺസുലേറ്റിൽ പോയെങ്കിലും പ്രായവും കണ്ണിന്റെ കാഴ്ചക്കുറവും കാരണം തിരഞ്ഞെടുക്കപ്പെട്ടില്ല. ഒടുവിൽ ബേണിലെ ജർമ്മൻ എംബസി ഹെസ്സെയുടെ അഭ്യർത്ഥനയനുസരിച്ച് യുദ്ധത്തടവുകാർക്കു സഹായമെത്തിക്കുന്ന സിവിൽ ജോലിയിൽ ചേരാനനുവദിച്ചു. അവിടെ തടവുകാർക്ക് വായിക്കാൻ പുസ്തകങ്ങൾ എത്തിച്ചുകൊടുക്കുന്ന ഒരു സംവിധാനം ഹെസ്സെ ഉണ്ടാക്കി. അടുത്ത മൂന്നു വർഷം ഈ ആവശ്യത്തിനുള്ള ധനസമാഹരണത്തിൽ മുഴുകി. ഈ സംരംഭം വലിയ വിജയമായിരുന്നു. സഖ്യരാജ്യങ്ങളുടെ തടവിലായിരുന്ന ആയിരക്കണക്കിന് ജർമ്മൻ തടവുകാർക്കു വായനയ്ക്കൊരവസരം ഹെസ്സെ സൃഷ്ടിച്ചു.

യുദ്ധത്തിന്റെ ആദ്യ ഘട്ടത്തിൽ ഹെസ്സെയുടെ പ്രസ്താവനകൾ അതിനെതിരോ അനുകൂലമോ ആയിരുന്നില്ല. സമാധാനത്തിന്റെ ആവശ്യം അദ്ദേഹം പറഞ്ഞിരുന്നതുകൊണ്ട് അവയെ ആരും ചോദ്യം ചെയ്തില്ല. ഹെസ്സെയുടെ അനുകമ്പ ജർമ്മനിയോടായിരുന്നുതാനും. ഇക്കാലത്ത് ഹെസ്സെ എഴുതിയ പ്രതീകാത്മകങ്ങളായ പല കവിതകളും യുദ്ധത്തിന്റെ അന്തരീക്ഷവും അതിലുള്ള അദ്ദേഹത്തിന്റെ ആശങ്കയും വെളിപ്പെടുത്തുന്നവയാണ്. നേരിട്ട് ജർമ്മനിയെ കുറ്റപ്പെടുത്താൻ അദ്ദേഹം ഒട്ടും ആഗ്രഹിച്ചില്ല. സമാധാനത്തിനു വേണ്ടിയുള്ള പ്രാർത്ഥനയും പ്രതീക്ഷയുമായിരുന്നു കവിതയിലെ പ്രമേയങ്ങൾ. ഇതിൽ ചിലത് ജർമ്മനിയിലെ പത്രമാസികകളിൽ പ്രസിദ്ധികരിക്കുകയുണ്ടായി. പൊതുവേ പറഞ്ഞാൽ

യുദ്ധത്തിന്റെ ആദ്യഘട്ടത്തിൽ ഹെസ്സെ സന്ദിഗ്ധമായ ഒരു നിലപാടാ ണെടുത്തിരുന്നത്.

എന്നാൽ താമസിയാതെ ഹെസ്സെയുടെ രാജ്യസ്നേഹം ചോദ്യം ചെയ്തുകൊണ്ട് പ്രാമാണികരായ പല ജർമ്മൻ എഴുത്തുകാരും രംഗത്തു വന്നു (1915). ഈ ആക്ഷേപം ഉന്നയിച്ചവർ ഹെസ്സെയുടെ അനിതര സാധാ രണമായ കഴിവുകളെ ഇടിച്ചു പറയുകയും, വ്യക്തിപരമായി അധിക്ഷേ പിക്കുകയും ചെയ്തു. ഹെസ്സെ അകം പൊള്ളയായ സാന്മാർഗികനും, മുരടിച്ചവനുമാണെന്നാണ് അവർ അഭിപ്രായപ്പെട്ടത്. ഇത് ഹെസ്സെയെ തികച്ചും പ്രക്ഷുബ്ധനാക്കി എന്നു പറയേണ്ടതില്ലല്ലോ. എന്നിട്ടും ആദ്യം അദ്ദേഹം കടുത്ത രീതിയിൽ പ്രതികരിച്ചില്ല. ആക്ഷേപങ്ങൾ ഉന്നയിച്ച ലേഖനങ്ങൾ പ്രസിദ്ധപ്പെടുത്തിയ പത്രാധിപർക്ക് എഴുതിയ കത്ത് മിതമായ ഭാഷയിലാണെഴുതിയത്. താൻ തെറ്റിദ്ധരിപ്പിക്കപ്പെട്ടതിൽ അദ്ദേഹം ഖേദം പ്രകടിപ്പിച്ചു. ഹെസ്സെ തനിക്കെതിരായ ആരോപണ ങ്ങളോട് പ്രതിഷേധം പ്രകടിപ്പിച്ചുവെങ്കിലും ജർമ്മൻ ജനത അദ്ദേഹത്തെ സംശയത്തോടെ വീക്ഷിക്കാൻ തുടങ്ങി.[1]

തീവ്ര ദേശീയവാദികളായ ജർമ്മൻ ജനത അദ്ദേഹത്തിന്റെ ലേഖന ങ്ങളിലെ ഓരോ വാക്കും ചികഞ്ഞു പരിശോധിക്കാൻ തുടങ്ങി. എന്തെ ങ്കിലും കാരണം പറഞ്ഞ് അദ്ദേഹത്തെ തള്ളിപ്പറയാൻ അവർ തക്കം നോക്കിയിരുന്നു. ഈ അവസരത്തിൽ ഹെസ്സെ എഴുതിയ ഒരു ലേഖന ത്തിൽ താൻ ജർമ്മൻ സൈനിക സേവനത്തിന് മുന്നോട്ടു വരാത്തത് സ്വിറ്റ്സർലണ്ടിലെ ചില ജോലിത്തിരക്കുകൾ മൂലമാണെന്നു സൂചിപ്പി ച്ചിരുന്നു. ഇത് കണക്കിലെടുത്ത് അദ്ദേഹത്തിന്റെ എതിരാളികൾ കൂടുതൽ നിന്ദാഗർഭമായ വാക്ശരങ്ങൾ തൊടുത്തുവിടാൻ തുടങ്ങി. ഹെസ്സെ സൂത്ര ശാലിയായ ഒരു ഭീരുവാണെന്നും പിന്തിരിപ്പനാണെന്നും അവർ കൊട്ടി യാഘോഷിച്ചു. ആദ്യം അജ്ഞാതനാമാക്കളായ എഴുത്തുകാരാണിതിനു പിന്നിലുണ്ടായിരുന്നതെങ്കിലും ജർമ്മനിയിലെ എല്ലാ പത്രങ്ങളിലും ഈ രീതിയിലുള്ള ലേഖനങ്ങൾ തുടരെ പ്രസിദ്ധപ്പെടുത്തിയിരുന്നു. വാസ്ത വത്തിൽ ജർമ്മൻ ജനതയുടെ പോരാട്ടത്തിനോട് അനുഭാവമാണദ്ദേഹം പ്രകടിപ്പിച്ചത്. കലാരംഗത്തെ സഹപ്രവർത്തകരും, സർവ്വകലാശാല അദ്ധ്യാപകരും, പത്രപ്രവർത്തകരുമെല്ലാം ഹെസ്സെക്കെതിരായി രംഗത്തു വന്നു. വളരെ കാലമായി സ്നേഹിതന്മാരെന്നു ഭാവിച്ചിരുന്നവർ പോലും അദ്ദേഹത്തെ വിമർശിച്ചവരുടെ പക്ഷം പിടിച്ച് ഓരോന്ന് എഴുതാൻ തുടങ്ങി. തുടരെയുള്ള ആക്ഷേപങ്ങൾ കൊണ്ടും, ദേശസ്നേഹം ചോദ്യം ചെയ്തതിലുള്ള മനോവിഷമം മൂലവും ഒടുവിൽ ഹെസ്സെ ജർമ്മൻ

---

1. ഒരവസരത്തിൽ ഹെസ്സെ ജർമ്മനിയുടെ യുദ്ധത്തെ ഒരളവുവരെ ന്യായീക രിച്ചുകൊണ്ടൊരു ലേഖനമെഴുതിയിരുന്നുവെന്ന കാര്യവും ഇവിടെ പ്രസ്താ വ്യമാണ്. ഇംഗ്ലണ്ടിന്റെ ഭൗതിക കാര്യങ്ങളിലുള്ള അത്യാർത്തിയും സാമ്രാജ്യ നയവും തകർക്കുന്നതിന് ഈ യുദ്ധം ആവശ്യമാണ് എന്ന് അതിൽ പറ ഞ്ഞിരുന്നു.

പൗരത്വമുപേക്ഷിച്ച് സ്വിസ്പൗരത്വം സ്വീകരിക്കുകയാണുണ്ടായത്. എങ്കിലും ജർമ്മൻ തടവുകാർക്കു വേണ്ടിയുള്ള അദ്ദേഹത്തിന്റെ സേവനം തുടർന്നുകൊണ്ടിരുന്നു.

സമാധാനം ആഗ്രഹിക്കുന്നവർ സംഘടിച്ചു പ്രതിഷേധം ഉയർത്തുന്നതിൽ അർത്ഥമില്ലെന്നും, അതുകൊണ്ട് ഒന്നും നേടാൻ പോകുന്നില്ലെന്നും ഹെസ്സെ വിശ്വസിച്ചു. ഓരോ വ്യക്തിയുടേയും മനസ്സിലാണ് സമാധാനത്തിനു വേണ്ടിയുള്ള അഭിവാഞ്ഛയുണ്ടാകേണ്ടതെന്നായിരുന്നു അദ്ദേഹത്തിന്റെ അഭിപ്രായം. അതുകൊണ്ട് ഒരു സമാധാന പ്രസ്ഥാനം ഉണ്ടാക്കാനോ, അതിൽ പങ്കെടുക്കാനോ ഹെസ്സെക്ക് താത്പര്യമില്ലായിരുന്നു. ഹെസ്സെയെ അനുകൂലിച്ചിരുന്ന ചുരുക്കം ചിലർക്ക് ഈ നിലപാടു മനസ്സിലാക്കാൻ വിഷമമായിരുന്നു. സമാധാന പ്രസ്ഥാനക്കാരും ഹെസ്സെയെ അധിക്ഷേപിച്ചുകൊണ്ടും അദ്ദേഹത്തിന്റെ ആത്മാർത്ഥതയെ ചോദ്യം ചെയ്തും രംഗത്തു വന്നു. തീവ്രവാദികളായ ജർമ്മൻ ജനതയിൽ നിന്നും, സമാധാന പ്രസ്ഥാനക്കാരിൽ നിന്നും ഒരുപോലെ അധിക്ഷേപങ്ങൾ ഏറ്റുവാങ്ങാൻ ഇടവന്നതിൽ ഹെസ്സെ തികച്ചും ദുഃഖിതനായിരുന്നുവെങ്കിലും ഇരുകൂട്ടരെയും തൃപ്തിപ്പെടുത്താൻ അദ്ദേഹം അശക്തനായിരുന്നു.

1916ലെ കോലാഹലങ്ങൾ ഹെസ്സെയുടെ ജീവിതത്തിൽ സാരമായ ചലനങ്ങളുണ്ടാക്കി. ബാഹ്യലോകത്തു നടക്കുന്ന കാര്യങ്ങളിൽ അദ്ദേഹം കൂടുതൽ ശ്രദ്ധപതിപ്പിക്കാൻ തുടങ്ങി. സാമുദായികമായും, സാംസ്കാരികമായും തന്റെ ചുറ്റുമുള്ള ലോകം അധഃപതിച്ചിരിക്കയാണെന്നും അതിനെ ഉദ്ധരിക്കേണ്ട സമയമായിരിക്കുന്നുവെന്നും അദ്ദേഹത്തിനു തോന്നി. യുദ്ധ സന്നാഹങ്ങളോടു താൻ പാലിച്ച മൗനം തെറ്റായിരുന്നുവെന്നും ഹെസ്സെ വിശ്വസിച്ചു.

ഒരവസരത്തിൽ ആദർശവാദത്തിന്റെ പേരിൽ ജർമ്മനിയുടെ യുദ്ധത്തെ അദ്ദേഹം അനുകൂലിച്ചെങ്കിലും ഇപ്പോൾ കടുത്ത ഭാഷയിൽ അതിനെ വിമർശിക്കാൻ തുടങ്ങി. എന്നാൽ ഈയവസരത്തിലും ഇക്കാര്യത്തിൽ ജർമ്മൻ ജനതയെ നേരിട്ടു കുറ്റപ്പെടുത്തിയില്ല. യുദ്ധത്തിന്റെ ഫലമായുണ്ടായ മനുഷ്യക്കുരുതികളും സാമ്പത്തികമായ നാശനഷ്ടങ്ങളും ചൂണ്ടിക്കാണിച്ച് അത് ഒഴിവാക്കേണ്ടതിന്റെ ആവശ്യം ജനങ്ങൾക്കു മനസ്സിലാക്കി കൊടുക്കാനായിരുന്നു അദ്ദേഹത്തിന്റെ പരിശ്രമം. നീണ്ടു നില്ക്കുന്ന യുദ്ധം അതിൽ പങ്കെടുക്കുന്ന എല്ലാ രാജ്യങ്ങൾക്കും വിനാശകരമായേ തീരൂ എന്ന് അദ്ദേഹം ജനങ്ങളെ ഉദ്ബോധിപ്പിക്കാൻ ശ്രമിച്ചു.

യുദ്ധം തുടങ്ങിയശേഷം വിദേശത്തു നിന്നുള്ള കലാവസ്തുക്കൾ ജർമ്മനിയിലേക്ക് ഇറക്കുമതി ചെയ്യുന്നതു തടഞ്ഞുകൊണ്ടുള്ള ഒരു നിയമം പാസ്സാക്കി. ഹെസ്സെ ഇതിനെ അതിശക്തമായെതിർത്തുകൊണ്ട് ലേഖനമെഴുതി. അതുപോലെ തന്നെ വിശ്വമാനവികതയ്ക്കുവേണ്ടി നിലകൊണ്ടിരുന്ന ജർമ്മൻ എഴുത്തുകാർ യുദ്ധത്തെ അനുകൂലിക്കുന്നതു

കണ്ട് അവർ തികച്ചും അവസരവാദികളായല്ലോയെന്ന് ഓർത്ത് കുണ്ഠിതപ്പെടുകയും ചെയ്തു. കാപട്യക്കാരായ ഇത്തരക്കാരെ നിശിതമായ ഭാഷയിൽ വിമർശിക്കാനും ഹെസ്സെ മടിച്ചില്ല. രാജ്യതന്ത്രജ്ഞന്മാരെയും സൈനികമേധാവികളെയും അദ്ദേഹം വെറുതെ വിട്ടില്ല. കർക്കശ മായ ഭാഷയിൽ അവരുടെ പൊള്ളത്തരങ്ങൾ വെളിച്ചത്താക്കി തുടരെ ലേഖനങ്ങളെഴുതി പ്രസിദ്ധപ്പെടുത്തി. സ്വിറ്റ്സർലണ്ടിലും സ്വീഡനിലുമുള്ള പത്രങ്ങളിലാണിവ വന്നത്.

യുദ്ധം അവസാനിച്ചതിനു ശേഷവും ഹെസ്സെ തന്റെ ഭർത്സനവും ഗുണദോഷവും തുടർന്നുകൊണ്ടേയിരുന്നു. രാഷ്ട്രീയ പ്രേരിതമോ, തീവ്രദേശീയ ബോധത്താൽ ഉണ്ടായതോ ആയ ബാഹ്യലോകത്തുനടക്കുന്ന കോലാഹലങ്ങൾക്കടിമപ്പെട്ട് ആന്തരികമായ യാഥാർത്ഥ്യം മറക്കുന്നതു ശരിയല്ലെന്ന് ഹെസ്സെ ജർമ്മൻ ജനതയെ വീണ്ടും വീണ്ടും ഓർമ്മിപ്പിച്ചു. ഒരു രാഷ്ട്രീയാദർശത്തിൽ നിന്ന് മറ്റൊരാദർശത്തിലേക്ക് ആകൃഷ്ടനാകുമ്പോൾ ശരിയായ ആത്മപരിശോധന വേണ്ടതാണെന്ന് അദ്ദേഹം വാദിച്ചു. ജർമ്മനിയുടെ മഹത്തായ സാംസ്കാരിക പാരമ്പര്യം ഭൗതിക സമ്പത്തിനും രാഷ്ട്രീയാധികാരത്തിനും വേണ്ടി ബലികഴിക്കുന്നത് തികച്ചും ദൗർഭാഗ്യകരമായി ഹെസ്സെക്ക് അനുഭവപ്പെട്ടു. ഒരാദ്ധ്യാത്മിക പുനരുദ്ധാരണം കൊണ്ടേ ജർമ്മനിക്ക് നഷ്ടപ്പെട്ടതെല്ലാം വീണ്ടു കിട്ടുകയുള്ളൂ എന്നും ലോക സമാധാനം പുനഃസ്ഥാപിക്കാൻ കഴിയുകയുള്ളൂ എന്നും അദ്ദേഹം ആത്മാർത്ഥമായി വിശ്വസിച്ചു. ജർമ്മൻ ജനത അവർക്ക് മറ്റുള്ളവരോടുള്ള വെറുപ്പും പ്രതികാരവാഞ്ഛയും സ്വന്തം ശരിയിലുള്ള അമിത വിശ്വാസവും കൈവെടിഞ്ഞ് ഒരു നല്ല നാളെക്കു വേണ്ടി പ്രവർത്തിക്കാനാണ് ഹെസ്സെ അവരെ ആഹ്വാനം ചെയ്തത്. ദുർഘടമായ വിധിയെ സ്വാഗതം ചെയ്യാനും അദ്ദേഹം അപേക്ഷിച്ചു. അന്തർദേശീയ തലത്തിൽ നിന്ന് ദേശീയ തലത്തിലേക്കും അതിൽ നിന്ന് വ്യക്തിയുടെ തലത്തിലേക്കുമുള്ള ഊന്നൽ പോലെ, ബാഹ്യലോകത്തു നിന്ന് ആന്തരിക ലോകത്തേക്കുള്ള മാറ്റവുമാണ് ജർമ്മൻ ജനതയ്ക്ക് ധൈഷണിക തലത്തിൽ ഹെസ്സെ പ്രദാനം ചെയ്ത രണ്ടു സവിശേഷ സംഭാവനകൾ.

ഏഴ്

പുതിയ കൃതികളും
പുതിയ ആദർശങ്ങളും

ഹെസ്സെയുടെ റൊഷാൾഡി ശുഭപര്യവസായിയായ ഒരു നോവലാണ്. അതിലെ നായകൻ വെറാഗൂത്ത് വിധിയെ നിയന്ത്രിക്കാൻ തീരുമാനിച്ചു കൊണ്ട് അയാൾ ആരായിരിക്കാൻ ആഗ്രഹിച്ചോ ആ സ്ഥിതിയിലെത്തി ച്ചേരാൻ ഉറച്ച തീരുമാനമെടുത്തു. വെറാഗുത്ത് അംഗീകരിച്ചതനുസരിച്ചു മാത്രമാണ് നൽപ്[1] തന്റെ ജീവിതം മുമ്പോട്ടു കൊണ്ടു പോയത്. എന്നാൽ രണ്ടുപേർക്കും ആ ലക്ഷ്യം കൈവരിക്കുകയെന്നത് എത്ര ദുഷ്കര മാണെന്ന് അറിവില്ലായിരുന്നു. ഈ രണ്ടു കഥകളും സൂചിപ്പിക്കുന്നത് ഹെസ്സെ പ്രതീക്ഷാനിർഭരമായ ഒരു പുതിയ ആദർശം സ്വീകരിക്കുന്ന തിന്റെ ആദ്യഘട്ടമാണ്. 1915നും 1917നും ഇടയ്ക്ക് അദ്ദേഹത്തിന്റെ ചിന്ത കൾക്ക് കൂടുതൽ വ്യക്തത കൈവന്നു. റൊഷാൾഡിയിൽ കൊട്ടി ഘോഷിച്ചതും നൽപിൻ കാല്പനിക രൂപം കൊടുത്ത് അവതരിപ്പിച്ചതു മായ ആദർശം അദ്ദേഹത്തിന്റെ മനസ്സിൽ മറ്റൊരു കഥയ്ക്ക് ഭാവം നൽകി. അതാണ് ഡീമിയനെഴുതാനുള്ള പ്രചോദനം.

ഹെസ്സെ സ്വീകരിച്ച പുതിയ ആദർശം പഴയ മാമൂലുകളിൽ നിന്നും വിമുക്തനായി താൻ ആരാകാൻ ആഗ്രഹിക്കുന്നുവോ, അതായി ത്തീരുകയെന്നതാണ്. ജീവിതത്തോട് ഒരു പുതിയ സമീപനം അംഗീ കരിക്കുന്നത് എളുപ്പമായിരുന്നുവെങ്കിലും അത് പ്രാവർത്തികമാക്കുക ഒരു കടുത്ത വെല്ലുവിളിയായിട്ടാണു തോന്നിയത്. ഒരാളിന്റെ ഉൾവിളി ക്കനുസരിച്ച് ജീവിക്കണമെങ്കിൽ പാരമ്പര്യമനുസരിച്ചുള്ള മതവും, നീതിശാസ്ത്രങ്ങളും പാടേ തിരസ്കരിക്കേണ്ടി വരും. അന്തർമുഖനും, പ്രായേണ സദ്സ്വഭാവിയുമായ ഒരു യഥാസ്ഥിതികൻ ബാഹ്യ ലോക ത്തോടും തന്നോടു തന്നെയും പൊരുത്തപ്പെടാൻ കഴിയാത്ത അവസ്ഥ യിലെത്തി. നിചേയുടെ ഭാഷയിൽ പറഞ്ഞാൽ ഒരു വിഗ്രഹഭഞ്ജകനായി. ഹെസ്സെ എക്കാലവും വ്യക്തിഗതമായി ചിന്തിക്കുന്ന ഒരാളായിരുന്നു.

1. നൽപ് (knlup) എന്ന കൃതിയിലെ പ്രധാന കഥാപാത്രം

എന്നാലതിന്റെ ഭവിഷ്യത്തുകൾ നേരിടാനുള്ള കഴിവോ സന്നദ്ധതയോ ഇല്ലായിരുന്നതുകൊണ്ട് എപ്പോഴും ഒത്തു തീർപ്പിനു തയ്യാറായിരുന്നു. സമൂഹം നൽകുന്ന സുരക്ഷാബോധത്തോടും സംതൃപ്തിയോടുമായിരുന്നു ഹെസ്സെക്ക് കൂടുതൽ അടുപ്പം. ആത്മബോധം കൈവന്നതോടെ ഹെസ്സെ ഗർവ്വം നിറഞ്ഞ സ്വതന്ത്രവാദിയായി മാറി. അദ്ദേഹം ഒരു ഒത്തു തീർപ്പിനും തയ്യാറല്ലായിരുന്നു. സമൂഹത്തിലാണ് പരിവർത്തനങ്ങളുണ്ടാകേണ്ടത്. അതുണ്ടാകുമെന്ന് ഹെസ്സെ വിശ്വസിച്ചു.

പാശ്ചാത്യലോകം അധഃപതനത്തിലേക്കാണ് പോകുന്നതെന്നും, ഒരു സാംസ്കാരിക നവോത്ഥാനത്തിന് സമയമായെന്നും ഹെസ്സെ അനുമാനിച്ചു. ഒരു നല്ല നാളെക്കുവേണ്ടി പ്രവർത്തിക്കാൻ ഹെസ്സെ ജർമ്മൻ ജനതയെ ആഹ്വാനം ചെയ്തു. ക്രൈസ്തവ മതസംഹിതയിലുള്ള ഹെസ്സെയുടെ വിശ്വാസത്തിന് (നിചേയെപ്പോലെ) കോട്ടം സംഭവിച്ചു. ക്രൈസ്തവ വിശ്വാസത്തിലധിഷ്ഠിതമായ ദൈവം അപൂർണ്ണനാണെന്നും, അതിലെ മിത്തുകൾ ചോദ്യംചെയ്യപ്പെടേണ്ടവയാണെന്നും ഹെസ്സെ അദ്ദേഹത്തിന്റെ ലേഖനങ്ങളിലൂടെ വ്യക്തമാക്കി. പഴയ സങ്കല്പങ്ങൾ വഴിമാറി ഒരു പുതിയ ദൈവവും മനുഷ്യനും ധർമ്മനീതിയും ലോകവും വരട്ടെയെന്ന് ആത്മാർത്ഥമായി ആശിച്ചു.

ഹെസ്സെയുടെ മേല്പറഞ്ഞ വിശ്വാസപ്രമാണങ്ങളായിരുന്നു അദ്ദേഹം ഡീമിയനിൽ പ്രകടിപ്പിച്ചത്. അദ്ദേഹത്തിന്റെ തന്നെ പരമ്പരാഗതമായ വിശ്വാസങ്ങളിൽ നിന്നുമുള്ള ഒരു ഉയിർത്തെഴുന്നേല്പ്. ഡീമിയനിലെ സിൻക്ളെയറിൽ നാം കാണുന്നത് നല്ല നാളെവിഭാവനം ചെയ്തിരിക്കുന്ന ഹെസ്സെ തന്നെ. ഡീമിയൻ ഇരുപതാം നൂറ്റാണ്ടിന്റെ ആദ്യ ദശകങ്ങളിൽ ജർമ്മനിയിൽ നിലവിലിരുന്ന സ്കൂൾ നോവലിൽപ്പെട്ടതാണ്. ഇതിന്റെ പ്രത്യേകത അവ കൗമാരക്കാരെയും യുവാക്കളെയും പ്രബുദ്ധരാക്കാൻ വേണ്ടി രചിക്കപ്പെട്ടിട്ടുള്ളവയാണെന്നതാണ്.

ഡീമിയൻ ഹെസ്സെയുടെ സ്വന്തം അനുഭവത്തെ ആസ്പദമാക്കി എഴുതിയതാണെന്ന് പ്രത്യേകം പറയേണ്ടതില്ലല്ലോ. അദ്ദേഹത്തിന്റെ ബാല്യകാലാനുഭവങ്ങൾ! ഇതിൽ ആന്തരികമായ സ്വന്തം ജീവിതത്തിന് ബാഹ്യരൂപം നല്കിയിരിക്കുന്നതുകൊണ്ട് കഥാപാത്രം സംവദിക്കുന്നതു തന്നോടു തന്നെയാണ്. യാഥാർത്ഥ്യം ഉൾക്കൊണ്ട ബാഹ്യലോകവും അതിലെ സാധാരണക്കാരും ഇവിടെയില്ല. സങ്കല്പങ്ങൾക്ക് മനുഷ്യാകൃതിയും, മാനസികാനുഭൂതികൾക്ക് പ്രകാശവും നല്കി ഹെസ്സെ ഈ കൃതിയിൽ അവതരിപ്പിച്ചിരിക്കുന്നു.

സിൻക്ളെയർ താൻ ആരാകാൻ ആഗ്രഹിക്കുന്നോ അയാളാണ് ഡീമിയൻ. സിൻക്ളെയറുടെ മനസ്സിലുള്ള സൂക്ഷ്മ ശരീരം. ഇതിലെ ഫ്രാവ് ഈവാ പ്രപഞ്ചത്തിനു തന്നെ ആധാരമായ സ്ത്രീശക്തിയാണ്. ശ്രീശങ്കരാചാര്യരുടെ ആനന്ദലഹരിയിലും മറ്റും പ്രതിപാദിച്ചിരിക്കുന്ന ആത്മീയതലത്തിലെ മാതാവ്. മറ്റു കഥാപാത്രങ്ങളെല്ലാം സിൻക്ലെയറുടെ അന്തർലോകവുമായി ബന്ധപ്പെട്ടവരാണ്. ക്രിയകളും അന്തർലോകത്ത്

നടക്കുന്നവ. ഈ നോവലിലെ പല അംശങ്ങൾക്കും ബൈബിളിലെ സങ്കല്പങ്ങളോട് സാദൃശ്യമുണ്ട്. പ്രത്യേകമായ വിശദീകരണങ്ങളൊന്നും നല്കാതെ കാലദേശങ്ങൾക്കതീതമായ ഒരു തലത്തിലാണ് കഥ നട ക്കുന്നത്. ഒരു ഉദാഹരണം മാത്രം ഇവിടെ പറയാം. സിൻക്ളെയർ ജനി ക്കുന്നത് ഏതു സമൂഹത്തിലുമാകാം. അയാളുടെ മാതാപിതാക്കന്മാർ എവിടെയും കാണുന്നവരാണ്. സിൻക്ളെയറുടെ ബാല്യത്തിലെ നന്മ, വിശ്വാസം, സ്നേഹം, ബഹുമാനം എന്നീ മൂല്യങ്ങളെല്ലാം സാർവലൗകിക ങ്ങളാണ്. ഇതാണ് ബാല്യമനസ്സിലെ പ്രകാശത്തിന്റെ ലോകം. ബൈബി ളിലെ ദൈവരാജ്യം (Kingdom of God). ഭീതിജനിപ്പിക്കുന്ന ബാഹ്യ ലോകം ഇരുണ്ടതും സാത്താന്റേതും. ഈ നോവലിൽ ക്രോമർ എന്നൊരു കഥാപാത്രമുണ്ട്. അയാളും സിൻക്ലെയറും ചേർന്ന് ഒരാപ്പിൾപഴം മോഷ്ടി ക്കുന്നതും അതൊരു ശിശുവിന്റെ ആദ്യത്തെ പാപകർമ്മമായും അതു മൂലം നിരപരാധിത്വം നഷ്ടപ്പെടുത്തുന്നിതിന്റെയും ഭാഗമായി ചിത്രീ കരിച്ചു. ഇത് ഈവ് വിലക്കപ്പെട്ട കനി പറിക്കുന്ന ബൈബിൾ കഥയോട് ദൃഷ്ടാന്തരീകരിച്ചിരിക്കുന്നു. സിൻക്ളെയർ പഠിച്ച സ്കൂൾ ഏതു സ്കൂളു മാകാം. ഇവിടെയാണ് ബാലമനസ്സിൽ സംശയങ്ങളുടെ വിത്ത് പാകു ന്നത്. ഈ നോവലിൽ പരാമർശിക്കുന്ന സിൻക്ളെയറുടെ സംശയങ്ങളും ബൈബിളിലെ കെയിനും, ഏബലുമായുള്ള വിചിന്തനങ്ങളുമെല്ലാം മാനവ സമുദായത്തിന് കാലാതീതമായി സംഘടിതമതത്തോടും ധർമ്മ ശാസ്ത്ര ങ്ങളോടുമുള്ള സംശയങ്ങളാണ്. ഇങ്ങനെ എത്രയെങ്കിലും ഉദാഹരണ ങ്ങൾ ഡീമിയനിൽ കാണാം.

ഡീമിയനിലെ എല്ലാ ക്രിയകളും സാങ്കല്പികങ്ങളല്ല. ഡീമിയനോടും, ഫ്രാഊവയോടുമുള്ള സിൻക്ലെയറുടെ പെരുമാറ്റത്തിലും അയാളുടെ മനോഭാവത്തിലും പ്രതിഫലിക്കുന്നത് സ്വന്തം ആത്മചേതനയാണ്. ക്രോമറുമായുള്ള സിൻക്ലെയറുടെ ബന്ധം അയാളുടെ ആദ്യത്തെ പാപ കർമ്മമാണ്. അയാൾ സാത്താനുമായി ബന്ധം പുലർത്തിയെന്ന ബോധം സിൻക്ലെയറെ അസ്വസ്ഥനാക്കുന്നു. കഥയുടെ അന്ത്യത്തിൽ ഡീമിയ നാണ് ക്രോമറെ ഒഴിവാക്കുന്നത്. ഇതോടെ സിൻക്ലെയർ അയാളുടെ പരമ്പരാഗതമായ മൂല്യങ്ങൾ പുനഃപരിശോധിക്കുന്നു. ഒടുവിൽ ഡീമി യന്റെ മരണശേഷം സിൻക്ലെയർ ആയാളെ മനസ്സിൽ കുടിയിരുത്തുന്ന തോടെ നോവൽ ആവസാനിക്കുന്നു. ഡീമിയന്റെ മരണം സിൻക്ലെയർക്ക് പുനർജീവൻ പ്രദാനം ചെയ്യുന്നു. അയാൾ ഡീമിയനായി ജീവിക്കാൻ തീരുമാനിക്കുന്നു.

ഇതുവരെ പറഞ്ഞ പ്രമേയം നോവലിൽ എങ്ങനെ അവതരിപ്പിച്ചിരി ക്കുന്നു എന്നു നോക്കാം. സിൻക്ലെയറുടെ മാനസികാനുഭൂതികൾ സ്വപ്ന ങ്ങളുടെയും ചിത്രങ്ങളുടെയും സംയോജനത്തിലൂടെയാണ് അനുവാച കന് കാണിച്ചു കൊടുക്കുന്നത്. ഒരവസരത്തിൽ ഭാവി പ്രവചിക്കുന്ന കഴു കനെ വിഴുങ്ങാൻ സിൻക്ലെയറെ ഡീമിയൻ നിർബന്ധിക്കുന്നതായി അയാൾ സ്വപ്നം കാണുന്നു. എന്നാൽ സിൻക്ലെയറെ ഭയചകിതനാക്കി

കൊണ്ട് കഴുകൻ തന്റെ ഉള്ളിലിരുന്നു കൊണ്ട് അയാളെത്തന്നെ കടിച്ചു മുറിച്ച് ഭക്ഷിക്കുന്നു. അതുപോലെ കഴുകൻ മുട്ടയിൽ നിന്ന് വിരിയുന്ന ഒരു ചിത്രം വരച്ച് സിൻക്ലെയർ തന്റെ സ്നേഹിതനായ ഡീമിയനയച്ചു കൊടുക്കുന്നു. ഇതു രണ്ടും കാണിക്കുന്നത് സിൻക്ലെയറുടെ പ്രകാശ മുള്ള ലോകവും ഇരുട്ടിന്റെ ലോകവും തമ്മിലുള്ള വിഘടനപരമായ ചിന്തയെ അയാൾ അതിജീവിക്കുന്നതാണ്. സിൻക്ലെയറുടെ സൂക്ഷ്മ ശരീരം (alter ego)ആയ ഡീമിയനാണ് സിൻക്ലെയർക്കു ഇതു സാദ്ധ്യ മാക്കികൊടുക്കുന്നത്. സിൻക്ലെയർ പക്ഷിയെ വിഴുങ്ങുകയും അതയാളെ ത്തന്നെ ഭക്ഷിക്കുകയും ചെയ്യുന്നതോടെ സിൻക്ലെയർ ആ പക്ഷിയാകുക യാണ്. അതിനെപ്പോലെ അയാളും അതുവരെ തന്നെ പൊതിഞ്ഞിരുന്ന തോടുപൊളിച്ചു പുറത്തു വരുന്നു. ആ തോട് ക്രിസ്ത്യൻ ബൂർഷ്വാസി ധർമ്മചിന്തയാണ്. ഇവിടെ സിൻക്ലെയറുടെ പുനർജന്മം പ്രതീകാത്മക മായി അവതരിപ്പിച്ചിരിക്കുന്നു.

അതുപോലെ സിൻക്ലെയർ സ്വപ്നങ്ങളിൽ കാണുന്ന അവ്യക്തവും ഇരുണ്ടതുമായ ദൃശ്യങ്ങളിൽ നിന്ന് വ്യക്തവും വിശദവുമായ ദൃശ്യങ്ങളി ലേക്കുള്ള മാറ്റം അയാളുടെ അബോധ മനസ്സിലുള്ള ചിന്തകൾ ബോധാ വസ്ഥയിലേക്കു കൊണ്ടു വരുന്ന സങ്കല്പമാണ്. ഈ ഭാഗം തൊട്ട് കഥ യിൽ ഡീമിയനെ സിൻക്ലെയർ ഒന്നിനും നിർബന്ധിക്കേണ്ടതില്ല. അയാൾക്ക് കാര്യമായി ഒന്നും ചെയ്യാനില്ല. സിൻക്ലെയർ തന്നെ എല്ലാ കാര്യത്തിലും ഡീമിയന്റെ സഹായം ആവശ്യപ്പെടും.

നേരിട്ടുള്ള വിവരണമെന്ന (Direct Narrative)നിലയിൽ ഡീമിയൻ ശുഷ്കമാണ്. പത്തു കൊല്ലത്തിനിടയിൽ നടക്കുന്ന സംഭവങ്ങൾ കെട്ടു റപ്പില്ലാത്ത എട്ട് അദ്ധ്യായങ്ങളിലൂടെ ഉരുത്തിരിയുകയാണ്. ഉത്തേജിപ്പി ക്കുന്ന കഥാവസ്തു ഇതിലില്ല. വെളിപാടിനെ സൂചിപ്പിക്കുന്ന നോവലിന്റെ അന്ത്യം പൊടുന്നനെയുള്ളതും, നിരാശപ്പെടുത്തുന്നതുമാണ്. സംഭാഷ ണങ്ങൾ വിരസവും കഥാപാത്രങ്ങൾ ഏകമാനതയോടുകൂടിയവരുമാണ്. അവർക്കു പ്രത്യേകമായ മനഃശാസ്ത്രമോ, ശാരീരികമായ രൂപമോ ഇല്ല. അവരുടെ ലോകവും അയഥാർത്ഥമാണ്. അവിടത്തെ നഗരങ്ങളും തെരുവുകളും വീടുകളുമെല്ലാം സാങ്കല്പികങ്ങളാണ്. കഥ അവ്യക്ത മായ കാലദേശാന്തരങ്ങളിൽ കേന്ദ്രീകരിച്ചിരിക്കുന്നു.

എന്നാൽ മാമൂലനുസരിച്ചുള്ള ഗദ്യത്തിൽ വന്ന ഈ മാറ്റം സ്വീകരി ച്ചതിന് ഹെസ്സെക്ക് ഉത്തരമുണ്ട്. യഥാർത്ഥ ലോകം മറച്ചുപിടിച്ചെങ്കിലേ ഹെസ്സെ നമ്മെ കാണിക്കാൻ ആഗ്രഹിക്കുന്ന അന്തർലോകം വായന ക്കാരന് ശരിക്കും മനസ്സിലാകൂ എന്നദ്ദേഹം വിശ്വസിച്ചു. അദ്ദേഹത്തിന്റെ നൂതനമായ സങ്കേതങ്ങൾകൊണ്ട് സിൻക്ലെയറുടെ മനസ്സിലുണ്ടാകുന്ന വികാര വിചാരങ്ങൾ വ്യക്തമാക്കി നമ്മുടെ മുമ്പിൽ അവതരിപ്പിക്കാൻ ഹെസ്സെക്ക് കഴിഞ്ഞു. രൂപത്തിലും ഭാവത്തിലും അദ്ദേഹത്തിന്റെ ശൈലിക്കു മാറ്റം വരികയും അതിൽ കൂടുതൽ പുതുമയാർജ്ജിക്കുകയും

ചെയ്തു. ഒരു ഗ്രന്ഥകാരനെന്ന നിലയിൽ ഇത് അദ്ദേഹത്തിന്റെ വിജയമാണെന്ന് തന്നെ പറയാം.

ഡീമിയൻ സ്കൂൾ നോവലിന്റെ വകുപ്പിൽപ്പെടുത്താമെന്ന് മുമ്പ് പറഞ്ഞുവല്ലോ. ഒന്നാം ലോകമഹായുദ്ധത്തിന്റെ ആവിർഭാവത്തോടെ യൂറോപ്പിൽ ആത്മീയവും സാമൂഹികവുമായ ശക്തികളുടെ ഒരു ഉരുൾ പൊട്ടൽ ഉണ്ടായെന്ന കാര്യം അവരുടെ ധൈഷണിക ചരിത്രം പരിശോധിക്കുന്നവർക്കു മനസ്സിലാക്കാൻ കഴിയും. പ്രത്യേകിച്ച് ജർമ്മനിയിലും, ആസ്ട്രിയയിലും യുദ്ധത്തിനു മുമ്പുള്ള നാഗരികതയെ വിശകലനം ചെയ്ത് പല പ്രധാനപ്പെട്ട നോവലുകളും ഉണ്ടായിട്ടുണ്ട്. ലോകയുദ്ധവും അതിന്റെ അനന്തരഫലമായ മനുഷ്യക്കുരുതിയും എങ്ങനെയുണ്ടായിയെന്നും അത് സമുദായത്തെ എങ്ങനെ പരിവർത്തനം ചെയ്തുവെന്നും അന്വേഷിക്കുന്ന നിരവധി കൃതികൾ 1918 -നും 1933-നുമിടക്ക് ജർമ്മനിയിൽ ഉണ്ടായിട്ടുണ്ട്.[2] ഫ്രഞ്ചു വിപ്ളവത്തിനുശേഷം യൂറോപ്യൻ ജനതയുടെ മൂല്യത്തിലും സമൂഹത്തിലുമുണ്ടായ ഏറ്റവും വലിയ മുന്നേറ്റത്തിന്റെ കാരണങ്ങൾ അന്വേഷിക്കുന്ന നോവലുകളിൽ പ്രധാനപ്പെട്ട ഒന്നാണ് ഹെസ്സെയുടെ ഡീമിയൻ അഥവാ എമിൽ സിൻക്ലെയറുടെ യൗവനം (1919) എന്ന നോവൽ.

സാധാരണ സ്കൂൾ നോവലുകളിൽ കാണുന്നതുപോലെ ഒരു ഉപദേശകനും (mentor) അയാൾ പ്രതിനിധാനം ചെയ്യുന്ന സംഘത്തിന്റെ ആദർശം പ്രചരിപ്പിക്കുന്ന രീതിയുമാണ് ഹെസ്സെ ഇവിടെ സ്വീകരിച്ചിരിക്കുന്നത്. ഇത്തരത്തിലുള്ള നോവലുകൾ, ഗീഥേയുടെ വില്യംമെയ്സ്റ്ററുടെ അപ്രന്റീസ് ഷിപ്പും, ഹോൾഡറിന്റെ ഹൈപീരിയനും, സാത്രയുടെ ട്രിടനും ഇരുപതാം നൂറ്റാണ്ടിലെ പ്രശസ്ത സ്കൂൾ നോവലുകളുടെ വകുപ്പിൽപ്പെടുത്താം. ഈ രീതി യൂറോപ്യൻ നോവൽ പ്രസ്ഥാനത്തിനു ജർമ്മനി നൽകിയ സവിശേഷ സംഭാവനയാണ്.[3]

ഡീമിയനിൽ സിൻക്ലെയറുടെ വളർച്ച മൂന്നു ഘട്ടമായി തരംതിരിക്കാം. ശൈശവസഹജമായ നിരപരാധിത്വമാണ് നാം ആദ്യമായി കാണുന്നത്. പെട്ടെന്നയാൾ സംശയത്തിന്റെയും സംഘർഷത്തിന്റെയും ലോകത്തിലേക്ക് വഴുതി വീഴുന്നു. ഇവിടെ സിൻക്ലെയർ പ്രകാശത്തിന്റെയും (നന്മ) ഇരുട്ടിന്റെയും (തിന്മ) ലോകങ്ങളിൽ മാറി മാറി ഉഴലുകയാണ്. കഥയുടെ ഒടുവിൽ മാന്ത്രിക ചിന്തകൊണ്ട് ആന്തരികമായ

2. റോബർട്ടുമുനിസിലിന്റെ യോഗ്യതയില്ലാത്ത മനുഷ്യൻ (The man without qu-alities) തോമസ്മാന്റെ മാന്ത്രികപർവ്വതം (The Magic Mountain) ഹെർമൻ ബ്രോചിന്റെ ഉറക്കത്തിൽ നടക്കുന്നവർ (The sleep walkers)

3. മറ്റു യൂറോപ്യൻ ഭാഷകളിലും ഇത്തരത്തിലുള്ള നോവലുകൾ ഉണ്ടായിട്ടുണ്ട്. റൊമയിൻ റോളണ്ടിന്റെ ഷാൻ ക്രിസ്റ്റോഫ്, സോമർസെറ്റ്മോമിന്റെ മനുഷ്യസമുദായത്തിന്റെ അടിമത്തത്തെക്കുറിച്ച് (of Human Bondage) തോമസ് വൂൾഫിന്റെ അനവധി പുനരാവർത്തനങ്ങൾ (Massive cycles) എന്നിവ ചില ഉദാഹരണങ്ങൾ മാത്രം.

പരസ്പര വൈരുദ്ധ്യങ്ങൾ സമന്വയിപ്പിക്കാൻ അയാൾക്ക് കഴിയുന്നു. ക്രൈസ്തവ നാമശാസ്ത്രമനുസരിച്ച് ഈ മൂന്നുഘട്ടങ്ങളെ സ്വർഗ്ഗീയ വസ്ഥയെന്നും, അതിൽ നിന്നും താഴോട്ട് നിപതിച്ച് പാപിയാകുകയും (sinner) ക്രിസ്തുവിലൂടെ പാപമോചനം (redumption)നേടുന്നതും ആയി സങ്കല്പിക്കാം. ജീവിതത്തിന്റെ ഈ ത്രിബലകലയം (triadic rythm) ഹെസ്സെ അദ്ദേഹത്തിന്റെ രചനകളിൽ മിക്കപ്പോഴും വിഭാവന ചെയ്യുന്ന ഒരു സങ്കല്പമാണ്. ഡീമിയനിൽ നാം ക്രിസ്തുവിന്റെ രൂപമാണു കാണുന്നത്. സിൻക്ലെയറിൽ അദ്ദേഹത്തിന്റെ ശിഷ്യനും. പിന്നീട് അദ്ദേഹം ബുദ്ധനെയും (സിദ്ധാർത്ഥ) അനുവാചകലോകത്തിന് കാഴ്ചവെച്ചു.

ഹെസ്സെ ബേണിൽ നിന്ന് മോണ്ടനോളയിലേക്ക് താമസം മാറ്റിയത് അദ്ദേഹത്തിന്റെ ജീവിതത്തിലെ നിർണ്ണായകമായ ഒരു വഴിത്തിരിവായി.

മോണ്ടനോളയിലെ കാസാമൂസ എന്ന മനോഹരമായ അപ്പാർട്ടുമെന്റ് സമുച്ചയത്തിലാണ് 1919-1931 വരെ ഹെസ്സെ താമസിച്ചിരുന്നത്. ആദ്യകാലത്ത് ഇവിടത്തെ താമസം കാൽവിലേതുപോലെ ഹെസ്സെ ഇഷ്ടപ്പെട്ടിരുന്നു. സംശുദ്ധമായ പ്രകൃതി ദൃശ്യങ്ങളും മനോഹാരിത നിറഞ്ഞുനിന്ന ഗ്രാമങ്ങളും പുരാതന രീതിയിൽ പണികഴിപ്പിച്ചിരുന്ന വീടുകളും വളഞ്ഞു പുളഞ്ഞു പോകുന്ന ഇടവഴികളും, കാലപ്പഴക്കത്തിൽ പുതുമ നശിച്ച പള്ളികളുമെല്ലാം ജന്മഗ്രാമമായ കാൽവിനെയാണ് ഹെസ്സെയെ ഓർമ്മിപ്പിച്ചത്.

ഒന്നാം ലോകമഹായുദ്ധത്തിനു ശേഷം ജർമ്മനിയിൽ നിന്നും കിട്ടിക്കൊണ്ടിരുന്ന പുസ്തകങ്ങൾ വിറ്റുള്ള വരുമാനം സ്വിറ്റ്സർലണ്ടിൽ ജീവിക്കാൻ മതിയാകുമായിരുന്നില്ല. അതുകൊണ്ട് പൊതുവേദികളിൽ കവിതകൾ വായിച്ചും മറ്റും വേറെ ചില ധനാഗമമാർഗ്ഗങ്ങൾ കൂടി സ്വീകരിക്കേണ്ടതായി വന്നു. ഇടയ്ക്കിടയ്ക്ക് ബേസലിലും സൂറിച്ചിലും പോയി സംഗീതക്കച്ചേരികൾ കേൾക്കുകയും പതിവായിരുന്നു.

ഹെസ്സെ മോണ്ടനോളയിൽ താമസം തുടങ്ങി അധികനാൾ കഴിയുന്നതിനു മുമ്പ് ലിസ പെൻഗർ എന്ന സ്വിസ് എഴുത്തുകാരിയും, അവരുടെ ഭർത്താവ് തിയോ പെൻഗറുമായി പരിചയത്തിലായി. പെൻഗർ ദമ്പതികൾ ഹെസ്സെയെ വളരെ സ്നേഹിക്കുകയും അദ്ദേഹത്തിന്റെ ക്ഷേമത്തിൽ അതീവ തത്പരരാകുകയും ചെയ്തു. ഇവർക്ക് റൂത്ത് എന്നൊരു മകളുമുണ്ടായിരുന്നു. ആ സ്ത്രീക്ക് ഹെസ്സെയെക്കാൾ ഇരുപത്തിരണ്ട് വയസ്സ് ഇളപ്പമായിരുന്നെങ്കിലും അദ്ദേഹമവളിൽ അനുരക്തനായി. പ്രായവ്യത്യാസം കൊണ്ട് റൂത്ത് അല്പം ആശങ്ക പ്രകടിപ്പിച്ചെങ്കിലും നാലുവർഷത്തെ പ്രണയാഭ്യർത്ഥനയ്ക്കൊടുവിൽ ഹെസ്സെയെ വിവാഹം കഴിക്കാൻ അവർ സമ്മതിച്ചു (1924). ഇതിനോടകം മേരി ബർണാലിയുമായുള്ള വിവാഹ ബന്ധം വേർപെടുത്തിക്കഴിഞ്ഞിരുന്നു. ദൗർഭാഗ്യകരമെന്നു പറയട്ടെ രണ്ടാം വിവാഹവും ഏതാനും ആഴ്ചകൾക്കകം വേർപിരിയലിൽ കലാശിച്ചു. റൂത്ത് അപക്വമതിയും വികാര ദുർബ്ബലയുമായിരുന്നു. ആരോഗ്യപ്രശ്നങ്ങളുള്ളതിനാൽ പല തവണ

ആശുപത്രിയിൽ പ്രവേശിപ്പിക്കേണ്ടിയും വന്നിരുന്നു. 1927-ൽ അവർ നിയമാനുസരണം വിവാഹബന്ധം അവസാനിപ്പിച്ചു.

ഈ കാലയളവ് ഹെസ്സെയുടെ ജീവിതത്തിലെ ഏറ്റവും വിഷമകരമായ ഒന്നായിരുന്നു. കൗമാര ദശയിൽ മാൾബ്രോണിലെ സ്കൂൾ ജീവിതം അസഹ്യമായിരുന്നു. അതുകൊണ്ട് കുടുംബത്തോട് എതിർപ്പു പ്രകടിപ്പിക്കുകയും അവരിൽ നിന്നു വിട്ടുമാറി ഏകാകിയായി കഴിയാൻ ആഗ്രഹിക്കുകയും ചെയ്തു. ഒന്നാം ലോകമഹായുദ്ധ കാലത്ത് ബാഹ്യലോകവുമായി കടുത്ത എതിർപ്പിലായിരുന്നു. 1924മുതൽ 1926 വരെയുള്ള രണ്ടുവർഷം ഹെസ്സെ തന്നോടു തന്നെയാണ് പൊരുതിയത്. ഒരു ഘട്ടത്തിൽ ആത്മഹത്യക്കു തന്നെ ഒരുമ്പെട്ടതായും ഡയറിക്കുറിപ്പുകളിൽ നിന്നു മനസ്സിലാക്കാം. എന്നാലതേ സമയം വിഷയസുഖങ്ങളനുഭവിച്ച് ജീവിക്കാനുള്ള ത്വരയും ഹെസ്സെക്കുണ്ടായിരുന്നു. ഈ രണ്ട് വ്യഗ്രതകൾക്കുമിടയിൽപ്പെട്ട് കുഴങ്ങിയ ഹെസ്സെ മദ്യപാനിയും നിശാക്ലബ്ബുകളിലെ നിത്യസന്ദർശകനുമായി. ഈ അവസ്ഥയാണ് സ്റ്റെപ്പൻവോൾഫ് എന്ന നോവലെഴുതാനുള്ള പ്രചോദനം നൽകിയത്. എന്നാൽ ഈ ദുർഘടാവസ്ഥ അധികകാലം നീണ്ടു നിന്നില്ല. 1926-ഓടു കൂടി അദ്ദേഹത്തിന് സമനില തിരിച്ചുകിട്ടി, മനസ്സിനു ശാന്തിയും.

ഈയവസരത്തിൽ ഹെസ്സെയുടെ ജീവിതത്തിലുണ്ടായ മറ്റൊരു സംഭവം കൂടെ ഇവിടെ പറയേണ്ടതാണ്. അത് ഹെസ്സെയേക്കാൾ പതിനെട്ടു വയസ്സിന് താഴെയുള്ള നിനോൺ ആസ്‌ലാണ്ടറെന്ന ജൂതവംശത്തിൽ ജനിച്ച യുവതിയുമായുള്ള അടുപ്പവും, പിന്നീട് അവരുമായുള്ള മൂന്നാമത്തെ വിവാഹവുമാണ്.

ഒന്നാം ലോകമഹായുദ്ധം അവസാനിച്ചിട്ടും ജർമ്മനിയിലെ യുദ്ധക്കൊതിയന്മാർ (militarists) ഹെസ്സെയെ തുടരെ അധിക്ഷേപിച്ചുകൊണ്ടിരുന്നു. പൊതുജനങ്ങൾ കേൾക്കാൻ ആഗ്രഹിക്കാത്തതെങ്കിലും ഹെസ്സെയുടെ മനഃസാക്ഷിക്കു ശരിയെന്നു തോന്നുന്ന കാര്യങ്ങൾ അദ്ദേഹം ലേഖനങ്ങളിലൂടെയും പ്രസംഗങ്ങളിലൂടെയും വെളിപ്പെടുത്തിക്കൊണ്ടിരുന്നു. ജർമ്മനിയിലെ ജനങ്ങളെ നേരായ മാർഗ്ഗത്തിലൂടെ മടക്കിക്കൊണ്ടുവരാമെന്നുള്ള മോഹം കൊണ്ട് അവർക്കുവേണ്ടി Vivo Voco എന്നൊരു മാസിക ഹെസ്സെയും റിച്ചാർഡു വോൾട്ടർനെക്ക് എന്നൊരു കലാകാരനും കൂടെ തുടങ്ങി. അതിൽ സമാധാനത്തിനു വേണ്ടി ആഹ്വാനം ചെയ്ത് ലേഖനങ്ങളെഴുതി. പ്രത്യക്ഷമായി രാഷ്ട്രീയ നിലപാടുകളൊന്നും എടുത്തിരുന്നില്ലെങ്കിലും ഹെസ്സെക്ക് തന്റെ തൂലിക ചലിപ്പിച്ച് യുവജനങ്ങളുടെ മനോഭാവം മാറ്റാമെന്ന ആഗ്രഹം വിഫലമായിത്തീർന്നു.[4]

---

4. കുട്ടികളുടെ ശരിയായ വിദ്യാഭ്യാസത്തെക്കുറിച്ചും സാമ്പത്തികമായി അവശരായവരെ പുനരുദ്ധരിക്കുന്നതിനെ കുറിച്ചും മറ്റുമാണ് ഹെസ്സെ തന്റെ മാസികയിലെ ലേഖനങ്ങളിൽ ഊന്നൽ കൊടുത്തിരുന്നത്. എന്നാൽ ഹിറ്റ്ലറുടെ നാഷണൽ സോഷ്യലിസ്റ്റ് പാർട്ടിയേയും ആ പാർട്ടിയുടെ വിനാശകരമായ ജൂതവിരുദ്ധ പ്രവർത്തനങ്ങളേയും ആ ലേഖനങ്ങളിൽ ഹെസ്സെ ശക്തമായി അധിക്ഷേപിച്ചിരുന്നു.

അദ്ദേഹത്തിന്റെ ജീവിതത്തോടുള്ള സമീപനവും മാനുഷിക മൂല്യങ്ങൾ ഉയർത്തിപ്പിടിക്കേണ്ടതിന്റെ ആവശ്യകതയും അവരിൽ കാര്യമായ യാതൊരു ചലനവുമുണ്ടാക്കിയില്ല. എന്നു തന്നെയല്ല, നാഷണൽ സോഷ്യ ലിസ്റ്റ് പാർട്ടിയിൽ ചേർന്നവർ ഹെസ്സെയെ നിന്ദിക്കുകയും പരിഹസി ക്കുകയും ചെയ്തു. ജർമ്മൻ യുവജനങ്ങൾക്കിടയിൽ മർക്സിസ ത്തോട് താത്പര്യമുണ്ടായിരുന്ന ഒരു ചെറിയ ന്യൂനപക്ഷത്തിന് ഹെസ്സെ യെന്ന വ്യക്തിതന്നെ ഇല്ലാതായി. യൂണിവേഴ്സിറ്റികളിൽ പഠിച്ചിരുന്ന വിദ്യാർത്ഥികൾപോലും നിന്ദാഗർഭമായ എഴുത്തുകൾ ഹെസ്സെക്ക് അയച്ചിരുന്നു എന്നു പറയുമ്പോൾ അദ്ദേഹത്തിനുണ്ടായ നിരാശയുടെ ആഴം നമുക്കു മനസ്സിലാക്കാം. ഹെസ്സെയുടെ സാർവദേശീയത്വത്തിനും, സമാധാനത്തിനുവേണ്ടിയുള്ള ആഹ്വാനത്തിനും ജർമ്മനിയിലെ യുവ ജനത ചെവിക്കൊടുത്തില്ല.

ഈ അപശബ്ദങ്ങൾക്കെതിരായി ഹെസ്സെ എഴുതിയ ഒരു ലേഖന ത്തിൽ അവരുടെ പ്രതിഷേധം ദേശീയ തലത്തിൽ കണ്ടുവരുന്ന അതിശ യോക്തി കലർന്ന സ്വാഭിമാനത്തിന്റെ ഫലമാണെന്നും ഇങ്ങനെയുള്ള ചിന്താഗതിയാണ് മുൻകാലങ്ങളിൽ അവരെ യുദ്ധത്തിലേക്ക് നയിച്ചിരു ന്നതെന്നും ഹെസ്സെ ഓർമ്മിപ്പിച്ചു. സ്വേച്ഛാധിപത്യത്തിലധിഷ്ഠിതവും, നിരുത്തരവാദപരവുമായ ആദർശങ്ങൾക്കെതിരെ ഗീഥേ, ഹോൾഡറിൻ, സാത്രേ, നീചേ തുടങ്ങിയ മഹാരഥന്മാർ പ്രതിഷേധിച്ചിരുന്ന കാര്യവും ഹെസ്സെ ജർമ്മനിയിലെ യുവജനങ്ങളെ അനുസ്മരിപ്പിച്ചു. എന്നാൽ തുടരെയുള്ള അധിക്ഷേപങ്ങളിൽ മനം മടുത്ത് 1924ൽ അദ്ദേഹം സ്വിസ് പൗരത്വം സ്വീകരിക്കുകയായിരുന്നു.

ആസന്നമായ വിഷമഘട്ടത്തിൽ (Blick in chaos) എന്ന ദീർഘമായ ഉപന്യാസത്തിൽ പശ്ചിമ യൂറോപ്പിലുണ്ടായ സാംസ്കാരിക അധഃപതന ത്തെപ്പറ്റിയും അതിന്റെ മൂലകാരണങ്ങളെക്കുറിച്ചും ദസ്തയേവ്സ്കി യുടെ കഥാപാത്രങ്ങളെ ആധാരമാക്കി ഹെസ്സെ വിശകലനം ചെയ്തു. എല്ലാ പ്രപഞ്ച സംസ്കാരങ്ങളും സ്ഥിതി ചെയ്യുന്നത് മനുഷ്യരുടെ ആദി പ്രേരണകളിൽ ചിലതിനെ അംഗീകരിച്ചും മറ്റുചിലതിനെ തിരസ്കരിച്ചും കെട്ടിപ്പടുത്ത മിഥ്യയിലാണ്. ഏതെങ്കിലും ഒരു സംസ്കാരത്തിന്റെ പശ്ചാ ത്തലത്തിൽ ഈ പ്രേരണകൾ നന്മയ്ക്കും തിന്മയ്ക്കും അതീതമാണ്. അവയെ ഒരിക്കലും ഉന്മൂലനം ചെയ്യാനോ, അമർത്തിവെക്കാനോ ശ്രേഷ്ഠമാക്കാനോ കഴിയില്ല. ഒരു യുഗത്തിന്റെ സംസ്കാരത്തിന് വ്യക്തമായ രൂപം കൊടുക്കുന്ന മിഥ്യയിലുള്ള വിശ്വാസം നശിക്കുന്ന തോടെ (ഇതെല്ലാ യുഗത്തിലും സംഭവിക്കാം) അമർത്തിവെച്ചിരുന്ന ആന്തരികമായ എല്ലാ തള്ളലുകളും (Inner Thrusts) അവരവരുടെ അവകാശങ്ങളുറപ്പിച്ചു കൊണ്ടു മുന്നോട്ടു വരും. അതോടെ നിർവ്വികല്പ മായതെല്ലാം പുറംതള്ളപ്പെടുകയും ആ സംസ്കാരം കെട്ടടങ്ങുകയും ചെയ്യും. ഇതാണ് യുഗപരിവർത്തനമെന്ന ആശയംകൊണ്ട് ഹെസ്സെ വ്യക്തമാക്കിയത്.

ദസ്തയേവ്സികിയുടെ ഭാവനയിലെ കാർമസോവ് സഹോദരന്മാരും മിഷ്കിനും ഒരേയവസരത്തിൽ അപകടകാരികളായ കുറ്റവാളികളും, വിനീതരായ പുണ്യാത്മാക്കളും. വൃത്തിഹീനരായ മദ്യപാനികളും ആദർശവാദികളായ സ്വപ്നാടനക്കാരുമായിരുന്നതുപോലുള്ള ഒരു ജന സഞ്ചയമായിരിക്കും യൂറോപ്പിലുണ്ടാകാൻ പോകുന്നതെന്ന് അദ്ദേഹം വിശ്വസിച്ചു. യൂറോപ്പിലെ ആസന്നമായ മൂല്യത്തകർച്ച ഒരു പുതിയ ദിശ യുടെ തുടക്കവും എന്നാൽ അതേസമയം ഭീതിജനക മായ സാംസ്കാരിക അധഃപതനവുമായിരിക്കുമെന്ന് ഹെസ്സെ വാദിച്ചു. ദസ്തയേവ്സ്കിയുടെ നോവലിലെന്നപോലെ ഹെസ്സെയുടെ ഡീമിയൻ ഈ മൂല്യത്തകർച്ച വരച്ചു കാട്ടുകയും ഒരു പുനരുദ്ധാരണം പ്രതീക്ഷിക്കുകയും ചെയ്യുന്നുണ്ട്. നാശോന്മുഖമായിക്കൊണ്ടിരിക്കുന്ന സംസ്കാരത്തിന്റെ പ്രതീകമാണ് മിഷ്കിനെപോലെ സിൻക്ലെയറും. ഡീമിയൻ നവയുഗത്തിന്റെ സൂത്രധാരനും. എന്നാൽ ഹെസ്സെയുടെ ഈ വിലയിരുത്തൽ ജർമ്മനിയിലെ ധൈഷണിക ലോകം അംഗീകരിച്ചില്ല. ഭാവനയിലെ മൂല്യത്തകർച്ചയെപ്പറ്റി ദീർഘദർശനം ചെയ്യുന്നത് തെറ്റെന്നാണ് അവർ വാദിച്ചത്.

പത്തൊമ്പതാം നൂറ്റാണ്ടുവരെയുള്ള പാശ്ചാത്യ സംസ്കൃതിക്കെതിരായി യൂറോപ്പിലുണ്ടായ മുന്നേറ്റം അവർക്കു പൗരസ്ത്യദേശങ്ങളിലുള്ള താത്പര്യം വർദ്ധിപ്പിച്ചു.[5] ജർമ്മൻ ദേശീയതയിലെ ഒരവിഭാജ്യ ഘടകമായ യുക്തിവാദത്തിനെതിരായ ഈ അന്വേഷണം പന്ത്രണ്ടാം നൂറ്റാണ്ടിൽ തുടങ്ങിയതാണ്. നാനാത്വത്തിൽ ഏകത്വം ദർശിക്കാൻ ആഗ്രഹിച്ചിരുന്ന ഗീഥേയുടെയും, നോവാലിസിന്റേയും ഷോപ്പൻ ഹൗറുടെയും കൃതികളിൽ പൗരസ്ത്യദേശത്തെ മിസ്റ്റിസിസത്തെ കുറിച്ച് പരാമർശിക്കുന്നുണ്ട്.

പൗരസ്ത്യാദർശങ്ങളിലുള്ള താത്പര്യം ഹെസ്സെക്ക് വളരെ ചെറുപ്പം മുതലേ ഉണ്ടായിരുന്നതാണ്. അദ്ദേഹത്തിന്റെ മുത്തച്ഛൻ ഡാ.ഗുണ്ടർട്ട് വളരെ കാലം ഇന്ത്യയിൽ ക്രിസ്ത്യൻ മിഷനറിയായി ജോലി ചെയ്തിരുന്നു. അതുകൊണ്ട് ഇന്ത്യൻ പൗരാണിക ചിന്തകളെപ്പറ്റി പ്രതിപാദിക്കുന്ന വലിയ ഒരു ഗ്രന്ഥശേഖരം ഹെസ്സെ കുടുംബത്തിലുണ്ടായിരുന്നു. അതു വായിച്ച് ഇന്ത്യയെപ്പറ്റി ഏതാണ്ടൊരറിവ് ഹെസ്സെക്കുണ്ടായിരുന്നു. ആ സ്ഥലം അദ്ദേഹത്തിന് ആദ്യം നിരാശയാണുണ്ടാക്കിയത്. പൗരസ്ത്യദേശങ്ങളിലെ (ഇന്ത്യയിലെയും ചൈനയിലേയും) ആദർശങ്ങൾ അദ്ദേഹത്തെ ആകർഷിച്ചിരുന്നെങ്കിലും ഒരു നിരൂപകന്റെ ദൃഷ്ടിയോടെയാണ് അദ്ദേഹം അവയെ സമീപിച്ചിരുന്നതെന്നും പറയേണ്ടിരിക്കുന്നു.

---

5. ഇരുപതാം നൂറ്റാണ്ടിന്റെ ആദ്യ ദശകങ്ങളിൽ യൂറോപ്പിൽ പ്രത്യേകിച്ചും ജർമ്മനിയിൽ പൗരസ്ത്യ ചിന്തകളെപ്പറ്റി നിരവധി പഠനങ്ങൾ നടക്കുകയുണ്ടായി. ഫ്രാൻസ് ഹാർട്ടമാന്റെ ഭഗവത്ഗീതയുടെ പരിഭാഷയും, ഹെർമൻ ഓൾഡൻ പെർഗിന്റെ ബുദ്ധനും, പോൾ ഡ്യാസന്റെ ഉപനിഷത്തുകളിലെ വേദവുമെല്ലാം പൗരസ്ത്യ ചിന്ത മനസ്സിലാക്കാനുള്ള ശ്രമങ്ങളുടെ ഭാഗമാണ്.

എട്ട്
സിദ്ധാർത്ഥയും ഭാരതീയ തത്ത്വചിന്തകളും

ഹെസ്സെ സിദ്ധാർത്ഥ എഴുതിയത് 1922ലാണ്. ഈ നോവലും അദ്ദേഹ ത്തെ അധിക്ഷേപിക്കാനുള്ള ഒരായുധമാക്കി പലരും മുമ്പിട്ടിറങ്ങി. ഭാര തീയാദർശങ്ങളെ പ്രകീർത്തിച്ചുകൊണ്ടുള്ള നോവൽ എഴുതിയത് പൊങ്ങച്ചക്കാരനും വകതിരിവില്ലാത്തവനുമാണെന്ന് പലരും അഭിപ്രായ പ്പെട്ടു. ഹെസ്സെ തന്റെ സ്വന്തം നാടിന്റെ യാതനകളെപ്പറ്റി അജ്ഞനാ ണെന്നും, അദ്ദേഹം പതിതനായ ഒരു സൗന്ദര്യാരാധകനാണെന്നും പലരും പത്രങ്ങളിലെഴുതി. സിദ്ധാർത്ഥയുടെ കർത്താവ് അസംതൃപ്തനും, അദ്ദേഹത്തിന്റെ അഭിപ്രായങ്ങൾ വെറും വിഡ്ഢിത്തമാണെന്നും നിരൂ പകർ പരക്കെ പറഞ്ഞു തുടങ്ങി. എന്നാൽ ഹെസ്സെ ഇതിനൊന്നും മറു പടി പറഞ്ഞിരുന്നില്ലെങ്കിലും തന്റെ ജന്മനാടായ ജർമ്മനി ബാലിശമായ പാതയിൽതന്നെ മുന്നോട്ടു പോകുന്നതിൽ അദ്ദേഹം അതീവ ദുഃഖിത നായിരുന്നു.

യാഥാസ്ഥിതികരുടെ ആശയങ്ങൾ പ്രചരിപ്പിച്ചിരുന്ന ജനസ്വാധീന മുള്ള പത്രങ്ങൾ ഹെസ്സെയുടെ ലേഖനങ്ങൾ പ്രസിദ്ധപ്പെടുത്താതെയായി. അക്കാലത്ത് സ്വാബിയൻ മില്ലർ സൊസൈറ്റി (പ്രശസ്തമായ ഒരു സാഹിത്യ-സാംസ്കാരിക സംഘടന) ഹെസ്സെയെ ഒരു ചടങ്ങിന് ക്ഷണി ച്ചതറിഞ്ഞ് ആ കമ്മിറ്റിയിലെ അംഗങ്ങളെ ഔദ്യോഗിക വക്താക്കൾ കണക്കെ ശകാരിച്ചു. 1930ൽ ഹെസ്സെ പ്രഷ്യൻ സാഹിത്യ അക്കാദമി യിലെ അംഗത്വം രാജിവയ്ക്കുകയും ചെയ്തു.[1] ഹിറ്റ്ലർ അധികാരത്തിൽ വരുന്നതിനു വളരെ മുമ്പു തന്നെ ഹെസ്സെ ജർമ്മനിയുമായുള്ള ബന്ധം വേർപെടുത്തിക്കഴിഞ്ഞിരുന്നു. ജർമ്മനിയുടെ ഭാവി ഇരുണ്ടതാണെന്ന് ഹെസ്സെക്ക് ബോധ്യമായി.

---

1. അംഗത്വം തുടരണമെന്ന് തോമസ്മാൻ ഹെസ്സെയോട് പലപ്രാവശ്യം അഭ്യർത്ഥിച്ചെങ്കിലും ഹെസ്സെ അത് ചെവിക്കൊണ്ടില്ല.

സിദ്ധാർത്ഥ : ആത്മാവിന്റെ പ്രകൃതി ദൃശ്യം[2]

ഡീമിയനെപ്പോലെ സിദ്ധാർത്ഥയും ബൗധികതലത്തിലുള്ള ഒരനുഭൂതിയാണ്. ഹെസ്സെയുടെ യൗവനകാലത്തെ അനുഭവങ്ങളെ മനശ്ശാസ്ത്രത്തിന്റെ വെളിച്ചത്തിൽ പുനഃപരിശോധിക്കയാണ് ഡീമിയനിൽ. സിദ്ധാർത്ഥ (1920)യിലാകട്ടെ അതെഴുതുന്നതിനു തൊട്ടു മുമ്പുള്ള ഏതാനും വർഷങ്ങളിലെ ചിന്തകളുടെ ക്രമീകരണവും അവലോകനവും (സിദ്ധാർത്ഥ എഴുതുന്നതിന് അദ്ദേഹത്തിന് നാലു വർഷം വേണ്ടി വന്നു) ആണ് പ്രമേയം. രണ്ടു നോവലുകളിലും സ്വന്തം ജീവിതത്തെയല്ല, മറിച്ച് തന്റെ ചിന്തകളെയും പ്രതീക്ഷകളെയും കലയുടെ രൂപം നൽകി അവതരിപ്പിച്ചിരിക്കുകയാണ് ഹെസ്സെ.

ഹെസ്സെയുടെ അനുകമ്പ ഭാരതീയ തത്ത്വചിന്തകളിലായിരുന്നതുകൊണ്ട് ഉപനിഷത്ത്, ബുദ്ധന്റെ പ്രഭാഷണങ്ങൾ, ഭഗവത്ഗീത എന്നീ മഹദ് ഗ്രന്ഥങ്ങൾ അദ്ദേഹം സശ്രദ്ധം വായിച്ചു മനസ്സിലാക്കി. ആത്മസാക്ഷാത്കാരത്തിനും, ആത്മശുദ്ധിക്കും ഉതകുന്നവയാണ് ബുദ്ധന്റെ പ്രഭാഷണങ്ങളെന്ന് അദ്ദേഹം ഒരു ഡയറിക്കുറിപ്പിൽ രേഖപ്പെടുത്തിയിട്ടുണ്ട്.

ഡീമിയനിലെ കഥാപാത്രമായ സിൻക്ലെയർ പറയുന്നതുപോലെ എല്ലാത്തിന്റെയും സാരാംശവും ജിവിതവും ആഗ്രഹിക്കുന്ന മനുഷ്യന് ഏകതാനമായ ഒരു ലോകം തികച്ചും അപര്യാപ്തമാണ്. ഹെസ്സെ സിദ്ധാർത്ഥനെ അവതരിപ്പിക്കുന്നതിലെ യുക്തി ഇവിടെയാണ്. നോവലിൽ ബ്രാഹ്മണപുത്രനായ സിദ്ധാർത്ഥൻ തന്റെ ജാതി അടിച്ചേല്പിക്കുന്ന മാമൂലുകളോട് പൊരുതുകയും ബ്രാഹ്മണനു മാത്രമായി സമുദായം മാറ്റിവെച്ചിരിക്കുന്ന ജോലി തിരസ്കരിക്കുകയുമാണല്ലോ.

ബ്രഹ്മസൂത്രങ്ങൾ പഠിച്ചതുകൊണ്ടു മാത്രം പാപമോചനം നേടുകയില്ലെന്നു മനസ്സിലാക്കിയ സിദ്ധാർത്ഥൻ മറ്റു മാർഗ്ഗങ്ങളന്വേഷിച്ചു. അയൽവാസിയും സുഹൃത്തുമായ ഗോവിന്ദനോടൊപ്പം നാടുവിട്ട് വൈരാഗികളുടെ കൂടെ കുറച്ചു നാൾ കഴിയുന്നു. എന്നാലവരുടെ സന്ന്യാസവും യോഗയും തന്നെ മോക്ഷമാർഗ്ഗത്തിലെത്തിക്കില്ലെന്നും താൻ തന്നിൽ നിന്നു തന്നെ അകന്നുപോകുകയാണെന്നുമുള്ള തിരിച്ചറിവിനെ തുടർന്ന് സിദ്ധാർത്ഥൻ വൈരാഗികളെ ഉപേക്ഷിച്ച് ഗോവിന്ദനുമൊത്ത് മറ്റു മാർഗ്ഗമന്വേഷിച്ചു പോകുന്നു. ഇങ്ങനെയാണവർ ബുദ്ധസന്നിധിയിലെത്തുന്നത്. ഗോവിന്ദൻ ബുദ്ധശിഷ്യനായി തുടർന്നെങ്കിലും ഓരോരുത്തരും അവനവന്റെ പാത സ്വീകരിക്കണമെന്ന പക്ഷക്കാരനായിരുന്നു സിദ്ധാർത്ഥൻ. അങ്ങനെ ബുദ്ധനെയും ഗോവിന്ദനെയും സ്വന്തം ആത്മാവിനെത്തന്നെയും കൈവെടിഞ്ഞ് അയാൾ ഐന്ദ്രികസുഖങ്ങളുടെ ലോകത്തിലേക്ക് പ്രവേശിക്കുന്നു.

---

2. ആത്മാവിന്റെ പ്രകൃതി ദൃശ്യമെന്ന വിശേഷണം പ്രൊഫ. സിയാൽകോവ്സ്കിയുടേതാണ്.

സിദ്ധാർത്ഥൻ തന്റെ യാത്രാമദ്ധ്യേ ഒരു നദി മുറിച്ചു കടക്കുമ്പോൾ കണ്ടുമുട്ടുന്ന കമല എന്ന സ്ത്രീയിൽ അനുരക്തനാകുകയും അവളുടെ സ്നേഹം ആഗ്രഹിക്കുകയും ചെയ്തു. വളരെ മര്യാദക്കാരനായി തോന്നിയ സിദ്ധാർത്ഥനോട് അവൾക്കും അനുകമ്പ തോന്നി. കമലയുടെ വലിയ നഗരത്തിലുള്ള വാസസ്ഥലത്തേക്ക് സിദ്ധാർത്ഥനും താമസം മാറ്റി. കമലയുടെ സഹായത്തോടെ സിദ്ധാർത്ഥൻ വലിയ ധനാഢ്യ നാകുകയും മാസങ്ങൾക്കു ശേഷം അവളെ പരിഗ്രഹിക്കുകയും ചെയ്തു. കാലക്രമത്തിൽ സന്ന്യാസം പോലെ ഈ മാർഗ്ഗവും മൗഢ്യമാണെന്ന് സിദ്ധാർത്ഥന് മനസ്സിലായി.

കമല ഗർഭവതിയാണെന്നറിയാതെ മിഥ്യയുടെയും ഐന്ദ്രിക സുഖ ങ്ങളുടെയും ലോകത്തു നിന്ന് എന്നേക്കും വിടപറയാൻ ഒരുങ്ങി, സിദ്ധാർത്ഥൻ പട്ടണത്തിൽ നിന്ന് ഒളിച്ചോടി. അയാൾ പഴയ നദീതീരത്തു തന്നെ വന്നെത്തുന്നു. കൊടും നിരാശക്കടിമപ്പെട്ട സിദ്ധാർത്ഥൻ നദിയിൽ ചാടി ആത്മഹത്യക്കൊരുങ്ങുകയാണ്. നദിയിൽ മുങ്ങി മരിക്കാറാകു മ്പോൾ തന്റെ സ്വന്തം സത്തയുടെ ഉൾവിളി കേൾക്കുകയും അത് അയാളെ ആത്മഹത്യയുടെ വക്കിൽ നിന്ന് മോചിപ്പിക്കുകയും ചെയ്യുന്നു. വൈരാഗികളുടെ കൂടെ കഴിച്ചകാലവും സമ്പന്നനായി കമലയുടെ കൂടെ കഴിച്ച കാലവും കൂട്ടിക്കിഴിച്ച് താൻ വീണ്ടും നിഷ്കളങ്കനായി മാറിയെന്ന് സിദ്ധാർത്ഥൻ സമാധാനിച്ചു. നന്മയും തിന്മയും തിരിച്ചറിയാനുള്ള പ്രാപ്തിയും അയാൾക്കുണ്ടായി.

നദീ തീരത്തു തന്നെ മത്സ്യബന്ധനത്തിലേർപ്പെട്ടു താമസിച്ചിരുന്ന വസുദേവനോടൊത്ത് താമസിക്കാൻ സിദ്ധാർത്ഥൻ നിശ്ചയിച്ചു. അയാളിൽ നിന്നാണ് അനുസ്യൂതം ഒഴുകിക്കൊണ്ടിരിക്കുന്ന നദിയെ ക്കുറിച്ചുള്ള പല അറിവുകളും സിദ്ധാർത്ഥന് കിട്ടുന്നത്. പ്രത്യേകിച്ചും സമഷ്ടിയും (Totality) തത്സമയത്വവും (simultaneity) തമ്മിലുള്ള സംയോജന പ്രക്രിയയെ സംബന്ധിച്ച പരിജ്ഞാനം. എല്ലാവരും കാലത്തെ അതിജീവിക്കണമെന്ന സന്ദേശമാണ് അപ്രതിരഹിതമായി ഒഴുകിക്കൊണ്ടിരിക്കുന്ന നദി സിദ്ധാർത്ഥനെ പഠിപ്പിക്കുന്നത്. നീണ്ട പന്ത്രണ്ടു വർഷങ്ങൾക്കു ശേഷം കമല സിദ്ധാർത്ഥന്റെ മകനെയും കൂട്ടി ക്കൊണ്ട് വസുദേവന്റെയടുത്തു വരുന്നു. അവിടെ വച്ച് ആകസ്മികമായി പാമ്പു കടിയേറ്റ് കമല മരിക്കുകയും സിദ്ധാർത്ഥൻ മകനെ എടുത്തു വളർത്തുകയും ചെയ്യുന്നു. സിദ്ധാർത്ഥൻ മകനെ സ്നേഹിക്കുന്നു ണ്ടെങ്കിലും പട്ടണവാസം ശീലിച്ച പയ്യൻ അച്ഛനെ കൈവെടിഞ്ഞ് അവി ടേക്കു തന്നെ ഓടിപ്പോകുന്നു. ഇതോടെ സ്വന്തം മകനോടുള്ള സ്നേഹ വാത്സല്യത്താൽ നിരാശനായ സിദ്ധാർത്ഥൻ ഉപാസന എന്ന ആശയ ത്തിന്റെ പ്രായോഗികത മനസ്സിലാക്കുകയും അതിൽത്തന്നെ ലയിക്കു കയുമാണ്. ഒരിക്കൽ ഏതോ ശുദ്ധമായ ഒരു ഉൾവിളിയുടെ പ്രേരണ കൊണ്ട് അതു വഴി വന്ന ഗോവിന്ദൻ ബുദ്ധനെപ്പോലെ തന്നെ സിദ്ധാർ ത്ഥനും സമ്പൂർണ്ണമായ സമാധാനം കണ്ടെത്തിയതായി മനസ്സിലാക്കുന്നു.

സിദ്ധാർത്ഥനിൽ ഡീമിയന്റെ രചനാരീതിയിലെ പല സാദൃശ്യങ്ങളും നമുക്കു കണ്ടെത്താൻ കഴിയും. സിൻക്ലെയറുടേതുപോലെ സിദ്ധാർത്ഥന്റെ ജീവിതത്തിലും ത്രിബലകമായ താളമാണുള്ളത് (Triadic rythm)[3]. ഇവിടെയും ഇരുട്ടും വെളിച്ചവും നിറഞ്ഞ രണ്ടു ലോകങ്ങളുണ്ട്. ഒന്ന് ആദ്ധ്യാത്മികതയുടേത്. രണ്ടാമത്തേത് ഐന്ദ്രികസുഖങ്ങളുടേത്. മത്സ്യബന്ധനത്തിലേർപ്പെട്ടിരുന്ന വസുദേവന്റെ മരണവും പ്രതീകാത്മകമായ ആലിംഗനവും ഡീമിയന്റെ മരണവുമായി താരതമ്യപ്പെടുത്താം.

സിദ്ധാർത്ഥയുടെ ഇതിവൃത്തത്തിൽ ഡീമിയന്റേതിൽ നിന്ന് വ്യത്യസ്തമായ ചില ഘടകങ്ങളും നമുക്ക് കാണാൻ കഴിയും. അവ ഗൗതമബുദ്ധന്റെ ജീവിതത്തിൽ നിന്ന് സ്വാംശീകരിച്ചവയാണ്. സിദ്ധാർത്ഥ എന്ന പേരു തന്നെ ഗൗതമബുദ്ധന്റെ മറ്റൊരു പേരാണല്ലോ. ബുദ്ധനും ഭാര്യയെയും പുത്രനെയും പരിത്യജിച്ച ആളാണ്. ആത്മസാക്ഷാത്കാരത്തിനു വേണ്ടി ബുദ്ധൻ അറുപതു വർഷം ഒരു നദീതീരത്ത് ധ്യാനനിരതനായി കഴിഞ്ഞിരുന്നുയെന്ന് ചരിത്രം പറയുന്നു. ബുദ്ധനു ജ്ഞാനോദയമുണ്ടാകുന്നത് ബോധിവൃക്ഷത്തണലിൽ ആണെങ്കിൽ സിദ്ധാർത്ഥനതു സാധ്യമാകുന്നത് ഒരു മാവിന്റെ തണലിലാണ്. ഇങ്ങനെ എത്രയെങ്കിലും സാദൃശ്യം ചൂണ്ടിക്കാണിക്കാം.

ജ്ഞാനോദയമുണ്ടാകുക എന്നതു കൊണ്ട് എന്താണുദ്ദേശിക്കുന്നതെന്നു നോക്കാം. ഇവിടെയാണ് ഉപനിഷത്തുകളുടെ പ്രസക്തി. ആദ്യമായി ഓങ്കാരമായ പൊരുളിനെപ്പറ്റി പറയാം. സാക്ഷാത്തായ ബ്രഹ്മമാണ് ഇവിടെ ഓങ്കാരമായ പൊരുൾ. പ്രപഞ്ചത്തിന്റെ പരമകാരണമാണ് ബ്രഹ്മം. ഘനീ ഭൂതാനന്ദമായ നിശ്ചലബോധാനുഭവമാണ് ബ്രഹ്മാനുഭവം. ഉപനിഷത്തുകൾ ഈ സത്യത്തെ സച്ചിദാനന്ദമെന്നു വിവരിക്കുന്നു. എഴുത്തച്ഛനാൽ വിരചിതമായ ഹരിനാമകീർത്തനത്തിന് പ്രൊഫ.ജി. ബാലകൃഷ്ണൻ നായർ എഴുതിയ വ്യാഖ്യാനത്തിൽ ഇങ്ങനെ രേഖപ്പെടുത്തിയിരിക്കുന്നു: "ശുദ്ധമായ ഉണ്മ, ശുദ്ധമായ ബോധം, ശുദ്ധമായ ആനന്ദം എന്നിവ ഏകീഭവിച്ച് ഘനീഭവിച്ചതാണ് ബ്രഹ്മസ്വരൂപം. സർവത്ര ഇടതിങ്ങി നിറഞ്ഞിരിക്കുന്ന ഈ സത്യത്തെ ആർക്കും ബാഹ്യേന്ദ്രിയങ്ങൾ കൊണ്ടു കണ്ടറിയാൻ സാദ്ധ്യമല്ല. ആരംഭത്തിൽ ഏതെങ്കിലും നാമത്തിലോ രൂപത്തിലോ മനസ്സിനെ ഏകാഗ്രപ്പെടുത്തിക്കൊണ്ടുള്ള ഉപാസനയിൽ കൂടെ മുന്നോട്ടു സാക്ഷാത്കരിച്ചുവേണം ഈ സത്യത്തെ അറിയാൻ. ഇങ്ങനെ ബ്രഹ്മത്തെ സാക്ഷാത്കരിക്കാൻ, ഉപനിഷത്തുകൾ കണ്ടുപിടിച്ചിട്ടുള്ള പ്രതീകമാണ് പ്രണവം, അഥവാ 'ഓം' കാരം. ഇത് ആത്മസാക്ഷാത്കാരത്തിൽ കൂടെ പരബ്രഹ്മസത്തയെ നേരിട്ടു വെളിപ്പെടുത്തി കൊടുക്കുന്ന മന്ത്രമായതുകൊണ്ട് അതിനെ ഉപനിഷത്തുകൾ പരമാത്മാവിന്റെ പ്രതീകമായി പ്രഖ്യാപിച്ചു." ഓംകാരമായ പൊരുളിനെ[4]

3. ഈ സങ്കല്പത്തെപ്പറ്റി വരുന്ന അദ്ധ്യായത്തിൽ കൂടുതൽ പറയുന്നുണ്ട്.

4. മണ്ഡൂക്യോപനിഷത്തിൽ പ്രണവത്തെ പൂർണ്ണമായി വിവരിച്ചിട്ടുണ്ട്.

പരാമർശിച്ചു കൊണ്ടാണ് സിദ്ധാർത്ഥയെന്ന നോവൽ തുടങ്ങുന്നതു തന്നെ.

സിദ്ധാർത്ഥനും ബുദ്ധനും തമ്മിൽ വളരെ സാദൃശ്യങ്ങളുണ്ടെങ്കിലും ബുദ്ധന്റെ ജിവിതമല്ല ഹെസ്സെ ചിത്രീകരിച്ചിരിക്കുന്നത്. കാലക്രമമനുസരിച്ചുള്ള ബുദ്ധന്റെ പുനരവതരണവുമല്ല. ഗൗതമന്റേതിൽ നിന്നും തികച്ചും വ്യത്യസ്തമാണ് ഹെസ്സെയുടെ ജീവിതവീക്ഷണം. 1920-ൽ എഴുതിയ ഒരു ഡയറിക്കുറിപ്പിൽ നിന്ന് ബുദ്ധന്റെ മാനവ വികാസത്തിനുള്ള ബോധപൂർവ്വമായ ശ്രമത്തെ ഹെസ്സെ എതിർത്തിരുന്നതായും നമുക്ക് മനസ്സിലാക്കാം. ദൈവവിധി നടപ്പിലാക്കാൻ ഒരാൾ പാപഗർത്തത്തിലേക്കു വീണാലും സാരമില്ലെന്ന് ഹെസ്സെ വിശ്വസിച്ചു. സമകാലീന പഠനങ്ങൾ (ജോസഫ് മെലക്കിന്റേതുൾപ്പെടെ) സൂചിപ്പിക്കുന്നത് ഹെസ്സെക്ക് ചീനരുടെ തത്ത്വചിന്തയോടും മതാനുഷ്ഠാനങ്ങളോടുമാണ് കൂടുതൽ ആഭിമുഖ്യമുണ്ടായിരുന്നതെന്നാണ്. ബുദ്ധന്റെ ജീവിതവുമായുള്ള സമാന്തരസ്വഭാവം നോവലിന് തീർച്ചയായും ഒരൈതിഹ്യത്തിന്റെ പരിവേഷം കൊടുക്കുന്നുണ്ട്. ഐതിഹ്യത്തിന്റെ രീതി അവലംബിക്കാനാണ് ഹെസ്സെ ഇവിടെ ആഗ്രഹിക്കുന്നതും.

ഭാഷയുടെ കാര്യത്തിലും സിദ്ധാർത്ഥ നല്ല നിലവാരമാണ് പുലർത്തുന്നത്. ഈ കൃതിയുടെ അവസാനത്തെ നാല് അദ്ധ്യായങ്ങളിലുള്ള ഭാഷ ആദ്യത്തെ മൂന്ന് അദ്ധ്യായങ്ങളിൽ നിന്ന് വ്യത്യസ്തമാണ്. ആദ്യത്തെ ഗദ്യത്തിന്റെ ശൈലി കൂടുതൽ ഒതുങ്ങിയതാണെങ്കിൽ പിന്നീടത് പ്രകാശമാനവും, മൂർത്തവുമായി.

നദി ഒരു പ്രതീകം

കഥയുടെ ഇതിവൃത്തവും ഉള്ളടക്കവും ക്രമപ്പെടുത്തിയിരിക്കുന്നത് ഒരു നദിയെ കേന്ദ്രീകരിച്ചാണ്. ഹോമർ മുതൽ തിയഡോർ വൂൾഫ് വരെയുള്ളവരുടെ സാഹിത്യത്തിൽ നദി കാലാതീതമായ (timeless) ഒന്നിന്റെ പ്രതീകമാണ്. ഇതിന്റെ സമർത്ഥമായ ഉപയോഗത്തിലൂടെ ഹെസ്സെ സമയത്തിന്റെ നിഷ്ഠുരതയെക്കുറിച്ച് വാചാലരാകുന്ന മറ്റു പാശ്ചാത്യ സാഹിത്യകാരന്മാരുമായി ഒത്തു ചേരുകയാണ്.[5] തത്സമയത്തിന്റെ ഈ പ്രതീകം പരസ്പര വൈരുദ്ധ്യങ്ങളില്ലാത്ത അഭൗമമായ ഒരു തലത്തിലേക്ക് നമ്മെ എത്തിക്കുന്നു. ഇവിടെ സമഷ്ടി മാത്രമേയുള്ളു. എവിടെയും ഏകതാനതമാത്രം. ഭാരതീയ ചിന്തയിലെ ബ്രഹ്മം. സിദ്ധാർത്ഥൻ ഒരവസരത്തിൽ പറയുന്നു. എല്ലാ സത്യത്തിനും മറ്റൊരു വശമുണ്ടെന്നും അതും സത്യമാണെന്നും അയാൾക്ക് പാപമോചനം കിട്ടുന്നത് (നിർവാണാവസ്ഥ പ്രാപിക്കുന്നത്) നാനാത്വത്തിൽ ഏകത്വം ദർശിക്കുന്നതുമൂലമാണെന്നും ഹെസ്സെ തന്റെ ഡയറിക്കുറിപ്പിൽ പറയുന്നു.

---

5. ഉദാ:-ടി.എസ്.എലിയട്ട്, തോമസ് മാൻ, ഹെർമൻ ബ്രോക്ക്, വില്യം ഫാൾക്ക്നർ തുടങ്ങിയ പാശ്ചാത്യ സാഹിത്യകാരന്മാർ

....“നിർവാണാ (Nirvana) എന്ന സംജ്ഞകൊണ്ട് ഞാൻ മനസ്സിലാക്കുന്നത് വ്യക്തിയുടെ ആത്മാവ് പരമാത്മാവിൽ ലയിക്കുകയെന്നതാണ്. ആത്മാവിന്റെ പ്രകൃതി ദൃശ്യം ഇതുതന്നെയെന്നു പറയാം. ഈ വിധമുള്ള ചിന്തകൾ നമുക്ക് ഡീമിയനിലും കാണാം.

സിദ്ധാർത്ഥയെന്ന ഈ നോവലിൽ അയാൾക്കുണ്ടാകുന്ന മാനസിക പരിവർത്തനമാണല്ലോ ഹെസ്സെ പ്രമേയമാക്കിയിരിക്കുന്നത്. ആത്മീയതയുടെ ധ്രുവത്തിൽ നിന്ന് ഐന്ദ്രിക സുഖങ്ങളുടെ ബാഹ്യലോകത്തിലേക്കും തിരിച്ച് സമഷ്ടിയുടെ (രണ്ടു വൈരുദ്ധ്യങ്ങളെയും സമന്വയിപ്പിച്ച) തലത്തിലേക്കുമുള്ള പരിവർത്തനമാണ് ഹെസ്സെ നമുക്കു കാണിച്ചു തരുന്നത്. എന്നാൽ നോവലിന്റെ അവസാനം സിദ്ധാർത്ഥൻ ആത്മജ്ഞാനം കൈവരിക്കുന്നത് കുറേക്കൂടെ വ്യക്തമാക്കുന്നതിന് ഈ പ്രക്രിയ മറിച്ചു കാണിക്കുന്നു. ഗോവിന്ദൻ സിദ്ധാർത്ഥനെ അവസാനമായി കാണുമ്പോൾ അയാൾക്ക് ദൃശ്യമാകുന്നത് ആത്മാവിന്റെ പ്രകൃതി ദൃശ്യമല്ല (Land Scape) ആത്മാവിനെത്തന്നെയാണ്. (ഇവിടെ ഹെസ്സെ ആത്മാവിനെ ദൃശ്യമാക്കുകയാണ്) നദി നല്കിയ പാഠമെല്ലാം സിദ്ധാർത്ഥൻ ഹൃദിസ്ഥമാക്കി. തത്സമയത്വത്തിന്റെ പ്രതീകമായ നദി ഇപ്പോൾ സിദ്ധാർത്ഥനാണ്. അതു കൊണ്ടാണ് അദ്ഭുതപരതന്ത്രനായ ഗോവിന്ദൻ സിദ്ധാർത്ഥന്റെ മുഖത്ത് തന്റെ ബാല്യകാല സ്നേഹിതനായ സിദ്ധാർത്ഥനു പകരം അനവധി നദികളുടെ അനുസ്യൂതമായ പ്രവാഹം കാണുന്നത്. മത്സ്യത്തിന്റെ മുഖവും നവജാതശിശുവിന്റെ മുഖവും, കൊലപാതകിയുടെ മുഖവും നഗ്നരായ സ്ത്രീപുരുഷന്മാരുടെ മുഖവുമെല്ലാം അവിടെ കാണുന്നത് സമഷ്ടിയുടെ ചിഹ്നങ്ങളായിട്ടാണ്. പരബ്രഹ്മത്തിൽ ലയിച്ചിരിക്കുന്ന സിദ്ധാർത്ഥന്റെ മുഖമാണ് ഗോവിന്ദൻ കണ്ടത്.

സിദ്ധാർത്ഥന്റെ മുഖത്ത് ഗോവിന്ദൻ കണ്ട മന്ദഹാസത്തെപ്പറ്റിയും അല്പമിവിടെ പറയേണ്ടതാണ്. ഈ ചിരി പൂർണ്ണസിദ്ധി കൈവന്ന ഒരാളുടെ അവസ്ഥയെയാണ് സൂചിപ്പിക്കുന്നത്. ഹെസ്സെ തന്റെ മറ്റു പല നോവലുകളിലും ഈ ടെക്നിക് ഉപയോഗിച്ചിട്ടുണ്ട്. ഇത് സിദ്ധാർത്ഥയെന്ന നോവലിന് ഒരു പുതിയ മാനം നൽകുന്നു. ഇവിടെയും (ഡീമിയനിലെ പോലെ) ഒരാൾ കുറ്റബോധം, ഏകാന്തത, നൈരാശ്യം എന്നീ മൂന്നു ഘട്ടങ്ങളിലൂടെ കടന്നു പോകുന്നതും ഒടുവിൽ ഏകത്വം അനുഭവിക്കുന്നതുമാണ് ഹെസ്സെ ചിത്രീകരിച്ചിരിക്കുന്നത്. സ്നേഹമെന്ന ഒരു പുതിയ ഘടകം ഈ മൂന്ന് അവസ്ഥകളെ പരസ്പരം സമന്വയിപ്പിക്കാൻ ഹെസ്സെ ഉപയോഗിച്ചിരിക്കുന്നു. സിദ്ധി (ആന്തരികമായ സംതൃപ്തി) കൈവന്നതിന്റെ പ്രതീകമാണ് മന്ദഹാസം; അത് സ്നേഹത്തിൽ നിന്ന് ഉരുത്തിരിയുന്നതുമാണ്. ഈ മന്ദഹാസമാണ് ആത്മസംതൃപ്തി നേടിയ സിദ്ധാർത്ഥന്റെ മുഖത്ത് ഗോവിന്ദൻ കാണുന്നത്.

ഒമ്പത്

ഹെസ്സെയുടെ രചനാവൈഭവം

ഇരുപതാം നൂറ്റാണ്ടിന്റെ ആദ്യദശകങ്ങളിൽ യൂറോപ്യൻ ചിന്തകർ പൊതുവേ താത്പര്യം കാണിച്ചിരുന്ന മാനുഷിക വിഷയങ്ങളിലുള്ള ഹെസ്സെയുടെ ആശയങ്ങൾ അദ്ദേഹത്തിന്റെ പ്രശസ്ത കൃതികളി ലൊന്നായ 'ആസന്നമായ വിഷമ ഘട്ടം' (In sight of chaos) എന്ന ഗ്രന്ഥ ത്തിലൂടെ അനുവാചകനുമായി പങ്കുവെക്കുന്നു. ഈ കൃതിയെ കുറിച്ചും മാന്ത്രികചിന്ത (magical thinking) കാസ്റ്റേലിയ (Castalia) എന്നീ സങ്കല്പങ്ങളെയും അടിസ്ഥാനമാക്കി ഹെസ്സെയുടെ രചനാവൈഭവം വിശകലനം ചെയ്യുകയാണ് ഈ അദ്ധ്യായം കൊണ്ടുദ്ദേശിക്കുന്നത്.

ഹെസ്സെ തന്റെ ലേഖനങ്ങളിലൂടെ പ്രകടിപ്പിച്ച പല ആശയങ്ങളോടും ഇരുപതാം നൂറ്റാണ്ടിലെ പ്രശസ്ത കവിയായ ടി.എസ്.എലിയട്ടിന് അനുകൂല മനോഭാവമാണുണ്ടായിരുന്നത്. എലിയട്ടിന്റെ 'ഊഷരഭൂമി' (The waste land) എന്ന കൃതിയിൽ ഹെസ്സെയെ കുറിച്ച് പരാമർശിച്ചി ട്ടുള്ള കാര്യം മുമ്പ് പറഞ്ഞിട്ടുണ്ട്. എലിയട്ടിനെപോലെ മറ്റു പാശ്ചാത്യ ചിന്തകർക്കും സാഹിത്യകാരന്മാർക്കും ഹെസ്സെയുടെ രചനകൾ ഇഷ്ട പ്പെടാനുള്ള കാരണമെന്താണ്? അത് ഇരുപതാം നൂറ്റാണ്ടിന്റെ ആദ്യ കാലത്ത് യൂറോപ്പിൽ നിലവിലിരുന്ന ധൈഷണിക അന്തരീക്ഷമാണ്. യാഥാർത്ഥ്യങ്ങളെക്കുറിച്ചുള്ള പരമ്പരാഗതമായ വീക്ഷണങ്ങളുടെ തകർച്ചയാണ് ഈ കാലഘട്ടത്തിലെ സവിശേഷമായ പ്രതിഭാസം. ഊർജ്ജതന്ത്രത്തിൽ മാക്സ്പ്ലാങ്ക്, ആൽബർട്ട് ഐൻസ്റ്റീൻ തുടങ്ങിയ ശാസ്ത്രജ്ഞർ പദാർത്ഥം, സമയം, ദേശം എന്നീ പൗരാണിക സങ്കല്പ ങ്ങൾക്ക് പുതിയ അർത്ഥങ്ങൾ നൽകി. പത്തൊമ്പതാം നൂറ്റാണ്ടിൽ തന്നെ ആത്മീയ ശാസ്ത്രജ്ഞരായ (Theologians) ഡേവിഡ് സ്ട്രാസ് തുടങ്ങി യവർ ക്രിസ്തുവിനെ ഒരു ചരിത്രപുരുഷനായി ചിത്രീകരിക്കുകയോ, ദൈവത്തിൽ മനുഷ്യന്റെ പ്രതിച്ഛായ കണ്ടെത്തുകയോ ചെയ്തിരുന്നു. മനശ്ശാസ്ത്രവിദഗ്ധരായ സിങ്ങ്മൻ ഫ്രോയിഡും കാൾജങ്ങും, മനുഷ്യ മനസ്സിന്റെ നിഗൂഢതലത്തിലേക്കിറങ്ങിച്ചെന്ന് അവരുടെ ദൈനംദിന ജീവിതത്തെ മനസ്സ് എങ്ങനെ സ്വാധീനിക്കുന്നുയെന്ന് കാണാൻ ശ്രമിച്ചു.

ഇത് പഴയ സങ്കല്പങ്ങൾ തുടച്ചു നീക്കി മാനുഷികതയ്ക്കുതന്നെ പുതിയ രൂപവും ഭാവവും നല്കിയെന്നു പറയാം. ന്യൂനപക്ഷങ്ങളുടെയും പുതിയ സമുദായ ശ്രേണികളുടെയും (social classes) ആവിർഭാവം കാരണം രാഷ്ട്രതന്ത്രത്തിലും സാമ്പത്തിക ശാസ്ത്രത്തിലും സമൂഹ ശാസ്ത്രത്തിലും പുതിയ നിയമങ്ങൾ കൊണ്ടുവരേണ്ടതിന്റെ ആവശ്യം ജനങ്ങൾക്ക് ബോധ്യമായി. സാന്മാർഗ്ഗികതയെക്കുറിച്ചും ധർമ്മനീതിയെക്കുറിച്ചുമുള്ള ധാരണകൾ പാടെ തകിടം മറിച്ചു. ഇംഗ്ലണ്ടിലെ വിക്ടോറിയനും, ജർമ്മനിയിലെ വില്ലഹെമും (whilhem) സംസ്കാരത്തിന്റെ അസ്തിവാരം ഇളങ്ങിത്തുടങ്ങി.

പഴയ സങ്കല്പങ്ങൾ പാടേ തിരസ്കരിക്കപ്പെടുകയും അവയുടെ സ്ഥാനത്ത് പുതിയ യാഥാർത്ഥ്യങ്ങൾ പ്രതിഷ്ഠിക്കാൻ കഴിയാതെ വരുകയും ചെയ്ത ഒരവസ്ഥയായിരുന്നു യൂറോപ്പിൽ ഇരുപതാം നൂറ്റാണ്ടിന്റെ ആദ്യദശകങ്ങളിലുണ്ടായിരുന്നത്. പാശ്ചാത്യ ചിന്തകർ ഈ വിഷമഘട്ടത്തെ എങ്ങനെ നേരിടണമെന്നും, ഒരു പുതിയ വ്യവസ്ഥിതിക്ക് എങ്ങനെ രൂപം കൊടുക്കണമെന്നും കൂലംകഷമായി ചിന്തിച്ചു. ആ കൂട്ടത്തിൽപ്പെട്ടവരാണ് ജെയിംസ് ജോയ്സ് (യൂലീസിസ്) ആന്ദ്രേജീദ് (കള്ളനാണയക്കാർ) ബ്രോക്ക് (ഉറക്കത്തിൽ നടക്കുന്നവർ) തുടങ്ങിയ സാഹിത്യ മഹാരഥന്മാർ.

മറ്റു പാശ്ചാത്യ ചിന്തകരെപ്പോലെ ഹെസ്സെയും ഈ വിഷമഘട്ടത്തെപ്പറ്റി ഗാഢമായി ചിന്തിച്ചിരുന്നു. അതിന്റെ ഫലമായിട്ടാണ് ആസന്നമായ വിഷമഘട്ടമെന്ന (In sight of chaos) കൃതി രചിച്ചത്. ദസ്തയേവ്സ്കിയുടെ പ്രസിദ്ധനോവലുകളായ കരമസോവ് സഹോദരന്മാരും (The Brothers Karmasov) മൂഢനും (The idiot) വിശകലനം ചെയ്തുകൊണ്ടാണ് ആസന്നമായ വിഷമഘട്ടം തുടങ്ങുന്നത്. അടുത്തതായി യൂറോപ്യൻ നാഗരികത സ്വീകരിച്ച പാതയെപ്പറ്റി ഒരു വ്യാഖ്യാനം നല്കുന്നു. യൂറോപ്പിന്റെ പതനമാണ് ഹെസ്സെ ഇവിടെ പ്രതിപാദിക്കുന്നത്. കാർമസോവ് സഹോദരന്മാരുടെ ആദർശങ്ങൾ യൂറോപ്യൻ മനസ്സിന് പുതിയ ഉണർവ്വ് നൽകുകയും അതോടെ മാമൂലനുസരിച്ചുള്ള പഴഞ്ചൻ വിശ്വാസങ്ങൾ തകർന്നുയെന്നും ഹെസ്സെ സമർത്ഥിക്കുന്നു. സാന്മാർഗികവും, ധാർമ്മികവുമായ എല്ലാ പഴയ ധാരണകളെയും നിരാകരിച്ചുകൊണ്ടും. എല്ലാത്തിനെയും ഉൾക്കൊള്ളാനും മനസ്സിലാക്കാനും ആഹ്വാനം ചെയ്യുന്ന ഒരു പുതിയ ആദർശമാണ് കാർമസോവ് സഹോദരൻമാർ ഉയർത്തിപ്പിടിച്ചത്. ഈ ആദർശം ഉൾക്കൊണ്ടവരാണ് റഷ്യൻ ക്ലാസിക്കുകളിലെ പ്രധാന പാത്രങ്ങളായ ഐവാൻ, അലോഷ്യ തുടങ്ങിയവർ. അവരുടെ ക്രിയകളെ തെറ്റെന്നും ശരിയെന്നും വ്യക്തമായി വേർതിരിക്കാൻ കഴിയില്ല. എന്നാൽ ഏതാണ് പാവനമായതെന്ന് നിർണ്ണയിക്കാം. ഈ വെളിപാട് യൂറോപ്പിലേക്ക് വ്യാപിക്കുന്നതോടെ ഗ്രീക്ക് റോമൻ (GecoRom-an) ജൂത-ക്രൈസ്തവ (Juedo Christian) സംസ്കൃതിയിലധിഷ്ഠിതമായ യൂറോപ്പിന്റെ പതനം ആസന്നമാണെന്ന് ഹെസ്സെ വാദിച്ചു. ദസ്തയേവ്സ്കിയുടെ റഷ്യനിൽ

നല്ലതും ചീത്തയും, ദൈവവും, സാത്താനുമെല്ലാം ഒന്നിച്ചു കാണാൻ കഴിയും. അയാൾ ആരാധിക്കുന്ന ദൈവം ഒരേസമയം സാത്താനുമാണ്. ഈ ദൈവം നീചേ വിഭാവന ചെയ്ത നല്ലതിനും ചീത്തയ്ക്കുമപ്പുറമുള്ള തലത്തിലാണ് സ്ഥിതിചെയ്യുന്നത്.

ഹെസ്സെ ആവിഷ്കരിച്ച സിദ്ധാന്തമെന്താണ്? പരസ്പര വിരുദ്ധങ്ങളെന്ന് പ്രത്യക്ഷത്തിൽ തോന്നാവുന്ന ബാഹ്യലോകത്തിലെ എല്ലാ അവസ്ഥകളും റഷ്യൻ അനുകമ്പാപൂർവ്വം മനസ്സിലാക്കുകയും സ്വീകരിക്കുകയും ചെയ്യുന്നു. അത് പൂർണ്ണമായ സമഷ്ടിയുടെ ഭാഗമായിട്ടാണയാൾ കാണുന്നത്. നിലവിലുള്ള യാഥാർത്ഥ്യങ്ങൾ ജീർണ്ണാവസ്ഥയിലാകുമ്പോൾ ഉണ്ടാകുന്ന അനന്തരഫലങ്ങൾ നേരിടാൻ മടിക്കുന്ന യൂറോപ്യൻ സ്വേച്ഛയനുസരിച്ച് പുതിയ നിയമങ്ങൾ നീതിശാസ്ത്രത്തിന്റെ തലത്തിലേക്ക് കൊണ്ടു വരുന്നു. ഒരു ഉദാഹരണം കൊണ്ട് ഈ സിദ്ധാന്തം കുറച്ചു കൂടെ വ്യക്തമാക്കാം. എയും ബിയും ഒരു പോലെ സാധുവാണെന്ന് വിചാരിക്കുക. സ്വതന്ത്രമായി ഒന്നു തിരഞ്ഞെടുക്കാൻ മടിക്കുന്ന യൂറോപ്യൻ എ നല്ലതെന്നും ബി ചീത്തയെന്നും സമർത്ഥിക്കുന്നു. എ.യെ പുകഴ്ത്തുന്നവർ ഈശ്വര വിശ്വാസികളെന്ന് മുദ്രകുത്തി അവരെ ബഹുമാനിക്കുകയും, ബി.യെ പരിത്യജിക്കുകയും ചെയ്യുന്നു.[1] ഇത്തരത്തിലുള്ള യൂറോപ്യൻ ഇരുപതാം നൂറ്റാണ്ടിന്റെ ആദ്യ ദശകത്തിലെ പാശ്ചാത്യ സാഹിത്യത്തിൽ സ്ഥിരമായി സ്ഥാനം പിടിച്ചിരുന്നതായി കാണാം.

കാർമസോവ് സഹോദരന്മാർ എ.യെയും ബി.യെയും ഒരു പോലെ കൈക്കൊള്ളുന്ന ദേവതയ്ക്കു വേണ്ടി ആകാംക്ഷയോടെ ഉറ്റു നോക്കുന്നു. ആ ആരാധനാമൂർത്തിക്കു മുമ്പിൽ വൈരുദ്ധ്യങ്ങളില്ല, എന്തെന്നാൽ അതിന്റെ ജീവിതവീക്ഷണം വൈരുദ്ധ്യങ്ങൾക്കുമപ്പുറത്തുള്ള ഒരു തലത്തിലേക്ക് വ്യാപിച്ചു കിടക്കുകയാണ്. റഷ്യൻ ബോധപൂർവ്വം കുറ്റം ചെയ്യുന്ന ഒരാളെന്നു ഹെസ്സെ വിശ്വസിക്കുന്നില്ല; കുറ്റത്തെപ്പറ്റി ചിന്തിക്കുന്നതേയുള്ളു. അയാൾ തന്റെ അബോധ മനസ്സിലുള്ള പ്രേരണകളും പ്രചോദനങ്ങളും അംഗീകരിക്കുന്നുണ്ട്. പരമ്പരാഗതമായ യൂറോപ്യൻ സംസ്കാരം ഇത്തരത്തിലുള്ള ലൗകിക സുഖഭോഗങ്ങളെ തിരസ്കരിക്കാനാണ് ഉൽബോധിപ്പിക്കുന്നത്. ആ സംസ്കാരത്തിൽ വളർന്നവർ ലൗകിക സുഖങ്ങളുടെ അസ്തിത്വത്തെ തന്നെ ചോദ്യം ചെയ്യുന്നു. കാർമസോവ് സഹോദരന്മാർ തങ്ങളുടെ ഉള്ളിൽത്തന്നെയുള്ള ഈ വിഷമത്തിലേക്ക് ഉറ്റു നോക്കുകയും, സ്വയം കണ്ടെത്തലിലൂടെ ആത്മസാക്ഷാത്കാരം നേടുകയുമാണ് ചെയ്യുന്നത്. യൂറോപ്പിന്റെ അധഃപതനം അബോധ മനസ്സിനെ കണ്ടെത്താനും കൈക്കൊള്ളാനുമുള്ള ശ്രമത്തിന്റെ അപര്യാപ്തതയാണ് ചൂണ്ടിക്കാണിക്കുന്നത്. ഇത് അക്രമാസക്തമായ ഒരു

1. ഈ ഉദാഹരണത്തിന് സിയാൽക്കോവ്സ്കിയോട് കടപ്പാട്. ഗ്രീസിൽ മൂന്നും നാലും നൂറ്റാണ്ടിൽ ജീവിച്ചിരുന്ന ഒരു കൂട്ടം സന്ന്യാസികൾ

മുന്നേറ്റമായിരിക്കില്ല; മറിച്ച് ഒരോ വ്യക്തിയുടേയും ഉള്ളിലുണ്ടാകുന്ന വിപ്ലവകരമായ മാറ്റമായിരിക്കും. ഈ വീക്ഷണത്തിലൂടെ നോക്കിയാൽ ഹെസ്സെയുടെ സമീപനത്തിന് നീചേയുടേയും സ്പെൻഗ്ളറുടെയും, ഫ്രോയിഡിന്റെയും കാൾജങ്ങിന്റെയും ആശയങ്ങളുമായി വളരെ സാമ്യമുണ്ടെന്ന് കണ്ടെത്താൻ കഴിയും.

ദസ്തയേവ്സ്കിയുടെ നോവലിലെ പ്രധാന കഥാപാത്രമായ മിഷ്കിനെ ആളുകൾ തെറ്റിദ്ധരിക്കുന്നത് അയാൾ മറ്റുള്ളവരിൽ നിന്ന് വ്യത്യസ്തമായി ചിന്തിക്കുന്നതു കൊണ്ടാണ്. പക്ഷേ അയാൾ യുക്തിപൂർവ്വമായാണ് സംസാരിക്കുന്നത്. മിഷ്കിൻ ജീവിതവും ചിന്തയുമെല്ലാം നിഷേധിക്കുന്നു. അയാളുടെ യാഥാർത്ഥ്യം മറ്റുള്ളവരിൽ നിന്ന് വ്യത്യസ്തവും, മറ്റുള്ളവരുടെ യാഥാർത്ഥ്യം അയാൾക്ക് കണ്ണിലെ കരടുകടി പോലെയുമാണ്. ഐന്ദ്രിക സുഖങ്ങൾ നിഷേധിച്ചുകൊണ്ട് ആത്മീയ തലങ്ങളിലേക്ക് മടങ്ങാനുള്ള അഭിവാഞ്ഛയും അയാൾക്കില്ല. പ്രകൃതിയുടെയും ആത്മാവിന്റേയും അവകാശങ്ങൾ മിഷ്കിൻ ഒരു പോലെ അംഗീകരിക്കുന്നു. മറ്റുള്ളവർക്ക് ഈ രണ്ടു ലോകങ്ങളും സങ്കല്പങ്ങൾ മാത്രമാണെങ്കിൽ അയാൾക്ക് ഇത് ജീവിതം തന്നെയാണ്. മിഷ്കിന് അപസ്മാരബാധയുണ്ടാകുമ്പോൾ തോന്നുന്ന അനുഭൂതി മാന്ത്രിക തലത്തിൽ ഉണ്ടാകുന്ന അനുഭൂതിയാണ്. അവിടെ എല്ലാ ചിന്തയും സത്യം തന്നെ. എന്നാലതിന് ഒരു മറുവശം കൂടിയുണ്ട്. അതും സത്യമാണ്. പ്രകൃതിക്കു വേണ്ടി ആത്മാവ് വെച്ചു മാറുന്നത് എല്ലാ വ്യവസ്ഥാപിത താല്പര്യങ്ങൾക്കും എതിരാണ്. എന്തുകൊണ്ടെന്നാൽ ആ വെച്ചു മാറൽ തുടങ്ങുമ്പോൾ ആകുലത തുടങ്ങുന്നു. പരമ്പരാഗതമായ മാനവ സംസ്കൃതിയിൽ പ്രകാശവും ഇരുട്ടും (നന്മയും തിന്മയും) തമ്മിലുള്ള വിഘടനം പ്രത്യക്ഷമാണ്. ഈ രണ്ടു ധ്രുവങ്ങളും ഒരുപോലെ അംഗീകരിക്കുന്നതിലാണ് മിഷ്കിൻ ആത്യന്തികമായ യാഥാർത്ഥ്യം മാന്ത്രികാനുഭൂതിയിലൂടെ കണ്ടെത്തുന്നത്.

മൂഢനിൽ വരുമ്പോൾ ആദ്യം എല്ലാ സംസ്കൃതിയെയും നശിപ്പിക്കാനുള്ള ഒരു ശ്രമം അയാൾ നടത്തുന്നു. ഭാവി അനിശ്ചിതമാണെങ്കിൽ അങ്ങോട്ടുള്ള വഴി ദുർഗമമാണ്. ഇവിടെ മൂല്യങ്ങൾ പുനർനിർണ്ണയിക്കപ്പെടേണ്ടിയിരിക്കുന്നു. ഇവിടെയാണ് മാന്ത്രിക ചിന്തയുടെ പ്രസക്തി. ആകുലതയെ അംഗീകരിക്കൽ. അവ്യവസ്ഥിതിയിലേക്കും അബോധ തലത്തിലേക്കും രൂപരഹിതമായ ആദിപ്രപഞ്ചത്തിലേക്കും മടങ്ങുക. ഭാരതീയ ഉപനിഷത്തുകളുടെ ഭാഷയിൽ പറഞ്ഞാൽ 'സച്ചിദാനന്ദ'ത്തിൽ എത്തുക. ഇവിടെ മനുഷ്യൻ പുനർജനിക്കുന്നു. മാന്ത്രിക ചിന്തയുടെ സാരാംശം ഇതാണ്.

ഹെസ്സെയുടെ സൂചനകൾ വളരെ വ്യക്തമാണ്. ആകുലതകൾ കൊണ്ട് ക്ഷീണിതനായ മനുഷ്യൻ തന്നിൽ സ്ഥിതിചെയ്യുന്ന രണ്ടു ധ്രുവങ്ങളെയും ഒരു പോലെ സ്വാംശീകരിക്കുന്ന പ്രക്രിയയാണ് മാന്ത്രിക ചിന്ത. ഇതിലൂടെ മനുഷ്യൻ പുനർജനിക്കുന്നു. കുറേക്കൂടെ ലളിതമായി

പറഞ്ഞാൽ ആകുലതകൾ അംഗീകരിച്ചുകൊണ്ട് ഒരു പുതിയ സമഷ്ടിക്കു വേണ്ടിയുള്ള അന്വേഷണം. അതാണ് മാന്ത്രിക ചിന്ത. ബാഹ്യലോക ത്തു നിന്ന് മാറി ചിന്തിക്കുമ്പോൾ പ്രത്യക്ഷത്തിൽ നമുക്ക് പരസ്പര വി രുദ്ധമെന്ന് തോന്നിക്കുന്ന അവസ്ഥകളെ സംയോജിപ്പിക്കാനും, എല്ലാറ്റിന്റെ യും (പ്രപഞ്ചത്തിന്റെ) അടിസ്ഥാനപരമായ ഏകത്വം ദർശിക്കാനും നമു ക്കു കഴിയും.

ജീവിതത്തെ എന്നും ഒരു മാന്ത്രികന്റെ കാഴ്ചപ്പാടിലൂടെ കാണാൻ ഹെസ്സെ ശ്രമിച്ചിരുന്നു. അദ്ദേഹത്തിന്റെ ഡയറിക്കുറിപ്പുകൾ പരിശോധി ച്ചാൽ നമുക്കിത് മനസ്സിലാകും. തന്റെ നിയതമായ ആത്മപരിശോധന യിൽ മാന്ത്രികന്റെ സമീപനമാണ് ഹെസ്സെ സ്വീകരിച്ചിരുന്നത്. ബാല്യ കാലത്തു തന്നെ ഹെസ്സെ യാഥാർത്ഥ്യമെന്ന് പ്രായമായവർ കരുതി യിരുന്നതെല്ലാം ഭോഷ്കാണെന്നും സ്വേച്ഛയനുസരിച്ച് അവർ ഉണ്ടാക്കിയ മിഥ്യയാണെന്നും വിശ്വസിച്ചു. മാന്ത്രിക ചിന്തയിലൂടെ ഈ യാഥാർത്ഥ്യ ത്തെ ഒരു ഉയർന്ന തലത്തിൽ അവതരിപ്പിക്കാൻ അദ്ദേഹം ആഗ്രഹിച്ചി രുന്നു. ശൈശവകാലത്തെ ഈ ചിന്ത വെറും ചാപല്യമാണെന്ന് മറ്റു ള്ളവർ കരുതി. ഹെസ്സെ യൗവനയുക്തനായതോടെ ഈ പരിവർത്തനം ആന്തരികമായ ഒരു ത്വരയായി മാറി. ബാഹ്യലോകമല്ല അദ്ദേഹം പരി വർത്തനം ചെയ്യാൻ ആഗ്രഹിച്ചത്, പ്രത്യുത തന്റെ അന്തർലോകമാണ്. ആന്തരികവും ബാഹ്യവുമായ യാഥാർത്ഥ്യങ്ങൾ വെച്ചു മാറാനുള്ള കഴിവായാണ് ഹെസ്സെ മാന്ത്രികതയെ നിർവ്വചിക്കുന്നത്.

പ്രപഞ്ച വസ്തുക്കളുടെ ഏകത്വത്തിൽ വിശ്വസിക്കുന്നതുപോലെ മറ്റൊന്നിനേയും താൻ വിശ്വസിക്കുന്നില്ലെന്നും ഹെസ്സെ ഉറപ്പിച്ചു പ്രഖ്യാ പിക്കുന്നുണ്ട്. രണ്ടു ധ്രുവങ്ങൾ തമ്മിലുള്ള അന്തരം കാണാനും, അതിന പ്പുറത്തേക്കാവശ്യമായ ഏകത്വം, പ്രപഞ്ചത്തിലുള്ള എല്ലാറ്റിന്റെയും സമഷ്ടി കാണാനുമുള്ള കഴിവാണ് മാന്ത്രിക ചിന്തയെന്ന സങ്കല്പം കൊണ്ട് ഹെസ്സെ വിവക്ഷിക്കുന്നത്.

ഹെസ്സെയുടെ കൃതികളിൽ മാന്ത്രികചിന്തയെന്ന ഈ സങ്കല്പ ത്തിന്റെ പ്രാധാന്യം എന്താണെന്നുകൂടെ നോക്കാം. സിദ്ധാർത്ഥയുടെയും ഡീമിയന്റെയും അവസാന ഭാഗത്തെ മനോകല്പിതമായ ഖണ്ഡിക കളും, സ്റ്റെപ്പൻവോൾഫിലെ മാജിക് തിയേറ്ററും മാന്ത്രിക ചിന്തയെന്ന സങ്കല്പത്തിലൂടെ മാത്രമേ നമുക്കു മനസ്സിലാക്കാൻ കഴിയൂ. മാന്ത്രിക ചിന്തയുടെ തലത്തിൽ നടക്കുന്ന ക്രിയകളാണ് ഹെസ്സെ മാജിക് തിയേ റ്ററിൽ അവതരിപ്പിച്ചിരിക്കുന്നത്. ഈ ഭാഗത്ത് ഹാരിഹാലർ തന്റെ പൂർവ്വ കാല ജീവിതത്തെക്കുറിച്ച് ഓർമ്മിക്കുന്നു. യാഥാർത്ഥ്യത്തിന്റെ പല വശങ്ങളും ജീവിതത്തിലയാൾ പരിത്യജിച്ചത് തെറ്റാണെന്ന് ഹാലർ മനസ്സിലാക്കുന്നു. അയാൾ പരിത്യജിച്ച എല്ലാ യാഥാർത്ഥ്യങ്ങൾക്കും (യുദ്ധത്തിലായാലും രതിയിലായാലും) മറ്റൊരു വശമുണ്ടെന്നും, അതും സ്വാംശീകരിക്കാനുള്ള കഴിവ് അയാൾക്കുണ്ടെന്നുമുള്ള അറിവ് ഹാലർക്ക്

കൈവരുന്നു. യാഥാർത്ഥ്യങ്ങളെ പരസ്പര വിരുദ്ധമായ രണ്ടു ധ്രുവങ്ങളിൽ നിന്നു കാണാനുള്ള ആസക്തി ഇല്ലാതാകുകയും ജീവിതത്തിന്റെ എല്ലാ ഭാവഭേദങ്ങളും ഉൾക്കൊള്ളുന്ന വിശാലവും സാന്ദ്രവുമായ ഒരു തലത്തേപ്പറ്റി ചിന്തിക്കാനും അയാൾക്കു കഴിയുന്നു. ഇതിന്റെ ആദ്യപടി നമ്മുടെ ആത്മാവിലും ബാഹ്യലോകത്തുമുള്ള ആകുലതകളെ അംഗീകരിക്കുകയും രണ്ടാമതായി ഇതെല്ലാം ജീവിതത്തിന്റെ സ്വാഭാവിക വശങ്ങളാണെന്നു കരുതി അത് ഉൾക്കൊള്ളാൻ തയ്യാറാകുകയും ചെയ്യണം.

ഹെസ്സെയുടെ നോവലുകളിൽ മാന്ത്രിക ചിന്തയ്ക്ക് ഘടനാപരമായ പ്രാധാന്യവുമുണ്ട്. അതിലെ പല പ്രതീകങ്ങളുടെയും പ്രതിച്ഛായകളുടെയും ഉറവിടം ഇതാണ്. ഗ്രന്ഥകാരന്റെ ജോലി തത്ത്വചിന്തയെപ്പറ്റി പ്രഭാഷണം നടത്തുകയല്ല; മറിച്ച് ആശയങ്ങൾക്കനുയോജ്യമായ രൂപം കൊടുത്ത് അവതരിപ്പിക്കയാണ്. ധ്രുവങ്ങൾ തമ്മിലുള്ള വ്യത്യാസങ്ങൾ സമന്വയിപ്പിക്കുന്ന വിധം ദൃഷ്ടിഗോചരമാക്കുന്നത് സാങ്കേതിക വിദ്യ (Technique)ആണ്. അതിർത്തികളില്ലാത്ത (delimitation) ഈ സാങ്കേതിക വിദ്യ യൂറോപ്പിൽ ചിത്രകാരന്മാർ, കവികൾ, സംഗീതജ്ഞർ തുടങ്ങിയ സാംസ്കാരിക നേതാക്കൾ ഇരുപതാം നൂറ്റാണ്ടിൽ ധാരാളമായി ഉപയോഗിച്ചിരുന്നു. ഉദാഹരണത്തിന് പ്രസിദ്ധ ചിത്രകാരനായ മാർക്ക് ചാഗളിന്റെ പല ചിത്രങ്ങളിലും വസ്തുക്കൾക്ക് അതിർത്തികളില്ല. എല്ലാം ഒന്നിന്റെ പല ഭാഗങ്ങളായി രേഖപ്പെടുത്തിയിരിക്കയാണ്. സംഗീതത്തിലും പന്ത്രണ്ടു സ്വരങ്ങൾ (ഭാരതീയർക്കു സപ്തസ്വരങ്ങളുള്ളതുപോലെ പാശ്ചാത്യ സംഗീതത്തിൽ പന്ത്രണ്ടു സ്വരങ്ങളുണ്ട്.) ഒരു പോലെ സമന്വയിപ്പിച്ച് ഏക സ്വരത്തിൽ പാടുന്ന രീതിയും ഇക്കാലത്ത് സാധാരണമായി.

ഹെസ്സെയുടെ കൃതികളിൽ ഏകത്വത്തിന്റെയും (unity) സമഷ്ടി (totality)യുടെയും പ്രതീകങ്ങൾ എത്ര വേണമെങ്കിലും നമുക്കു കാണാം. ഓരോ പ്രതീകവും അതാത് കൃതിയുടെ സന്ദർഭത്തിനനുസരിച്ചേ നമുക്ക് മനസ്സിലാക്കാൻ കഴിയുകയുള്ളുവെങ്കിലും ചില പ്രതീകങ്ങളുടെ സവിശേഷസ്വഭാവം ഇവിടെ പറയാം. ഉദാഹരണത്തിന് ഡീമിയനിലെ ആബ്രാക്സ് നോക്കുക. നാസ്റ്റിക്കുകളുടെ ആരാധനാക്രമത്തിൽ ദൈവത്തിനെയും സാത്താനേയും ഇണക്കിച്ചേർത്ത ദേവനാണ് ആബ്രാക്സ്. ഈ നോവലിൽ തന്നെ മുട്ട(egg)യെപ്പറ്റി പറയുന്നുണ്ട്. അത് പരമ്പരാഗതമായി സമഷ്ടിയെ സൂചിപ്പിക്കുന്ന പ്രതീകമാണ്.

സ്റ്റെപ്പൻ വോൾഫിൽ ഹാരിഹാലരുടെ ജീവിതം പുറം ലോകത്തിലേക്ക് തുറന്നിടുന്ന വാതായനത്തിന്റെ പ്രതീകമാണ് മാന്ത്രിക തിയേറ്റർ. പരസ്പരം ഒഴിവാക്കാൻ കഴിയാത്ത പല ധ്രുവങ്ങൾക്ക് ബാഹ്യരൂപം നൽകുകയാണ് ഹെസ്സെ ചെയ്തിരിക്കുന്നത്. ഗ്ലാസ് ബീഡ്സ് ഗെയിമിൽ മനുഷ്യ സംസ്കൃതി രൂപപ്പെടുത്തുന്ന എല്ലാം മൂല്യങ്ങളെയും ഒരേസമയത്തു തന്നെ വേർതിരിച്ച് കാണിക്കുന്നു. സ്റ്റെപ്പൻ വോൾഫിന്റെ ആത്മീയ പരിവർത്തനത്തിനുള്ള സങ്കീർത്തനമെന്ന നിലയിൽ സംഗീതവും

ഹെസ്സെക്ക് സമഷ്ടിയുടെ പ്രതീകമാണ്. അതിന്റെ താളൈക്യത്തിൽ ഭിന്നസ്വരങ്ങളെ ഏകീകരിച്ചു സാന്ദ്രത കൈവരുത്താൻ കഴിയും. അടിസ്ഥാനപരമായി ഹെസ്സെയുടെ എല്ലാ പ്രതീകങ്ങളും സമഷ്ടിയെ പ്രതിനിധാനം ചെയ്യുന്നവയാണ്. അദ്ദേഹത്തിന്റെ നോവലുകളിൽ ഭാരതീയ പാരമ്പര്യത്തിലെ അഗ്നിയും സമഷ്ടിയുടെ പ്രതീകമാണ്. സംഗീതത്തെപ്പോലെ അഗ്നിയും മറ്റെല്ലാ ഘടകങ്ങളും ഗ്ലാസ് ബീഡ്സ് ഗെയിമെന്ന നോവലിൽ അത്യധികം കരകൗശലത്തോടെ ഏകീകരിച്ചിരിക്കയാണ്. അവിടെ അതിർവരമ്പുകളില്ല.

അതുപോലെ പരിണാമ പ്രക്രിയയെയും (metamorphosis) പ്രതീകമായി ഹെസ്സെ അദ്ദേഹത്തിന്റെ കഥകളിൽ അവതരിപ്പിച്ചിട്ടുണ്ട്. പീറ്ററുടെ രൂപഭേദമെന്ന (1922) കഥയിൽ പ്രധാന കഥാപാത്രമായ പീറ്ററുടെ രൂപഭേദത്തെ കേന്ദ്രീകരിച്ചാണ് അതിന്റെ ഇതിവൃത്തം സംഘടിപ്പിച്ചിരിക്കുന്നത്. പീറ്റർ ഒരു മാന്ത്രിക കല്ലിൽ തൊടുമ്പോൾ അയാളൊരു മരമായി മാറുന്നതാണ് ആ പരിണാമ പ്രക്രിയ. ഇത് കെട്ടുകഥകളുടെ (fairy tales) വകുപ്പിൽപ്പെടുത്താമെങ്കിലും അനുവാചകന് എല്ലാ വൈരുദ്ധ്യങ്ങളുടെയും ഏകത്വത്തെയും നിലനില്പിന്റെ സമഷ്ടിയെയും ബോധവത്കരിക്കാൻ ഇത്തരം കഥകൾക്ക് കഴിയുമെന്നതിൽ സംശയമില്ല.

ചുരുക്കിപ്പറഞ്ഞാൽ ഹെസ്സെയുടെ തലമുറയിലെ പ്രശസ്തരായ മറ്റെല്ലാ എഴുത്തുകാരെയും പോലെ അദ്ദേഹവും ഇരുപതാം നൂറ്റാണ്ടിന്റെ പ്രധാന പ്രശ്നമായ ജീവിതത്തിന്റെ എല്ലാ തലങ്ങളിലുമുള്ള മൂല്യത്തകർച്ചയെക്കുറിച്ച് ബോധവാനായിരുന്നു. അതിനൊരു പരിഹാരമായി തന്റെ രചനയിൽ മാന്ത്രിക വിഷയങ്ങളും അവയെ സൂചിപ്പിക്കുന്ന പ്രതീകങ്ങളും അവതരിപ്പിച്ച് ജനങ്ങൾക്ക് സമഷ്ടിയെക്കുറിച്ച് ഒരവബോധം ഉണ്ടാക്കാൻ ഹെസ്സെ ശ്രമിക്കുകയും അതിൽ വിജയിക്കുകയും ചെയ്തു എന്ന് നിസ്സംശയം പറയാം. ഈ അർത്ഥത്തിൽ ആധുനിക സാഹിത്യത്തിന് അദ്ദേഹം നൽകിയ സംഭാവന വിലപ്പെട്ടതാണ്.

കലാകാരനും സമൂഹവും തമ്മിലും ഒരു വ്യക്തിയുടെ ആന്തരിക തലത്തിലെ നല്ലതും ചീത്തയും തമ്മിലുമുള്ള സംഘർഷം എങ്ങനെ പരിഹരിക്കാമെന്ന കാര്യം ഇരുപതാം നൂറ്റാണ്ടിലെ ജർമ്മൻ എഴുത്തുകാരെയെല്ലാം ചിന്തിപ്പിച്ചിരുന്ന വിഷയമാണ്. തോമസ്മാന്റെ ടോനിയോ, ക്രോഗർ തുടങ്ങിയ നോവലുകളിൽ ഈ വിഷയം വളരെ വിദഗ്ധമായി കൈകാര്യം ചെയ്തിട്ടുണ്ട്. അദ്ദേഹത്തിന്റെ മാജിക് മൗണ്ടനിൽ പ്രധാന കഥാപാത്രമായ ഹാൻസ്കാ സ്ട്രോപ്പ് അനുരഞ്ജനം കണ്ടെത്തുന്നത് മഞ്ഞു പെയ്യുന്ന സമയത്താണ്. അയാളുടെ ആദ്ധ്യാത്മിക ഗുരുക്കന്മാർ തമ്മിലുള്ള വാദപ്രതിവാദങ്ങൾ കേട്ട് ശരിയും തെറ്റും തിരിച്ചറിയാൻ കഴിയാതെ വലയുകയായിരുന്നു ഹാൻസ്. അനുസ്യൂതം പെയ്തുകൊണ്ടിരുന്ന മഞ്ഞു ധൂളികൾ (snow flakes) ആണ് നല്ലതും ചീത്തയും തമ്മിൽ വ്യത്യാസമില്ലെന്ന് അയാളെ ബോധ്യപ്പെടുത്തുന്നത്. പ്രത്യക്ഷത്തിൽ വ്യത്യാസങ്ങളെന്നു തോന്നുന്ന അവസ്ഥ

മനുഷ്യന്റെ മനസ്സിലാണെന്നും അത് നിയന്ത്രിക്കാനുള്ള ഇച്ഛാശക്തി (will) മനുഷ്യനുണ്ടെന്നും അയാൾ തിരിച്ചറിയുന്നു.

ഹാൻസ് ബ്രോക്കും മൂല്യത്തകർച്ചയുടെ തലമായി ആധുനിക ലോകത്തുണ്ടാകുന്ന ആകുലതകളെക്കുറിച്ച് ബോധവാനായിരുന്നു. അദ്ദേഹത്തിന്റെ മിക്ക നോവലുകളിലെയും പ്രത്യേകിച്ച് വെർജിലിന്റെ മരണം (The death of virgil) എന്ന കൃതിയിലെ പ്രമേയം ഉപരിപ്ലവമായ വൈരുദ്ധ്യങ്ങളെ എങ്ങനെ സംയോജിപ്പിക്കാമെന്നതായിരുന്നു.

മിക്കവാറും എല്ലാ ആളുകളും നല്ലതും ചീത്തയും തമ്മിലുള്ള അന്തരം മനസ്സിലാക്കാൻ പരമ്പരാഗതമായ മാനദണ്ഡങ്ങളുപയോഗിക്കുമെന്ന് ഹെസ്സെക്ക് അറിയാമായിരുന്നു. തെറ്റായ ഈ മാനദണ്ഡങ്ങളെ മാന്ത്രിക ചിന്തയിലൂടെ തുടച്ചുനീക്കി ഒരു വ്യക്തിയുടെ ആവശ്യാനുസരണം ഒരു പുതിയ നീതിവ്യവസ്ഥ രൂപപ്പെടുത്താൻ കഴിയുമെന്ന് ഹെസ്സെ പ്രത്യാശിച്ചു. ഹെസ്സെയുടെ സിദ്ധാർത്ഥയിലും, പൗരസ്ത്യ ദിക്കിലേക്കൊരു യാത്രയിലും പീറ്ററുടെ രൂപഭേദത്തിലുമെല്ലാം കാണുന്ന പ്രതീകങ്ങൾ മനുഷ്യരാശിയുടെ നിലനില്പെന്ന പ്രശ്നത്തിന്റെ കാല്പനിക രൂപമാണ്.

കലയുടെ സൗന്ദര്യാരാധനയ്ക്ക് ഹെസ്സെ നല്കിയ പ്രതീകമാണ് കാസ്റ്റേലിയ. ഇത് കൂടുതൽ പ്രകടമാകുന്നത് ഗ്ലാസ് ബീഡ്സ് ഗെയിമെന്ന നോവലിലാണ്. ആ നോവൽ കാസ്റ്റേലിയയുമായി സാമ്യമുള്ള സങ്കല്പങ്ങൾ ഉപയോഗിച്ചിരിക്കുന്ന മറ്റു രണ്ടു നോവലുകളുമായി താരതമ്യപ്പെടുത്തുന്നത് കാസ്റ്റേലിയെ കുറിച്ച് കൂടുതൽ മനസ്സിലാക്കാൻ സഹായകമാകും. പല നിരൂപകന്മാരും ഗ്ലാസ് ബീഡ്സ് ഗെയിമും, തോമസ്മാന്റെ ഡോക്ടർ ഫൌസ്റ്റസും (1947) തമ്മിലുള്ള സമാനതകൾ ചൂണ്ടിക്കാണിച്ചിട്ടുണ്ട്. രണ്ടു ഗ്രന്ഥകാരന്മാരും ഇതിലെ സാമ്യതകൾ കണ്ട് അദ്ഭുതപ്പെട്ടതായി ഒരു ലേഖനത്തിൽ ഹെസ്സെ പരാമർശിച്ചിരിക്കുന്നു. രണ്ടു നോവലുകളും സംഗീതത്തിലെ സൗന്ദര്യാത്മകതയുടെ തലങ്ങളെക്കുറിച്ചു പ്രതിപാദിക്കുന്നവയാണ്. ഇതിവൃത്തത്തിലെ ക്രിയാംശത്തിനു പുറമെ സംഗീതത്തിന്റെ ഒരു സംക്ഷിപ്ത ചരിത്രവും തിയറിയും (theory) നോവലിൽ കൊടുത്തിട്ടുണ്ട്. രണ്ടു നോവലുകളും ജർമ്മനിയിലെ ധൈഷണിക-സാംസ്കാരിക ചരിത്രത്തിലെ പ്രശസ്ത വ്യക്തികളെയാണ് പരാമർശിച്ചിരിക്കുന്നത്.[2] രണ്ടു നോവലുകളിലും സമകാലിക സമൂഹത്തെ കുറിച്ചുള്ള വിമർശനം നിലനിർത്തിയിരിക്കുന്നത് വിരോധാഭാസവും ഗുരുതരമായ വിഷയങ്ങളും തമ്മിലുള്ള സംഘർഷത്തെ അടിസ്ഥാനപ്പെടുത്തിയാണ്. എന്നാൽ ഈ സാദൃശ്യങ്ങൾ

2. ഹെസ്സെയും തോമസ്മാനും, മൊൺടേജ് ടെക്നിക് എന്ന സമ്പ്രദായം ഉപയോഗിച്ചിരുന്നു. ഈ നോവലുകളിൽ ചരിത്രത്തിലെ പ്രശസ്ത വ്യക്തികളുടെ സംഭാവനകളും, ഖണ്ഡികകളും, നോവലിന്റെ പ്രധാന ഭാഗങ്ങളിൽ ഉദ്ധരണികളായി ചേർക്കുന്ന രീതിക്കാണ് മൊൺടേജ് ടെക്നിക് എന്നു പറയുന്നത്.

വിഷയ സംബന്ധി മാത്രമാകുന്നു. ഘടനാപരമായി രണ്ടു നോവലുകളും രണ്ടു ധ്രുവങ്ങളിലാണ്.

ഐഹികമായ ഏകീകരണത്തിന്റെ ഉത്തമോദാഹരണമാണ് ഡാക്ടർ ഫൗസ്റ്റസ്. ആന്തരികമായി ജൈവ ചൈതന്യമുള്ള വിധത്തിലാണ് നോവൽ ചിട്ടപ്പെടുത്തിയിരിക്കുന്നത്. ഗ്ലാസ് ബീഡ്സ് ഗെയിമും നല്ല കെട്ടുറപ്പുള്ള നോവൽ തന്നെ. എന്നാലതിന്റെ ഘടന വേറെയാണ്. നോവലിന്റെ സമാനത (Balance) അത്രതന്നെ ജൈവസമ്പൂർണ്ണവുമല്ല. ഗ്ലാസ് ബീഡ്സ് ഗെയിമിന്റെ ഉദ്ഭവം പരിശോധിച്ചാൽ അതു മനസ്സിലാകും. ഏതാണ്ട് പതിനൊന്നു വർഷം കൊണ്ടാണ് ഇതിന്റെ അവ്യക്ത രൂപത്തിന് പൂർണ്ണത കൈവന്നതെന്ന് ഹെസ്സെ പറയുന്നു. ഈ കാലയളവിൽ അദ്ദേഹത്തിന്റെ ഘടനാ രൂപങ്ങൾക്കും സാരമായ വ്യത്യാസങ്ങളുണ്ടായി. തോമസ് മാനാണെങ്കിൽ അദ്ദേഹത്തിന്റെ നോവലിന്റെ രൂപ ഭാവങ്ങൾ എങ്ങനെയായിരിക്കണമെന്ന് ആദ്യം മുതലേ വ്യക്തമായ ധാരണയുണ്ടായിരുന്നു.

ഉദ്ഭവത്തിലും ക്രമീകരണത്തിലും ഹെസ്സെയുടെ നോവലിനോട് കൂടുതൽ അടുപ്പമുള്ള മറ്റൊരു കൃതിയാണ് ഹെർമൻ ബ്രോക്കിന്റെ ഉറക്കത്തിൽ നടക്കുന്നവർ (The sleep walkers). ഈ നോവൽ ഹെസ്സെ വായിക്കുകയും നിരൂപണം ചെയ്യുകയും ചെയ്തിട്ടുണ്ട്. ഈ രണ്ടു നോവലിലും കാണുന്ന പല പുതിയ സാങ്കേതിക രീതികളും ഡോക്ടർ ഫൗസ്റ്റസിലില്ല. ബ്രോക്കിന്റേയും ഹെസ്സെയുടേയും നോവലിലെ പ്രതിപാദ്യവിഷയം മൂല്യത്തകർച്ചതന്നെയാണെങ്കിലും അത് നിലവിലുള്ള യാഥാർത്ഥ്യങ്ങളിൽ നിന്ന് വേറിട്ട, സൗന്ദര്യബോധത്തിലധിഷ്ഠിതമായ, ആദർശത്തിലാണ് അടിയുറപ്പിച്ചിരിക്കുന്നത്. രണ്ടു നോവലുകളിലും കലാത്മകമായ ഏകീകരണം സാധിച്ചിരിക്കുന്നത് ഭാവനാസമ്പന്നനായ ഒരു കഥാകാരനിലൂടെയാണ്. ഡോക്ടർ ഫൗസ്റ്റസിലെ കഥാകാരനാകട്ടെ (narrator) കഥയുടെ പൂർണ്ണരൂപം മനസ്സിലാക്കാൻ കഴിയുന്നില്ല. ബ്രോക്കിന്റെ നോവൽ ഹെസ്സെയെ സ്വാധീനിച്ചു എന്ന് ഇവിടെ വിവക്ഷിക്കുന്നില്ല. ഈ രീതി സ്റ്റെപ്പൻ വോൾഫും, പൗരസ്ത്യദേശത്തെ യാത്രയും എഴുതുന്നതിന് വളരെ മുമ്പുതന്നെ ഹെസ്സെയുടെ മനസ്സിൽ ഉണ്ടായിരുന്നതായി അദ്ദേഹത്തിന്റെ ഡയറിക്കുറിപ്പുകളിൽ നിന്നു മനസ്സിലാക്കാം.

ഹെസ്സെയുടെ ഗ്ലാസ് ബീഡ്സ് ഗെയിമെന്ന നോവൽ ഗീഥേയുടെ വില്യംമെയ്സ്റ്ററുടെ യാത്രകൾ (Travels of William Meister) എന്ന നോവലിനോടു താരതമ്യപ്പെടുത്തുന്നതായിരിക്കും കൂടുതൽ അഭികാമ്യം. ഈ നോവലിൽ കാസ്റ്റേലിയ സാങ്കല്പികവും എന്നാൽ അതേ സമയം പ്രബോധാത്മകവുമായ ഒരു പ്രോവിൻസായിട്ടാണ് അവതരിപ്പിച്ചിരിക്കുന്നത്. ഗീഥേയും ഇതേ രീതിയിലുള്ള ഒരു പ്രോവിൻസിനെ കുറിച്ചു പറയുന്നുണ്ട്. ഗ്ലാസ് ബീഡ്സ് ഗെയിമിലെ പ്രധാനപാത്രമായ നെച്ച് (ഭൃത്യൻ) ഗീഥേയുടെ മെയ്നറുമായി (യജമാനൻ) താരതമ്യപ്പെടുത്താം. എന്നിരുന്നാലും സാദൃശ്യങ്ങൾ ഉപരിതലത്തിൽ മാത്രമേയുള്ളൂ. ഗീഥേയുടെ

'പ്രവർത്തിക്കുകയും ചിന്തിക്കുകയും' (Act and Think) എന്ന സങ്കല്പം ഹെസ്സെയുടെ 'ക്രിയയും ആത്മശോധനയും' (Act and Introspect) തമ്മിൽ വ്യത്യാസമുണ്ട്. അതുപോലെ ഗീഥേയുടെ കാസ്റ്റേലിയയ്ക്ക് പ്രായോഗിക പ്രസക്തി മാത്രമേയുള്ളൂ. ഹെസ്സെയുടെ സങ്കല്പത്തിൽ അതിന് സൗന്ദര്യാവബോധത്തിൽ അധിഷ്ഠിതമായ ആദർശാത്മകത്വ മുണ്ട്. അതുപോലെ ഗീഥേയുടെ നോവലിൽ പ്രബോധാത്മകമായ പ്രോ വിൻസും മറ്റു പല ക്രിയകൾ നടക്കുന്ന സ്ഥലങ്ങളിൽ ഒന്നു മാത്രമാണ്. എന്നാൽ ഹെസ്സെയുടെ നോവലിലെ കേന്ദ്ര ബിന്ദു ഇതു മാത്രമാണ്. കാസ്റ്റേലിയ എന്ന സങ്കല്പം ജൈവപരമായി സൗന്ദര്യാവബോധത്തില ധിഷ്ഠിതമായ ഒരു ആദർശമാണ്. ഈ ആശയങ്ങൾ നാർസിങ്ങും ഗോൾഡ്മണ്ടും എഴുതിയ കാലം മുതലേ ഹെസ്സെ വികസിപ്പിച്ചെടുത്ത വയാണ്. ഗീഥേയുടെ സങ്കല്പം ചില വിഷയങ്ങൾ നല്കിയിരിക്കാ മെങ്കിലും, ഉള്ളടക്കത്തിലും ഭാവത്തിലും അതിരറ്റ സാദൃശ്യം ഉണ്ടെന്നു പറയുക വയ്യ. എന്നാൽ ഘടനാപരമായി ഹെസ്സെയുടെ നോവലുകൾക്ക് ബ്രോക്കിന്റെ നോവലുകളുമായി സാദൃശ്യമുണ്ട്. ഇവരുടെ രണ്ടുപേരു ടെയും നോവലുകൾക്ക് ഗീഥേയുടെ നോവലുകളുമായും.[3]

എന്നാൽ ഗ്ലാസ് ബീഡ്സ് ഗെയിമിൽ കുറേക്കൂടെ മൗലികവും ആധുനി കവുമായ സവിശേഷതകൾ കാണാം. ഇവിടെ സമൂഹത്തിനാണ് പ്രാധാന്യം. വ്യക്തിക്കല്ല. ക്രിയാംശത്തിന് ഊന്നൽ കൊടുക്കാതെ അതിന്നാധാരമായ ചിന്തകൾക്ക് പ്രാധാന്യം കൊടുത്താണ് ഈ നോവ ലെഴുതിയിരിക്കുന്നത്.

നാർസിങ്ങും ഗോൾഡ്മണ്ടും എന്ന നോവലിലും കാസ്റ്റേലിയയുടെ അപൂർണ്ണമായ രൂപം ദൃശ്യമാണ്. ഇവിടെയത് നാർസിങ്ങിന്റെ ആത്മ സത്തയെയും അയാളുടെ ലോകത്തെയും മാത്രമേ സ്പർശിക്കുന്നുള്ളു. അതിനെക്കുറിച്ചും അല്പമിവിടെ പറയട്ടെ. ഈ കഥ മദ്ധ്യകാലഘട്ട ത്തിലെ ഒരു സന്ന്യാസിമഠത്തിൽ (monastry) നടക്കുന്നതായിട്ടാണ് സങ്കല്പിച്ചിരിക്കുന്നത്.[4]

ആത്മചേതനയുടെ പ്രതീകമാണ് ഈ സന്ന്യാസി മഠം. ഹെസ്സെക്ക് ഈ കാലഘട്ടത്തെക്കുറിച്ചും, സന്ന്യാസിമഠത്തിലെ നടപടിക്രമങ്ങളെ ക്കുറിച്ചും നല്ല അറിവുണ്ടായിരുന്നു. കഥ നടക്കുന്നത് പ്രോട്ടസ്റ്റന്റ് മതം ഉരുത്തിരിഞ്ഞ ക്രൈസ്തവ സഭയിലെ വിപ്ലവത്തിന് (reformation) മുമ്പാണ്. രാഷ്ട്രീയ ശക്തികൾ അതിനെ വെല്ലുവിളിച്ചിരുന്നില്ലെങ്കിലും കഥയിലെ സന്ന്യാസിമഠം ആത്മീയതലം തന്നെയായിരുന്നു.

സന്ന്യാസിമഠത്തിന്റെ ഭൗതിക പശ്ചാത്തലം ഹെസ്സെക്ക് ചെറുപ്പം മുതലേ പരിചിതമായിരുന്നു. നോവലിലെ മറിയ ബ്രോൺ എന്ന മഠം ഹെസ്സെ ചെറുപ്പത്തിൽ പഠിച്ചിരുന്ന മാൾബ്രോണിലെ ക്രൈസ്തവ

3. ഗീഥേയാണ് 'സ്കൂൾ നോവൽ' പ്രസ്ഥാനത്തിന് തുടക്കം കുറിച്ചത്.

4. ആ സന്ന്യാസിമഠവും ഡീമിയനിൽ പറയുന്ന മൂന്നാംരാജ്യവും (Third Kingdom) ഒന്നുതന്നെ.

സെമിനാരിതന്നെ. ഗോൾഡ്മണ്ട് മഠത്തിൽ നിന്ന് ഒളിച്ചോടിപോകുന്നതു പോലെ ഹെസ്സെയും സെമിനാരിയിൽ നിന്ന് ഒളിച്ചോടി പോയിട്ടുണ്ട്.

മറിയബ്രോൺ ഒരു കത്തോലിക്ക മതവിഹാരമാണ്. സ്വന്തം കുടുംബത്തിന്റെ പ്രോട്ടസ്റ്റന്റ് മതവിശ്വാസം വളരെ ചെറുപ്പത്തിൽ തന്നെ ഹെസ്സെ കൈവെടിഞ്ഞിരുന്നു. അതിനുശേഷം ക്രമാനുഗതമായ (organised) ഒരു മതത്തിലും ചേർന്നിരുന്നില്ല. എന്നാൽ കത്തോലിക്കാ മതത്തിന്റെ ചിഹ്നങ്ങളും ആചാരക്രമങ്ങളും അദ്ദേഹത്തെ വളരെയധികം ആകർഷിച്ചിരുന്നു. എപ്പോഴെങ്കിലും ഏതെങ്കിലും മതത്തിൽ ചേരാൻ ആഗ്രഹിച്ചാൽ അത് കത്തോലിക്കാ മതം തന്നെയായിരിക്കുമെന്ന് ഹെസ്സെ പലയിടത്തും പ്രഖ്യാപിച്ചിട്ടുണ്ട്. അവരുടെ സ്വമതനിഷ്ഠയല്ല ഹെസ്സെയെ ആകർഷിച്ചത്. ആചാരക്രമങ്ങളിലായിരുന്നു ഹെസ്സെയുടെ താത്പര്യം.

അക്കാലത്ത് നിലവിലിരുന്ന മറ്റേത് മതവിശ്വാസങ്ങളിലും വെച്ച് ഏറ്റവും തൃപ്തികരമായി ഹെസ്സെക്കു തോന്നിയത് കത്തോലിക്കാമതമാണ്. അതിന്റെ കാരണം സൗന്ദര്യാത്മകതകൊണ്ട് തന്റെ സ്വന്തം വിശ്വാസങ്ങൾക്ക് അനുയോജ്യമായ പ്രതീകങ്ങൾ അവിടെ കണ്ടെത്താൻ കഴിയുമെന്ന വിശ്വാസംതന്നെ. നാർസിങ്ങും ഗോൾഡ്മണ്ടും എന്ന കൃതിയിൽ കത്തോലിക്കാമതത്തിലെ സന്ന്യാസി ജീവിതം ഹെസ്സെ 'കാസ്റ്റേലിയ'യായി സങ്കല്പിച്ചത് മുമ്പ് പറഞ്ഞിട്ടുണ്ടല്ലോ. സ്വന്തമായി ചില കാഴ്ചപ്പാടുകൾ നൽകി വിഹാരജീവിതത്തെ നവീകരിച്ചാണ് ഈ നോവലിൽ ഹെസ്സെ കാസ്റ്റേലിയ എന്ന സങ്കല്പം അവതരിപ്പിച്ചിരിക്കുന്നതെന്നും പ്രത്യേകം പറയേണ്ടതാണ്.

കാലരാഹിത്യവും ത്രിബലകമായ കാഴ്ചപ്പാടും

ത്രിബലകമായ കാഴ്ചപ്പാട് (Triadic vision) ഹെസ്സെയുടെ ചിന്തയുടെയും കൃതികളുടെയും അവിഭാജ്യഘടകമാണ്. മാനവരാശി യുഗങ്ങളായി കാംക്ഷിക്കുന്ന സ്വർഗ്ഗ രാജ്യത്തേക്കുള്ള (മോക്ഷ) മാർഗ്ഗമാണ് ഇത് സൂചിപ്പിക്കുന്നത്. സ്വർഗ്ഗരാജ്യം (Third kingdom) എന്ന സങ്കല്പം പാശ്ചാത്യ സാഹിത്യകാരന്മാർ എക്കാലത്തും ചിന്തിച്ചിട്ടുള്ള ഒരു വിഷയമാണ്[5] സ്വർഗ്ഗരാജ്യത്തിന് അളവിലും വ്യാപ്തിയിലും പല വ്യത്യാസങ്ങളുമുണ്ടെങ്കിലും ക്രൈസ്തവ മതത്തിലധിഷ്ഠിതമായ ഈ സങ്കല്പത്തിന് പൊതുവായ മൂന്ന് അവസ്ഥകളുണ്ട്; ആദ്യം മനുഷ്യന് കൃപാനുസാരമായ ഒരവസ്ഥ. രണ്ടാമത്, പാപത്തിൽ വീണുകിടക്കുന്ന അവസ്ഥ, മൂന്നാമത് പാപമോചനം (redumption). ത്രിബലകമായ താളത്തിനനുസരിച്ചുള്ള ചിയലിസ്റ്റിക് കാഴ്ചപ്പാട് (Chialistic vision) ഇതാണ്. ജർമ്മനിയിൽ 1930കളിൽ നാസികൾ ഈ സങ്കല്പം ദുരുപയോഗപ്പെടുത്തിയതോടെ ഹെസ്സെ മൂന്നാം രാജ്യമെന്ന് അതിനു പേരിട്ടു. പിന്നീടത് ആത്മീയതയുടെ രാജ്യമായി. ഡീമിയനിലും സ്റ്റെപ്പൻവോൾഫിലും ദൈവരാജ്യമെന്ന

5. നോവാലിസിന്റെ പുതിയ സുവർണ്ണയുഗം (New Golden Age) നിചേയുടെ നന്മക്കും തിന്മക്കും അതീതമായ തലത്തിനുവേണ്ടിയുള്ള 'വൈകാരികമായ നിലവിളി' എന്നിവ ഉദാഹരണങ്ങൾ.

സങ്കല്പം ഒരു പ്രധാന വിഷയമാണ്. അതുപോലെ ബീഡ്സ് ഗെയിമും ശരിക്കും മനസ്സിലാക്കണമെങ്കിൽ ഈ സങ്കല്പത്തിലുള്ള ഹെസ്സെയുടെ വിശ്വാസം അറിഞ്ഞിരിക്കേണ്ടതാണ്.

ത്രിബലകമായ കാഴ്ചപ്പാടിനെ കുറിച്ച് പറയുമ്പോൾ അതിൽ കാല രാഹിത്യത്തിനുള്ള പ്രാധാന്യം കൂടെ മനുസ്സിലാക്കണം. മിഥ്യയെ അടി സ്ഥാനമാക്കിയുള്ള മാതൃക (mythical archetypes) ജോയിസ്സിന്റെ യൂലീ സിസ്സിലും തോമസ്മാന്റെ ഡോക്ടർ ഫൗസ്റ്റസിലും ഹെസ്സെയുടെ നോവലുകളിലേതു പോലെ കാണാം. ഈ സങ്കേതമുപയോഗിക്കുന്നത് സംഭവങ്ങളുടെ അനവരതം ദൃശ്യമാക്കാനാണ്. നമ്മുടെ ഭാവനയ്ക്കു മപ്പുറത്തുള്ള കാലാതീതമായ ഒരു യാഥാർത്ഥ്യത്തെ അവതരിപ്പിച്ച് സമ യത്തെ അതിജീവിക്കാൻ ശ്രമിക്കുന്നു. ഈ അർത്ഥത്തിൽ ഹെസ്സെയുടെ ത്രിബലകമായ കാഴ്ചപ്പാടിൽ അധിഷ്ഠിതമായ ചിയാലിസ്റ്റിക് കാഴ്ചപ്പാട് ആധുനിക നോവലുകളിൽ കാണുന്ന സാധാരണ ലക്ഷണമാണ്. ഭാരതീയ ചിന്തകളിൽ സർവ്വസാധാരണമായി കാണുന്ന ആദർശവും ഇതുതന്നെ.[6]

എന്തുകൊണ്ടാണ് കാലത്തെക്കുറിച്ച് സാഹിത്യകാരന്മാരും ചിന്ത കരും ആലോചിക്കുകയും എഴുതുകയും ചെയ്യുന്നത്. കലാരാധനയ്ക്കു പിന്നിലുള്ള അടിസ്ഥാനപരമായ പ്രേരണ മൃത്യുബോധമാണ്. മരണം ജീവിതത്തിന്റെ പൂർണ്ണതയെ കുറിക്കുന്ന അന്ത്യവിരാമമാണെന്നും അതിനെ കർമ്മ പ്രഭാവത്താൽ അതിശയിക്കണമെന്നുമാണ് ഹ്യൂമനി സ്റ്റുകളുടെ ആദർശം. ഈ വിഷയത്തെപ്പറ്റി പാശ്ചാത്യ സാഹിത്യകാര ന്മാർ നിരവധി ഗ്രന്ഥങ്ങൾ എഴുതിയിട്ടുണ്ട്.[7] ക്ലെയിനും വാൻഗളുമെന്ന നോവലിൽ ഹെസ്സെയും കാലരാഹിത്യവും മരണവും തമ്മിലുള്ള സം യോഗത്തെപ്പറ്റി പ്രതിപാദിക്കുന്നു. സൗന്ദര്യാവബോധത്തിലധിഷ്ഠിതവും കാലരഹിതവുമായ ഒരു തലം സൃഷ്ടിച്ച് മരണത്തെക്കുറിച്ചുള്ള ഭീഷണി ഒഴിവാക്കാൻ കഴിയുമെന്ന് റിൽഖി, ഹെസ്സെ, തോമസ്മാൻ, ജയിംസ് ജോയ്സ് തുടങ്ങിയ മഹാന്മാരായ സാഹിത്യകാരന്മാർ നിരീക്ഷിക്കുന്നു.[8]

ഗ്ലാസ്ബീഡ്സ് ഗെയിമിലേക്കു വരുമ്പോൾ ഹെസ്സെ കാസ്റ്റേലിയക്കു മപ്പുറത്തുള്ള ഒരു തലം കണ്ടെത്തുന്നു. അവിടെ എല്ലാ ജീവിത സമസ്യ കൾക്കും പരിഹാരം കണ്ടെത്താൻ കഴിയും. ഇതാണ് ഉട്ടോപിയ (utopia) എന്ന് അദ്ദേഹം സമർത്ഥിക്കുന്നു.

---

6. ഹോൾഡറിൻ അദ്ദേഹത്തിന്റെ പ്രശസ്തമായ 'ഹൈപീരിയൻ' എന്ന നോവ ലിൽ വ്യക്തിയുടെ വളർച്ച ത്രിബലകമായ കാഴ്ചപ്പാടിലൂടെയാണ് നോക്കി കാണുന്നത്.
7. 'ഭംഗിയുള്ള പുണ്യാളൻ' (The Picares saint) എന്ന ഗ്രന്ഥത്തിൽ ആർ. ഡബ്ലിയു.ബി.ലൂയിസ് മരണത്തെക്കുറിച്ചുള്ള മനോഭാവത്തെപ്പറ്റി വിശദ മായി ചർച്ച ചെയ്യുന്നു.
8. സമയത്തെ കീഴടക്കുന്ന ഹെസ്സെയുടെ പ്രധാന കഥാപാത്രങ്ങൾ (സിദ്ധാർത്ഥനും ഡീമിയനും) പ്രൗസ്റ്റിന്റെയും ജോയിസിന്റെയും തോമസ് മാന്റേയും കഥാപാത്രങ്ങളുടെ തോഴരാണ്.

പത്ത്
സ്റ്റെപ്പൻവോൾഫ്:
ഗദ്യത്തിലുള്ള ഒരു ഗീതകം

ഹെസ്സെയുടെ എല്ലാ കൃതികളിലും പ്രത്യേകിച്ച് നോവലുകളിൽ പ്ര തിഫലിക്കുന്നത് അദ്ദേഹത്തിന്റെ ജീവിതത്തിലെ സമസ്യകളാണെന്ന് പ്രത്യേകം പറയേണ്ടതില്ല. സ്റ്റെപ്പൻവോൾഫ് (1927) ആദ്യമായി വായി ക്കുന്നവർ അദ്ദേഹത്തിന്റെ ഡീമിയൻ എന്ന നോവൽ വായിക്കുന്നത് പ്ര യോജനകരമായിരിക്കും. ഡീമിയനിൽ നല്ല നാളെ വിഭാവനചെയ്യുന്ന സിൻക്ലെയർ എന്ന കഥാപാത്രം ഹെസ്സെ തന്നെയാണെന്ന് മുമ്പു പറ ഞ്ഞിട്ടുണ്ട്. സിൻക്ലെയറുടെ ആകുലതകളും ആകാംക്ഷകളും അയാൾ സ്നേഹിതനായ ഡീമിയനുമായി പങ്കുവെക്കുകയും അയാളിലൂടെ ഒരു പരിധിവരെ പരിഹാരം നേടുകയും ചെയ്യുന്നു. ഹെസ്സെയുടെ തന്നെ പര മ്പരാഗതമായ വിശ്വാസങ്ങളിൽ നിന്നുള്ള ഒരു ഉയിർത്തെഴുന്നേല്പായി ട്ടാണ് നാം ഇതിനെ കാണേണ്ടത്. ക്രോമറുമായുള്ള ബന്ധം സിൻക്ലെ യറുടെ ആദ്യത്തെ പാപകർമ്മമാണ്. കഥയുടെ അന്ത്യത്തിൽ ഡീമി യൻ ക്രോമറെ ഒഴിവാക്കുന്നതോടെ സിൻക്ലെയർ തന്റെ പരമ്പരാഗതമാ യ മൂല്യങ്ങൾ പുനഃപരിശോധിക്കുകയും അങ്ങനെ അയാൾക്ക് നവജീ വൻ കൈവരുകയും ചെയ്യുന്നു.

സിൻക്ലെയറിനു സംഭവിച്ച പരിവർത്തനത്തെ പ്രതീകാത്മകമായി ഈ നോവലിൽ ഹെസ്സെ ഒരു സ്വപ്നത്തിലൂടെയാണ് അവതരിപ്പിച്ചിരിക്കു ന്നത്. ഒരിക്കൽ ഭാവി പ്രവചിക്കുന്ന കഴുകനെ വിഴുങ്ങാൻ ഡീമിയൻ സിൻക്ലെയറെ നിർബ്ബന്ധിക്കുന്നതായി അയാൾ സ്വപ്നം കാണുന്നു. താൻ വിഴുങ്ങിയ കഴുകൻ അയാളുടെ ഉള്ളിലിരുന്ന് സിൻക്ലെയറെത്തന്നെ തി ന്നുകയാണ്. അങ്ങനെ സിൻക്ലെയർ ആ പക്ഷിയായി രൂപാന്തരപ്പെടു ന്നു. മുട്ടയിൽ നിന്ന് തോടു പൊളിച്ചിറങ്ങിയ പക്ഷിയെപ്പോലെ സിൻക്ലെ യറും അതുവരെ തന്നെ പൊതിഞ്ഞിരുന്ന ക്രിസ്ത്യൻ-ബൂർഷ്വാ ധർമ്മ ചിന്തയായിരുന്ന തോടു പൊളിച്ചു പുറത്തുവരുന്നു. അയാൾ പുനർജനി ക്കുന്നു. ഏതാണ്ടിതുപോലെയുള്ള ഒരാവിഷ്കാരരീതിയാണ് ഹെസ്സെ സ്റ്റെപ്പൻവോൾഫിലും സ്വീകരിച്ചിരിക്കുന്നത്.

സ്റ്റെപ്പൻവോൾഫ് എഴുതുന്നതിന് പശ്ചാത്തലം ഉണ്ടായിരുന്നു. 1917 മുതൽ 1922 വരെയുള്ള അഞ്ചു വർഷത്തെ ഹെസ്സെയുടെ ജീവിതം തികച്ചും ദുഃഖപൂർണ്ണമായിരുന്നു. അത് അദ്ദേഹത്തെ കൊടിയ നിരാശ യിലേക്ക് തള്ളിവിട്ടു. ഈ കാലത്തെക്കുറിച്ച് പ്രധാന കഥാപാത്രമായ ഹാലർ ഇങ്ങനെ പറയുന്നു. "സമുദായത്തിലുള്ള എന്റെ സ്ഥാനവും സമ്പത്തുമെല്ലാം എനിക്കു നഷ്ടപ്പെട്ടു. അതിനെ തുടർന്നു കുടുംബ ജീവിതവും. പെട്ടെന്നാണ് എന്റെ ഭാര്യ മനോരോഗിയായി അവളെന്നെ വീട്ടിനു പുറത്താക്കിയത്. സ്നേഹവും വിശ്വാസവും അതിവേഗം വെറുപ്പും വിദ്വേഷവുമായി മാറി. അയൽക്കാർ എന്നെ അവജ്ഞയോടെ നോക്കികാണാൻ തുടങ്ങി. അപ്പോഴാണ് ഞാൻ തികച്ചും ഏകാകിയായത്. യാതനാപൂർണ്ണമായ പല വർഷങ്ങൾക്കുശേഷം ഞാനൊരു വൈരാഗി യുടെ ജീവിതം കൈവരിച്ചു. വളരെക്കാലത്തെ കഠിനാദ്ധ്വാനത്തിനും അച്ചടക്കത്തിനുമൊടുവിൽ എന്റെ ജീവിതം കുറെയൊക്കെ ശാന്തതയും, ഔന്നത്യവും കൈവരിച്ചു. എങ്കിലും ആ ജീവിതത്തിന്റെയും ശ്രേഷ്ഠ മായ അവസ്ഥ അധികകാലം നീണ്ടു നിന്നില്ല." ഈ മാനസികാവസ്ഥ യിലാണ് ഹെസ്സെ സ്റ്റെപ്പൻ വോൾഫ് എഴുതാൻ തുടങ്ങിയത്. സിൻ ക്ലെയർ തോടു പൊളിച്ച് സ്വതന്ത്രനാകുന്നതുപോലെ മാജിക് തിയേറ്റ റിലെ അനുഭവത്തിലൂടെ ഹാലരും അനശ്വരരുടെ ലോകത്തിലേക്ക് പ്രവേശിക്കുന്നു.

സ്വിറ്റ്സർലണ്ടിലെ മലനിരയിലുള്ള ഒരു കാബിനിൽ (കുടിലിൽ) കുറച്ചുകാലം ഏകാന്തനായി ധ്യാനനിഷ്ഠയോടെ കഴിഞ്ഞിരുന്ന ഹെസ്സെ സ്വന്തം ജന്മസ്ഥലമായ കാൽവിലേക്ക് മടങ്ങിവരുമ്പോൾ അദ്ദേഹത്തിന് തോന്നിയത് താൻ ഏകാന്തനായ ഒരു ചെന്നായാണെ(സ്റ്റെപ്പൻവോൾഫ്) ന്നാണ്. അപ്പോഴേക്കും അദ്ദേഹം സമൂഹത്തിൽ നിന്നും വളരെ അകന്നു കഴിഞ്ഞിരുന്നു. ഏതു തലത്തിലുള്ള ജീവിതമാണ് തനിക്ക് ആത്മശാന്തി നൽകുന്നതെന്ന് തിരിച്ചറിയാൻ കഴിയാതെ പരിഭ്രാന്തനായി അലഞ്ഞു നടന്നിരുന്ന ഹാരിഹാലർ (ഹെസ്സെ) തന്റെ 48-ാം വയസ്സിൽ ഒരു ദിവസം സ്വിറ്റ്സർലണ്ടിലേതെന്ന് കരുതപ്പെടുന്ന ഒരു പട്ടണത്തിൽ (സൂറിച്ച്) എത്തപ്പെട്ടു.[1] ഇവിടെയാണ് സ്റ്റെപ്പൻ വോൾഫ് എന്ന നോവലിലെ സംഭവ ങ്ങൾ ആരംഭിക്കുന്നത്. അക്കാലത്തെ ബുദ്ധി ജീവികളെല്ലാം നേരിട്ടി രുന്ന വിഷമാവസ്ഥയിലായിരുന്നു ഹാലരും. തന്റെ അമ്പതാം വയസ്സിൽ ആത്മഹത്യ ചെയ്യാൻ സ്വയം തീരുമാനിച്ചിരുന്നതുകൊണ്ടാണ് അയാൾ ജീവിതം തള്ളിനീക്കിയിരുന്നതു തന്നെ.

ഇതിവൃത്ത സ്വരൂപണം

ഹെസ്സെയുടെ മറ്റു നോവലുകളെ അപേക്ഷിച്ച് സ്റ്റെപ്പൻവോൾഫ് കൂടുതൽ ആത്മകഥാപരമാണ്. ഇതിലെ കാതലായ വിഷയം ഒരു ബുദ്ധി ജീവിയുടെ (ഹാലരുടെ) നൈരാശ്യമാണ്. അതിൽ നിന്ന് അയാൾ

1. നോവലിൽ പട്ടണത്തിന്റെ പേരു പറയുന്നില്ല

എങ്ങനെ മുക്തിനേടുന്നുവെന്ന് നോവലിലൂടെ ഹെസ്സെ നമുക്കു വെളിപ്പെടുത്തിതരുന്നു.

സ്റ്റെപ്പൻവോൾഫിന്റെ ബാഹ്യരൂപം വായനക്കാരനെ അല്പം കുഴക്കുന്നതാണ്. എന്നാലിതിന്റെ ആന്തിരക ഘടന പരിശോധിച്ചാൽ നോവലിനെ പ്രാഥമിക വിവരങ്ങൾ, ക്രിയ, മാജിക് തിയേറ്റർ എന്ന് മൂന്ന് ഭാഗങ്ങളായി തിരിക്കാം. പ്രാഥമിക വിവരങ്ങൾ ഉൾക്കൊള്ളുന്ന ആദ്യഭാഗം തന്നെ മൂന്ന് ഉപഭാഗങ്ങളായി വിഭജിക്കാം. ഒന്ന് ആമുഖം, രണ്ട് ഹാലരെക്കുറിച്ചുള്ള ഒരു വിവരണം, മൂന്ന് ട്രാക്ട് (ലഘുഗ്രന്ഥം). ഈ വിഭജനം കഥയിലെ സംഭവങ്ങളെയോ, ഇതിവൃത്തത്തെയോ ഒരു വിധത്തിലും ബാധിക്കുന്നില്ല. ഇവയെല്ലാം വായനക്കാരന് ഇതിവൃത്തത്തിലേക്ക് കടക്കാൻ സഹായിക്കുന്ന ഘടകങ്ങളാണെന്നു മാത്രം.

രണ്ടാമത്തെ സാമാന്യം ദീർഘമായ ഭാഗത്താണ് ഹെസ്സെ ഏതാണ്ട് ഒരു മാസത്തോളം നീണ്ടു നില്ക്കുന്ന കഥ പറയുന്നത്. ഇതിനു തന്നെ മൂന്നു ഭാഗങ്ങളുണ്ട്. ഇവിടെ മാത്രമേ സ്റ്റെപ്പൻവോൾഫിന് മാമൂലനുസരിച്ചുള്ള നോവലിന്റെ രൂപമുള്ളൂ.

അയാർത്ഥമായി തോന്നിക്കുന്ന സംഭവങ്ങൾ അരങ്ങേറുന്ന മാജിക് തിയേറ്ററിനെക്കുറിച്ചുള്ളതാണ് മൂന്നാം ഭാഗം. ഇവിടെ നടക്കുന്ന സംഭവങ്ങൾ നോവലിലെ പ്രധാനപ്പെട്ട വിഷയം അവതരിപ്പിക്കുന്ന ക്രിയയുമായി അഭേദ്യമായി ബന്ധപ്പെട്ടവയാണ്.

ഹാരിഹാലരെ സംബന്ധിച്ച പ്രാഥമിക വിവരങ്ങൾ നമുക്കു ലഭിക്കുന്നത് അയാൾ താമസിച്ചിരുന്ന വീട്ടുടമസ്ഥയുടെ അനന്തിരവനും മുതലാളിത്ത വ്യവസ്ഥിതിയിൽ തികച്ചും വിശ്വസിക്കുന്ന ഒരാളുമായ ബർഗർ (യുവാവായ ഒരു ബൂർഷ്വാ) എഴുതിയ രേഖയിൽ നിന്നാണ്. ഇതിൽ നിന്ന് നമുക്കു രണ്ടു കാര്യങ്ങൾ മനസ്സിലാക്കാം. ഒന്ന്, ഈ നോവൽ പ്രസിദ്ധീകരിക്കാനിടയാക്കിയ സാഹചര്യം. രണ്ട്, ഹാലരെ കുറിച്ചുള്ള ഒരു ബൂർഷ്വായുടെ (ബർഗറുടെ) കാഴ്ചപ്പാട്.

ഹാരിഹാലർ ബർഗറുടെ മാതൃസഹോദരിയുടെ ഉടമസ്ഥതയിലുള്ള വിടുതി വീട്ടിലെ ഒരു മുറിവാടകയ്ക്കെടുത്ത് താമസം തുടങ്ങിയത് പ്രാഥമിക രേഖ എഴുതിത്തുടങ്ങുന്നതിന് വളരെ മുമ്പാണ്. ഇവിടെ ഹാലർ എട്ടോ ഒമ്പതോ മാസം മാത്രമേ താമസിക്കുന്നുള്ളൂ. അപരിചിതനായ വാടകകക്കാരൻ മിക്കവാറും സമയം പുസ്തകം വായിക്കാനും, വൈൻ കുടിക്കാനും, പുകവലിക്കാനുമായിട്ടാണ് ചെലവഴിച്ചത്. ഒഴിഞ്ഞ വൈൻ കുപ്പികളും, ചാരം നിറഞ്ഞ ആഷ്ട്രേകളും ബർഗർ കാണുന്നുണ്ട്. മറ്റുള്ളവരുമായി അയാൾ ഒരു തരത്തിലും ഇടപഴകിയിരുന്നില്ല. എന്നാൽ ഹാലർ അവിടെ താമസിച്ചിരുന്ന കാലത്തിന്റെ അവസാന ഘട്ടത്തിൽ അയാളുടെ പെരുമാറ്റത്തിലും രൂപത്തിലും ഗാഢമായ മാറ്റങ്ങൾ കണ്ടുതുടങ്ങി. തുടർന്നു കലശലായ ആകുലത അനുഭവപ്പെട്ട ഹാലർ ഒരു ദിവസം ആരോടും യാത്രപറയാതെ ഒരു മാനുസ്ക്രിപ്ട് മാത്രം ബർഗറെ

ഏല്പിച്ചിട്ട് മുറിവിട്ടു പോകുന്നു. ഹാലരെ പിടികൂടിയ ആകുലത ആ കാലത്തിന്റെ പ്രത്യേകതയാണെന്നും ഒരു വ്യക്തിയുടേതു മാത്രമായ വ്യാധിയല്ലെന്നും തിരിച്ചറിഞ്ഞ ബർഗർ ഈ മാനുസ്ക്രിപ്ട് 'കാലത്തിന്റെ പ്രമാണം' സ്റ്റെപ്പൻവോൾഫ് എന്ന പേരിൽ പ്രസിദ്ധപ്പെടുത്താൻ തീരുമാനിച്ചു. ബുർഷ്വാ വ്യവസ്ഥിതിയുടെ പ്രതിനിധിയായിരുന്ന യുവാവിന് ഹാലരെ ആദ്യം വെറുപ്പായിരുന്നുവെങ്കിലും ക്രമേണ കൂടുതൽ മനസ്സിലാക്കിയതോടെ ഇഷ്ടപ്പെടാൻ തുടങ്ങിയതും പ്രസിദ്ധീകരിക്കാൻ ഒരു കാരണമായിരുന്നു.

ബാഹ്യമായ വിവരങ്ങൾക്കു പുറമേ ഈ ഭാഗത്ത് ബർഗർക്ക് ഹാലരെക്കുറിച്ചുള്ള അഭിപ്രായവും വെളിപ്പെടുത്തുന്നുണ്ട്. അയാൾ പ്രതിനിധാനം ചെയ്യുന്ന വർഗ്ഗത്തിന്റെ (മുതലാളിത്ത) രീതി അനുസരിച്ച് ബർഗർ മദ്യപിക്കുകയോ പുകവലിക്കുകയോ ചെയ്യുന്നില്ല. അയാൾ ശാരീരികമായോ മാനസികമായോ പ്രശ്നങ്ങളുള്ള ആളുകളുടെ മുമ്പിൽ അസ്വസ്ഥനാകുന്നു. ദൈനംദിന ജീവിതത്തിലെ കാര്യങ്ങളിൽ മാത്രമേ അയാൾക്ക് താത്പര്യമുള്ളു. ഹാലരുടെ പെരുമാറ്റം ഇതിനെല്ലാം എതിരായിരുന്നു. എന്നു തന്നെയല്ല ബർഗറുടെ നിലയ്ക്ക് ഒട്ടും അഭികാമ്യവുമല്ലായിരുന്നു. ഹാലർ ശാന്തനും അതേ സമയം വ്രണിത ഹൃദയനുമായ ഒരന്തേവാസിയായിട്ടാണ് ബർഗർക്ക് ആദ്യം തോന്നിയതെങ്കിലും ബുദ്ധിമാനും, സൂക്ഷ്മഗ്രാഹിയുമായ അയാൾ പിന്നീട് ഹാലരെ അലട്ടിയിരുന്ന പ്രശ്നങ്ങളുടെ (അയാളുടെ വ്യക്തിത്വത്തിലെ വൈരുദ്ധ്യങ്ങളുടെ) ഏകദേശ രൂപം മനസ്സിലാക്കുകയും അയാളെ ഇഷ്ടപ്പെടുകയും ചെയ്യുന്നു. അതുവരെ മുറുകെ പിടിച്ചിരുന്ന മൂല്യങ്ങളെ ചോദ്യം ചെയ്യാതെ ഏകാന്തനായി ജീവിക്കാനുള്ള ശക്തി ഹാലർക്കില്ലായിരുന്നു. ഇതും അയാളുടെ ആകുലതയ്ക്കുള്ള പ്രധാന കാരണങ്ങളിൽ ഒന്നായിരുന്നു. അയാൾ രണ്ടു ലോകത്തും (നന്മയുടേയും തിന്മയുടേയും) പെടുന്നില്ല. ഏതെങ്കിലും ഒന്നിൽ ഉറച്ചു നില്ക്കണമെന്ന ഉൽക്കടമായ ആഗ്രഹമുണ്ടായിരുന്നുവെങ്കിലും ഈ വികല്പമാണ് അയാളെ കുഴക്കുന്നത്.

നോവലിലെ പ്രധാന കഥാപാത്രമായ ഹാരിഹാലരെ കുറിച്ചുള്ള മൂന്നാമത്തെ വിവരണമാണ് (ഹാലരുടെ ആത്മകഥയുടെ ഒരു ഭാഗം) ട്രാക്ടിൽ ഉള്ളത്. ആദ്യത്തേത് ഉപരിതലത്തിൽ ബൂർഷ്വ എന്ന നിലയിലും, രണ്ടാമത്തേത് അയാളെപ്പറ്റിയുള്ള ആത്മനിഷ്ഠാപരമായ ഒരു വിശകലനമെന്ന നിലയിലും ഗ്രന്ഥകാരൻ ഹാലരെ നമ്മുടെ മുമ്പിൽ അവതരിപ്പിക്കുന്നു. മൂന്നാമത്തേതിൽ ധൈഷണികമായ കാഴ്ചപ്പാടിലൂടെയും.

താൻ രണ്ടു ലോകത്തും പെടുന്നില്ല എന്ന വ്യഥകൊണ്ട് ജീവിതം ഭാരമായി കരുതിയിരുന്ന ഹാലർ ഒരു ദിവസം സായാഹ്ന സവാരിക്കിറങ്ങിയപ്പോൾ അയാൾക്ക് ഒരു ട്രാക്ട് (ലഘു ഗ്രന്ഥം) കിട്ടുന്നു. നോവലിൽ ട്രാക്ടിനു വളരെ പ്രാധാന്യമുള്ളതുകൊണ്ട് അതിനെപ്പറ്റി അല്പം ഇവിടെ

പറയുന്നത് വായനക്കാർക്ക് പ്രയോജനകരമായിരിക്കും. അതു കിട്ടാനിട യായ വിധം തന്നെ വിചിത്രമാണ്.

തനിക്ക് പരിചിതമായ ഇടവഴിയിലൂടെ നടന്നു പോകുമ്പോൾ ഒരു കെട്ടിടത്തിന്റെ ഭിത്തിയിൽ ചെറിയൊരു വാതിൽ കാണുന്നു. അതിനു മുകളിൽ 'മാജിക് തിയേറ്റർ, എല്ലാവർക്കും പ്രവേശനമില്ല-എല്ലാവർക്കും' എന്ന് അവ്യക്തമായ രീതിയിൽ ഒരു നോട്ടീസും എഴുതി വെച്ചിട്ടുണ്ട്. ഹാലർ വാതിലിനോടു കുറേക്കൂടെ അടുത്തപ്പോൾ നോട്ടീസിലെ അക്ഷര ങ്ങൾ അപ്രത്യക്ഷമാകുകയും ഇടവഴിയിലെ നനവുള്ള നിലത്ത് 'ഭ്രാന്ത ന്മാർക്കു മാത്രം' എന്ന വാക്കുകൾ ചലിക്കുന്ന രീതിയിൽ പ്രത്യക്ഷപ്പെടു കയും ചെയ്തു. ഇതിന്റെ അർത്ഥമെന്തെന്നു മനസ്സിലാക്കാതെ കുറച്ചു നേരം നിരാശനായി നിന്നു. എന്നിട്ട് അയാൾ താൻ ദിവസവും വൈകിട്ട് ആഹാരം കഴിക്കാറുള്ള ഹോട്ടലിലേക്ക് നടന്നു. അന്നു രാത്രി വെറും ജിജ്ഞാസ കൊണ്ടു മാത്രം ഹാലർ അതേ ഇടവഴിയിലൂടെ വീണ്ടും കടന്നു പോകുന്നു. അപ്പോൾ നേരത്തെ കണ്ട നോട്ടീസോ വാതിലോ അവിടെ കാണുന്നില്ല. പെട്ടെന്ന് മറ്റൊരു ഇടവഴിയിലൂടെ ക്ഷീണിതനായ ഒരാൾ വേച്ചു വേച്ചു നടന്ന് ഹാലരുടെ മുമ്പിൽ പ്രത്യക്ഷപ്പെടുന്നു. ഒരു പ്രേതമെന്നു തോന്നിക്കുന്ന അയാളുടെ കൈയിൽ ഒരു പ്ളാക്കാർഡു മുണ്ട്. ഹാലർ അയാളോട് താൻ കാലത്ത് കണ്ട നോട്ടീസ് എവിടെയെന്നു വിളിച്ചു ചോദിക്കുന്നു. അപ്പോൾ ഇടവഴിയിലെ കല്ലു പാകിയ തറയിൽ "അരാജകരുടെ സായാഹ്ന വിനോദം' പ്രവേശനം എല്ലാ---' എന്ന വാക്കു കൾ ചലിക്കുന്ന രീതിയിൽ ഹാലർക്കു ദൃശ്യമാകുന്നു. ഹാലർ പ്രേത രൂപത്തോട് കൂടുതൽ വിവരങ്ങൾ അന്വേഷിച്ചപ്പോൾ വ്യക്തതയില്ലാതെ എന്തോ പിറുപിറുത്തുകൊണ്ട് അലക്ഷ്യമായി ഒരു ലഘുഗ്രന്ഥം ഹാല രുടെ കൈയിൽ കൊടുത്തിട്ട് മറ്റൊരു കെട്ടിടത്തിന്റെ പാതയിലൂടെ നടന്നു മറയുന്നു. വീട്ടിൽ മടങ്ങിയെത്തിയ ഹാലർ തന്റെ കൈയിൽ കിട്ടിയ 'ട്രാക്ടി'ന്റെ തലക്കെട്ട്. 'സ്റ്റെപ്പൻ വോൾഫിന്റെ ട്രാക്ട്' എന്നാണെന്ന് അദ്ഭുതത്തോടെ തിരിച്ചറിയുന്നു. മൂന്നാമതൊരാൾ ഹാലരെ ഏകാ ന്തനായ ഒരു ചെന്നായയായി വിവരിക്കുന്നു. ട്രാക്ടിനെ അവലംബിച്ചാണ് ഇനിയുള്ള കഥയുടെ ചുരുളഴിയുന്നത്.

ട്രാക്ടിൽ മനുഷ്യരുടെ മൂന്ന് അവസ്ഥകളെ കുറിച്ചു പറയുന്നു. ഓരോ വ്യക്തിയും അവരവരുടെ അവസ്ഥകളിലെത്തിച്ചേരുന്നത് ഓരോരുത്ത രുടേയും പ്രത്യേക വ്യക്തിത്വത്തിന്റെ അടിസ്ഥാനത്തിലാണ്. ഈ ആശയം വ്യക്തമാക്കുന്നതിന് ഹെസ്സെ കാല്പനികമായ ഒരു പ്രപഞ്ചം സൃഷ്ടിക്കുന്നു. ഇതിലെ ഗോളം (sphere) ഒരു അച്ചുതണ്ടിൽ താങ്ങി നിർത്തിയിരിക്കുകയാണ്. അച്ചുതണ്ടിന്റെ വ്യത്യസ്തങ്ങളായ രണ്ടു ധ്രുവങ്ങൾ രണ്ട് അവസ്ഥകളെ പ്രതിനിധീകരിക്കുന്നു. ഒന്ന് ആദിശക്തി (Nature)യുടെയും, രണ്ട് ആത്മ ചൈതന്യത്തിന്റെയും (spirit). ഗോള ത്തിനു മദ്ധ്യഭാഗത്തുള്ളവർ ഞാൻ (ego) എന്ന ഭാവത്തിന് അടിമപ്പെട്ട് ഉഴലുന്ന ബൂർഷ്വാകൾ. ഗോളത്തിന് പുറത്തുള്ളവരാണ് അനശ്വരർ

(immortals). ഒരാൾ ഈ അവസ്ഥയിലെത്താൻ ഞാനെന്ന ഭാവം വെടിഞ്ഞ് ജീവിതത്തിന്റെ അടിസ്ഥാനപരമായ ഏകത്വത്തിൽ വിശ്വസിക്കണം. അവർ ആദിശക്തിയുടെയും ആത്മ ചൈതന്യത്തിന്റെയും ഭാവങ്ങൾ സ്വന്തം വ്യക്തിത്വത്തിൽ സമന്വയിപ്പിച്ചവരാണ്. ബൂർഷ്വാസിയുടെ കാഴ്ചപ്പാടിൽ വ്യവസ്ഥാപിതമായ ഒരു ലോകമാണ് സർവ്വോപരി അഭികാമ്യം. അതിനു നേരേ വിപരീതമായ ക്രമരഹിതമായ അവസ്ഥയ്ക്ക് അവർ ഭ്രഷ്ട് കല്പിക്കുന്നു. അനശ്വരരാകട്ടെ ക്രമരഹിതമായ അവസ്ഥയും സ്വാഭാവികമായ ഒന്നാണെന്നു കരുതി അതിനെ ഉൾക്കൊള്ളുന്നു. രണ്ടു വിപരീത ധ്രുവങ്ങളുണ്ടെന്ന ധാരണ അവർ അംഗീകരിക്കുന്നില്ല. ജീവിതത്തിന്റെ എല്ലാ ഭാവങ്ങൾക്കും ആവശ്യങ്ങൾക്കും പ്രാഭവമുണ്ടെന്നവർ വിശ്വസിക്കുന്നു. പ്രപഞ്ചത്തെക്കുറിച്ച് ഇത്രയും ഔന്നത്യമുള്ള ഒരു വീക്ഷണം അനശ്വരരുടെ ഭാഗത്തു നിന്നേ ഉണ്ടാവുകയുള്ളു. എന്നാൽ സ്റ്റെപ്പൻവോൾഫ് (ഹാലർ) രണ്ടു ധ്രുവങ്ങൾക്കുമിടയിൽ ഒരു സ്ഥാനം പിടിച്ചിരിക്കുകയാണ്. സ്വയം ആത്മപരിശോധന നടത്തി തന്റെ ആത്മാവിലുള്ള സംഘർഷം പരിഹരിച്ചെങ്കിൽ മാത്രമേ അയാൾക്ക് അനശ്വരരുടെ ലോകത്തേക്ക് പ്രവേശനം കിട്ടൂ. ഇങ്ങനെ സ്വയം കണ്ടെത്താൻ കഴിഞ്ഞാൽ ഹാലർക്ക് ബാഹ്യലോകത്ത് സന്തോഷത്തോടെ ജീവിക്കാൻ കഴിയും. എന്നാലിത് വളരെ വിഷമകരമായ കാര്യമാണെന്ന് ട്രാക്ടിന്റെ ഒടുവിൽ ഹാലർ തന്നെ പറയുന്നുണ്ട്. എന്തെന്നാൽ ഹാലരുടെ വ്യക്തിത്വത്തിൽ പരസ്പര വൈരുദ്ധ്യമുള്ള രണ്ടു ധ്രുവങ്ങളല്ല നിരവധി ധ്രുവങ്ങളാണ് അംഗീകാരത്തിനായി മുറവിളി കൂട്ടുന്നത്.

എങ്ങനെയാണ് ഹാലർ ജീവിതത്തിലെ ബുർഷ്വ, സ്റ്റെപ്പൻവോൾഫ് എന്നീ അവസ്ഥകളെ മറികടന്ന് അനശ്വരരുടെ ലോകത്തേക്ക് പ്രവേശിക്കുന്നത്? ഈ പ്രക്രിയയാണ് ഹെസ്സെ നമുക്ക് സ്റ്റെപ്പൻവോൾഫ് എന്ന നോവലിൽ കാട്ടിത്തരുന്നത്.

നോവലിലെ ദീർഘമായ രണ്ടാം ഭാഗം ഹാരിഹാലരുടെ അപ്രന്റിസ്ഷിപ്പ് എന്നു വേണമെങ്കിൽ പറയാം. ഇവിടെ അയാളുടെ വ്യക്തി ജീവിതത്തിലെ ബൂർഷ്വ പാരമ്പര്യത്തിൽ നിന്നു കിട്ടിയ ചില വിലക്കുകളും മുമ്പ് അംഗീകരിക്കാൻ കഴിയാത്ത പല വീക്ഷണങ്ങളും അയാൾക്ക് അംഗീകരിക്കാൻ കഴിയുന്നു. തന്റെ ഉള്ളിലുണ്ടായിരുന്ന ധ്രുവങ്ങൾ തമ്മിലുള്ള അന്തരം സമന്വയിപ്പിക്കാൻ കഴിയുമെന്നയാൾ കണ്ടെത്തി. ഹാലരെക്കുറിച്ചുള്ള പഠനം ഇതുവരെ പ്രാഥമികമാണ്. മാന്ത്രിക തിയേറ്ററിലൂടെ അയാളുടെ വ്യക്തിത്വത്തിലുണ്ടാകുന്ന മാറ്റങ്ങൾക്ക് താത്ത്വികമായ ഒരടിസ്ഥാനം ഉണ്ടാക്കുകയാണ് ഇതിന്റെ ഉദ്ദേശ്യം.

ഒരു ദിവസം ഹാലർ പ്ലാക്കാർഡും കൊണ്ടുപോയ പ്രേതരൂപിയെന്നു തോന്നിച്ച ആളോട് വൈകിട്ട് എന്തെങ്കിലും നല്ല പരിപാടിയുണ്ടോ എന്ന് അന്വേഷിക്കുന്നു. "എന്ത്? പരിപാടിയോ?" എന്നു ചോദിച്ചിട്ടയാൾ ഷ്വാർഡൻ ആഡലർ എന്ന സ്ഥലത്തേക്കു പോകാൻ പറയുന്നു.

(ഇതൊരു വേശ്യാഗൃഹമാണ്) സാന്ദർഭികമായി ഒരു ദിവസം ഹാലർ ഇവിടെയെത്തുകയും ഹെർമെയിൻ എന്ന വേശ്യാസ്ത്രീയെ കണ്ടുമുട്ടുകയും ചെയ്തു. ആദ്യ ദിവസത്തെ അനുഭവം തന്നെ അയാൾക്ക് പല തരത്തിലുള്ള ബുദ്ധിമുട്ടുകൾ ഉണ്ടാക്കുന്നുണ്ട്. അർദ്ധരാത്രി വരെ ഒരു മദ്യശാലയിൽ നിന്ന് മറ്റൊരു മദ്യശാലയിൽ കയറി മദ്യപിച്ച് മദോന്മത്തനായ ഹാലർ ഒടുവിൽ ജീവനൊടുക്കാൻ തീരുമാനിക്കുന്നു. നോവലിന്റെ ആദ്യഭാഗത്ത് (ആമുഖത്തിൽ) ഉന്നയിച്ച പ്രശ്നങ്ങൾ ഹാലർക്കു ഗുരുതരമായി അനുഭവപ്പെടുകയാണിവിടെ. ഒടുവിൽ ആഡ്ലർ എന്ന നിശാക്ലബ്ബിലെത്തിയ ഹാലരെ ഒരു പുഞ്ചിരിയോടെ ഹെർമെയിൻ സ്വീകരിക്കുകയും അയാളുട നിസ്സഹായാവസ്ഥ പെട്ടെന്നു മനസ്സിലാക്കുകയും ചെയ്യുന്നു. പോയി വിശ്രമിക്കാനാണവൾ ഹാലരെ ഉപദേശിച്ചത്.[2] അയാൾ അതനുസരിച്ചു.

ക്രമേണ ഹാലർ ഹെർമെയിനെ ഇഷ്ടപ്പെടാൻ തുടങ്ങി. അയാളുടെ കാഴ്ചപ്പാടിൽ സ്വന്തം ജീവിതത്തിന് ഒരു നവോന്മേഷം നല്കാൻ അവൾക്കു കഴിഞ്ഞു. ഇതിനു കാരണം മുമ്പ് അയാൾ അവജ്ഞയോടെ തള്ളിക്കളഞ്ഞ എന്തോ ഒന്ന് ഹെർമയിന് നല്കാനായതാണ്. നൃത്തം ചെയ്യാനും ചിരിക്കാനും ആഹ്ലാദത്തോടെ ജീവിക്കാനും പഠിപ്പിച്ച ഒരുത്തമസ്ത്രീ. ഈ അനുഭവം അതിന്റെ ദ്വന്ദ്വഭാവത്തിലേ നമുക്കു മനസ്സിലാക്കാൻ കഴിയു.[3] ട്രാക്ടിൽ ഇതെല്ലാം മുൻകൂട്ടി കാണുന്നുണ്ട്. ബൂർഷ്വായെന്ന നിലയിൽ അയാൾക്ക് വ്യഭിചാരത്തിനോടെതിർപ്പില്ല. എന്നാൽ ഒരു വ്യക്തിയെന്ന നിലയിൽ ഒരു വ്യഭിചാരിണിയെ ഗൗരവത്തോടെ നോക്കിക്കാണാനും സ്വന്തം നിലയിൽ ഇടപെടാനും ഹാലർക്കു കഴിയുന്നില്ല. ഹെർമെയിനുമായി ഐന്ദ്രികസുഖം ആശിക്കുന്നുണ്ടെങ്കിലും ഭയം അയാളെ അതിൽ നിന്നും പിന്തിരിപ്പിക്കുന്നു. താത്ത്വികതയും, പ്രായോഗികതയും തമ്മിലുള്ള ഈ സംഘർഷം ഹെസ്സെ ഒരു സ്വപ്നത്തിലൂടെയാണ് നമ്മുടെ മുമ്പിൽ അവതരിപ്പിക്കുന്നത്. ഇവിടെ ഗീഥേ ഹാലരുടെ ചെവിയിൽ മന്ത്രിക്കുന്നതു ശ്രദ്ധിക്കുക : "ഞങ്ങൾ അനശ്വരർ തമാശയാണ് ഗൗരവത്തിലുള്ള വിശകലനത്തേക്കാൾ കൂടുതൽ ഇഷ്ടപ്പെടുന്നത്."

ഉദാഹരണമായി ഗീഥേ സ്വർണ്ണ നിറത്തിലുള്ള കൃത്രിമ മുടിവെച്ച ഒരു സുന്ദരിയുടെ ദന്തത്തിൽ കൊത്തിയെടുത്ത നഗ്നമായ കാല് ഹാലരെ കാണിക്കുന്നു. ഹാലർ അതിനെ തൊടാൻ ആർത്തിയോടെ

2. ഹെർമെയ്ൻ ഒരു വേശ്യാസ്ത്രീയാണെന്ന് ഹെസ്സെ വ്യക്തമാക്കുന്നുണ്ട്. പിന്നീട് ഒരർത്ഥത്തിൽ ഇവർ ഹാലരുടെ അദ്ധ്യാപികയാകുന്നു.

3. ദ്വന്ദ്വഭാവ(Double perception)ത്തെപ്പറ്റി ഈ അദ്ധ്യായത്തിൽ തന്നെ ഭാഷയെക്കുറിച്ച് പ്രതിപാദിക്കുന്നിടത്ത് കൂടുതൽ പറയുന്നുണ്ട്.

അടുക്കുമ്പോൾ ആ കാൽ ഒരു സർപ്പമായി മാറുന്നു. ഇതോടെ ഭയവിഹ്വലനായി ഹാലർ പിന്മാറുന്നു. ഇതു കണ്ട് ഗീഥേ ചിരിക്കുകയാണ്. ഇതു സ്വപ്നത്തിലാണെങ്കിലും ഹാലർക്കു ഹെർമെയിനോടുള്ള പരസ്പര വിരുദ്ധമായ അഭിപ്രായത്തിന് ഊന്നൽ നൽകുന്ന ഒരനുഭവമാണ്. ഇതേ സ്വപ്നത്തിൽ ഹെസ്സെ മൊസാർട്ടിനെയും അവതരിപ്പിക്കുന്നുണ്ട്. അദ്ദേഹത്തിന്റെ വീക്ഷണത്തിലും ഹാലർ ഒരു ബൂർഷ്വായായിട്ടാണ് കാണപ്പെടുന്നത്. ഹാലരുടെ മുൻവിധിയോടെയുള്ള പക്ഷപാതപരമായ പെരുമാറ്റത്തെ ഗീഥേയും മൊസാർട്ടും അപലപിക്കുന്നു. ബാഹ്യലോകത്തെ കാഴ്ചകൾ കണ്ടു ചിരിക്കാനും, കൂടുതൽ ചിന്തിച്ച് അതിനുള്ളിലെ യാഥാർത്ഥ്യം മനസ്സിലാക്കാനുമുള്ള ഹാലരുടെ കഴിവുകേടിൽ അവർ സഹതപിച്ചു. ക്രമേണ ജീവിതത്തിൽ നർമ്മബോധത്തിന്റെ പ്രസക്തി ഹാലർ മനസ്സിലാക്കുകയും നിഷേധാത്മകത്വം ഒഴിവാക്കാൻ സ്വന്തം ആത്മാവിനെ വികസിപ്പിച്ചെടുക്കേണ്ടതിന്റെ ആവശ്യകത അയാൾക്കു ബോധ്യപ്പെടുകയും ചെയ്യുന്നു. ജീവിതത്തിന്റെ എല്ലാ അവസ്ഥകളെയും നാം സ്വാംശീകരിക്കണം. ഹെർമെയിന്റേത് ഒരു പ്രത്യേക കാര്യമാണ്. ഉപരിതലത്തിലൂടെ നോക്കിയാൽ ഹാലർ അവളെയും അവളുടെ ലോകത്തെയും അംഗീകരിക്കുന്നത് പ്രതീകാത്മകമായി അയാൾ ബൂർഷ്വായുടെ സങ്കുചിതമായ ലോകത്തെ ത്യജിക്കുന്നതിനു തുല്യമാണ്. ഇത് ഹാലരെ അനശ്വരരുടെ സാമ്രാജ്യത്തിലേക്ക് (മൂന്നാം രാജ്യം)[4] പ്രവേശിക്കാൻ അർഹനാക്കുന്നു.

ഹെർമെയിനുമായുള്ള അടുപ്പം ഹാലരുടെ മിഥ്യയിലധിഷ്ഠിതമായ ജീവിതത്തിൽ വിള്ളലുകളുണ്ടാക്കി. ജീവിതത്തിൽ നിന്ന് ഒളിച്ചോടാൻ അയാളെ പ്രേരിപ്പിച്ച പല കാര്യങ്ങളും അർത്ഥശൂന്യമാണെന്ന തിരിച്ചറിവ് മാജിക് തിയേറ്ററിലൂടെയാണ്[5] ഹാലർക്കു കിട്ടുന്നത്. ഹെർമെയിനെ കണ്ടെത്തിയതിനു ശേഷമുള്ള നാലാഴ്ചകൾക്കുള്ളിൽ അയാളുടെ മാനസിക പരിവർത്തനം പൂർത്തിയാകുന്നു. അതെങ്ങനെയെന്നു നോക്കാം.

ഹാലർ നിശാനൃത്തത്തിൽ പങ്കെടുക്കാൻ തയ്യാറായിക്കഴിഞ്ഞു. വ്യംഗ്യാർത്ഥത്തിൽ ജീവിതത്തിന്റെ എല്ലാ അവസ്ഥകളെയും ഉൾക്കൊള്ളാൻ അയാൾ തീരുമാനിച്ചു. വിശാലമായ ഈ പ്രപഞ്ച വീക്ഷണം തന്നിൽ സ്വാംശീകരിച്ചതിന്റെ പ്രതീകമായി നിശാക്ലബ്ബിലെ നിലവറയിലേക്ക് ഹാലർ പോകുന്നു.[6] ജീവിതത്തിലെ ഏറ്റവും അഗാധമായ

---

4. മൂന്നാം സാമ്രാജ്യം (Third Kingdom) എന്ന സങ്കല്പത്തെ കുറിച്ച് കഴിഞ്ഞ അദ്ധ്യായത്തിൽ പറയുന്നുണ്ട്.

5. തന്റെ ആത്മപരിശോധനയിൽ ഒരു മാന്ത്രികന്റെ സമീപനമാണ് ഹെസ്സെ സ്വീകരിച്ചിരിക്കുന്നത്. മാന്ത്രിക ചിന്തയിലൂടെ അദ്ദേഹത്തിന്റെ വിശ്വാസങ്ങളെ ഒരു ഉയർന്ന തലത്തിൽ അവതരിപ്പിക്കാൻ അദ്ദേഹം ആഗ്രഹിച്ചിരുന്നു.

6. നോവലിൽ ഈ നിലവറയ്ക്ക് നരക(Hell)മെന്നാണ് പേരിട്ടിരിക്കുന്നത്.

തലമെന്നാണ് ഹെസ്സെ ഇതിനെ വിശേഷിപ്പിക്കുന്നത്. അവിടെ നിന്നും ഹെർമെയിനുമൊത്ത് മുകളിലത്തെ നിലയിലേക്കു വരുമ്പോൾ അയാൾക്ക് മാജിക് തിയേറ്ററിലെ അനുഭവം പൂർണ്ണമാകുന്നു. ഹാലരുടെ മുകളിലത്തെ നിലയിലേക്കുള്ള ഗമനം (സോണറ്റയുടെ ഭാഷയിൽ പറഞ്ഞാൽ ആരോഹണം) പ്രതീകാത്മകമായി ഹെർമെയിനുമായുള്ള വിവാഹത്തിലാണ് പര്യവസാനിക്കുന്നത്. ഈ വിവാഹം അല്പനേരത്തേക്ക് തടസ്സപ്പെടുന്നുണ്ട്. എങ്കിലും അത് ഹാലരുടെ ആത്മാവിലുള്ള പരസ്പര വിരുദ്ധങ്ങളായ രണ്ടു ധ്രുവങ്ങൾ (ആത്മീയതയുടേയും ഐന്ദ്രിക സുഖങ്ങളുടെയും) സമന്വയിപ്പിക്കുന്നത് ഹെർമെയ്നും ഹാലരും പരസ്പരാലിംഗന ബദ്ധരായി കിടക്കുന്ന കാഴ്ചയിൽ നാം കാണുന്നുണ്ട്. സ്വപ്നത്തിലെന്ന പോലെ ഹാലർ ഒരു കത്തിയെടുത്ത് ഹെർമെയിനെ കുത്തികൊലപ്പെടുത്തുന്നു. ആദർശത്തിന്റെ പ്രതീകമായി താൻ സങ്കല്പിച്ചിരുന്ന ഹെർമെയിനോടു തോന്നിയ അതൃപ്തിയായി മാത്രം ഇതിനെ കണ്ടാൽ മതി. ആദർശവത്കരിച്ച ഹെർമെയിനെ മനസ്സിൽ നിന്നും തുടച്ചു നീക്കുന്ന പ്രക്രിയ. യാഥാർത്ഥ്യത്തിന്റെ തലത്തിൽ ഇവിടെയൊരു കൊലപാതകം നടന്നിട്ടില്ലെന്ന് പ്രത്യേകം പ്രസ്താവ്യമാണ്.

സാങ്കല്പികമായി നടക്കുന്ന കൊലപാതകത്തോടെ നോവൽ അതിന്റെ ഉച്ചകോടിയിലെത്തുന്നു. ഹാലർ ഒരു വിഗ്രഹഭഞ്ജകനാകുകയാണ്. ഹെർമെയിനുമായുള്ള വിവാഹം നിശാക്ലബ്ബിൽ നടക്കുന്നതായിട്ടാണല്ലോ, മാജിക് തിയേറ്ററിന്റെ ആദ്യ ഭാഗത്ത് പ്രസ്താവിക്കുന്നത്. അവൾ പ്രതിനിധാനം ചെയ്യുന്നതെല്ലാം, അവളുടെ നന്മയും തിന്മയും (ഇവ ഹാലരുടെ വ്യക്തിത്വത്തിന്റെ എതിർമുഖങ്ങളാണ്.) അയാൾ സ്വന്തം ആത്മാവിൽ സ്വാംശീകരിക്കുന്നു. എന്നാൽ ഹെർമെയിന്റെ മരണത്തോടെ ഈ പ്രക്രിയ പൂർത്തിയാകുന്നില്ല. അതിനു കാരണം അയാളുടെ ബൂർഷ്വാ മനസ്സിൽ അപ്പോഴുമുണ്ടായിരുന്ന അസൂയകൊണ്ടാണ്.

ചുരുക്കിപ്പറഞ്ഞാൽ അനശ്വരരുടെ കാഴ്ചപ്പാടിലൂടെ പ്രപഞ്ചത്തെ വീക്ഷിക്കുന്നവരുടെ ലോകമാണ് മാജിക് തിയേറ്റർ. അവരുടെ യാഥാർത്ഥ്യ ബോധം ഔന്നത്യത്തിലധിഷ്ഠിതമാണ്. അവിടെ വൈരുദ്ധ്യങ്ങളില്ല. ജീവിതത്തിലെ എല്ലാ സമസ്യകളും അവർ ഉൾക്കൊള്ളുന്നു. പ്രതീകാത്മകമായ വിവാഹത്തിനുശേഷമുള്ള നൃത്തത്തോടെ ഹാലർക്കു മാന്ത്രിക രീതിയിൽ ചിന്തിക്കാനുള്ള കഴിവ് കൈവരുന്നു.

ചില മുൻവിധികളെ അടിസ്ഥാനമാക്കി പരസ്പര വിരുദ്ധങ്ങളായ രണ്ടു ധ്രുവങ്ങൾ മനസ്സിലേറ്റി നിരാശനായി നടന്നിരുന്ന ഹാലർക്ക് ഒരു നവജീവൻ കിട്ടുകയാണ്. (ഒരവസരത്തിൽ അയാൾ ആത്മഹത്യയുടെ വക്കിൽ എത്തിയിരുന്നുയെന്ന് നാം ഓർക്കണം) ചുറ്റുമുള്ള ലോകത്തെ കുറിച്ച് അയാൾക്കിപ്പോൾ നല്ല അറിവുണ്ട്. ഹാലർക്ക് ഈ സിദ്ധി കൈവരുന്നത് മാജിക് തിയേറ്റർ എന്ന സങ്കല്പത്തിലൂടെയാണ്.

ഒടുവിൽ മാന്ത്രിക ചിന്തയ്ക്കുള്ള കഴിവ് സ്വന്തം ജീവിതത്തിൽ കൈവരുത്താനും അങ്ങനെ അനശ്വരരുടെ ലോകത്തേക്ക് പ്രവേശിക്കാനും

ഹാലർ ദൃഢനിശ്ചയമെടുക്കുന്നു. "ഈ കളി ഞാൻ കുറേക്കൂടെ ഭംഗിയായി ഒരവസരത്തിൽ ചെയ്യും. പാബ്ലോയും മൊസാർട്ടും എന്നെ കാത്തിരിക്കുന്നു." എന്നീ ആത്മഗതത്തോടെ നോവൽ അവസാനിക്കുന്നു.

സംഭവകാലം

മുൻകാലത്ത് മാനുഷിക മൂല്യങ്ങൾ ദൈവികമോ ചരിത്രപരമോ ഒക്കെയായ ധർമ്മനീതി സങ്കല്പങ്ങളിൽ അധിഷ്ഠിതമായിരുന്നു. ഒരു വ്യക്തിയെ സംബന്ധിച്ചിടത്തോളം അവ ബാഹ്യവുമായിരുന്നു. ഇന്നാകട്ടെ എല്ലാ മൂല്യങ്ങളും വ്യക്തിഗതമായ ആന്തരാനുഭവത്തോട് ബന്ധപ്പെട്ടിരിക്കുന്നു. ഈ പരിവർത്തനത്തിന്റെ ഫലങ്ങൾ ആധുനിക നോവലുകളുടെ ഉള്ളടക്കത്തിലും ആവിഷ്കാര സങ്കേതങ്ങളിലും നമുക്കു കാണാം. ഈ പുതിയ കാലാവബോധം ഘടികാരത്തിന്റെ പ്രസക്തി ഇല്ലാതാക്കുന്നു.[7]

ഹെസ്സെയുടെ നോവലുകളിൽ വ്യക്തിക്ക് അനുഭൂതമാകുന്ന കാലത്തിനാണ് (perceptual time) പ്രാധാന്യം. അല്ലാതെ ഘടികാരം സൂചിപ്പിക്കുന്ന സാമാന്യകാല (clock time)ത്തിനല്ല. കാലം നിലയ്ക്കാത്ത ആന്തരപ്രവാഹമായിട്ടാണ് നമുക്ക് അനുഭവപ്പെടുന്നത്. (സിദ്ധാർത്ഥയിലെ നദിയുടെ ഗതി നോക്കുക) ഒരു നിമിഷത്തെയും പിടിച്ചു നിർത്താനോ അതിന്റെ അനുഭൂതി ശുദ്ധ രൂപത്തിൽ പ്രകടിപ്പിക്കാനോ കഴിയില്ല. എന്തെന്നാൽ വർത്തമാനം അടുത്ത നിമിഷത്തിൽ ഭൂതമാകുന്നു. ഹെസ്സെയുടെ നോവലിലെ സിദ്ധാർത്ഥൻ ആത്മജ്ഞാനം നേടിയത് തന്റെ സുബോധ മനസ്സിൽ നിന്ന് കാലമെന്ന സങ്കല്പത്തെ നിശ്ശേഷം തുടച്ചുമാറ്റിയതു കൊണ്ടാണ്.

കാലം ചലനാത്മകമാണെന്ന ധാരണയാണ് മനുഷ്യനെ ഭൂതം, വർത്തമാനം, ഭാവി എന്നിങ്ങനെ മൂന്നു ഭാഗങ്ങളായി തരംതിരിക്കാൻ പ്രേരിപ്പിച്ചത്. എന്നാൽ കാലത്തിന്റെ ചലനാത്മകത വസ്തുനിഷ്ഠമായ (objective) സത്യമല്ല. ആത്മനിഷ്ഠമായ സത്യം മാത്രമാണ്. സൂര്യന് ഉദയാസ്തമയങ്ങളില്ലാത്തതുപോലെ കാലത്തിന് ചലനവുമില്ല. അതിന് സ്വന്തമായ വ്യക്തിത്വം പോലുമില്ല. വാസ്തവത്തിൽ ചലിക്കുന്നത് ജീവികളാണ്, കാലമല്ല. അതുകൊണ്ട്, കാല സങ്കല്പം, പ്രത്യേകിച്ച് അതിനു ചലനമുണ്ടെന്ന ധാരണ പരിത്യജിക്കുകയാണ് ആത്മജ്ഞാനം നേടുന്നതിനുള്ള മാർഗ്ഗം. സിദ്ധാർത്ഥനും ഹാരിഹാലരുമെല്ലാം

7. Syalkoviskyയുടെ ആധുനിക നോവലിന്റെ വ്യാപ്തി (Dimensions of Modern Novel) എന്ന ഗ്രന്ഥത്തിലെ The Discordant Clocks എന്ന ഭാഗം നോക്കുക. ഇവിടെ ഘടികാരത്തിന്റെ പ്രസക്തി ഇല്ലാതായതിന്റെ പല ഉദാഹരണങ്ങൾ എടുത്തു പറയുന്നുണ്ട്. കാഫ്കയുടെ കൃതികളിലെ വാച്ചുകൾ പെട്ടെന്നോ, പതുക്കെയോ പോകുന്നത്. തോമസ്മാന്റെ 'മാജിക് മൗണ്ട'നിലെ നായകൻ കാസ്ട്രോപ്പ് വാച്ചു തല്ലിയുടച്ചു കളയുന്നത്.

ഈയവസ്ഥ പ്രാപിക്കുന്നത് എത്രയോ വർഷത്തെ ക്ലേശങ്ങൾക്കും ത്യാഗങ്ങൾക്കും ശേഷമാണ്. ഓരോ നിമിഷത്തിലെ അനുഭവത്തിലും അതിനു തൊട്ടുമുമ്പുള്ളതും പിന്നീടുള്ളതുമായ നിമിഷങ്ങളുടെ പ്രാഭവമുള്ളതു കൊണ്ട് ഗ്രന്ഥകാരൻ ആവിഷ്കരിക്കുന്ന അനുഭവം ഏതെങ്കിലും പ്രത്യേക കാലത്തിന്റേതല്ല, മറിച്ച് കാലരഹിതമായ അവസ്ഥയിലേതാണ്. അതു കൊണ്ടാണ് ആത്മജ്ഞാനം നേടി തുരീയാവസ്ഥയിലെത്തുന്ന ഒരാൾക്ക് കാലത്തെ അതിജീവിക്കാൻ കഴിയുന്നത്. ഇവിടെ ഇരുട്ടും വെളിച്ചവുമില്ല. നന്മയും തിന്മയുമില്ല. ഭാരതീയ ദർശനത്തിലെ സച്ചിദാനന്ദാവസ്ഥ.

സ്റ്റെപ്പൻവോൾഫിൽ കാലരാഹിത്യം അനുഭവപ്പെടുന്നത് ഏങ്ങനെയെന്നു നോക്കാം. കഥയിലെ സംഭവങ്ങൾ നടക്കുന്നത് ഏതാണ്ട് ഒരു മാസത്തിനിടയ്ക്കാണ് (ഘടികാര സമയം). എന്നാൽ ഹെസ്സെ ഇതു വ്യക്തമാക്കുന്നില്ല. ഹാലർക്കു നാല്പത്തിയെട്ടു വയസ്സായശേഷമാണ് അയാൾ നിശാക്ലബ്ബ് സന്ദർശിക്കുന്നതും അവിടെ വെച്ച് മാജിക്ക് തീയേറ്ററിലെ അനുഭവം ഉണ്ടാകുന്നതും. അതിനുമുമ്പ് സൂറിച്ച് എന്ന് അനുമാനിക്കപ്പെടുന്ന പട്ടണത്തിലെ ഒരു വീട്ടിൽ കുറേ മാസം (എത്രയെന്ന് വ്യക്തമാക്കിയിട്ടില്ല.) താമസിച്ചിരുന്നുവെന്നും അതിനുശേഷമാണ് മാജിക് തിയേറ്ററിലെ അനുഭവം ഉണ്ടായതെന്നും 'ആമുഖ'ത്തിൽ പറയുന്നു. ഒരു രാത്രിയിൽ അയാൾ ഹെർമെയിനെ കണ്ടുമുട്ടുകയും ക്രമേണ അവളെ ഒരാദർശ വനിതയായി സങ്കല്പിക്കുകയും ചെയ്യുന്നു. ആ ബന്ധം ഏതാണ്ട് ഒരു മാസം നീണ്ടു നിന്നുവെന്ന് നമുക്ക് അനുമാനിക്കാം. അതിനിടയിലാണ് ഹാലരുടെ ജീവിതം മാറ്റി മറിച്ച പല പ്രധാന സംഭവങ്ങളും ഒരു രാത്രിയിൽ മാജിക് തിയേറ്ററിൽ നടക്കുന്നത്. ഈ അനുഭവമാണ് അയാളെ സമഷ്ടി(totality)യെക്കുറിച്ച് ബോധവാനാക്കിയത്. വൈരുദ്ധ്യങ്ങളില്ലാത്ത കാലാതീതമായ ഒരു തലത്തിലേക്ക് ഹാലർ പ്രവേശിക്കുന്നു.

പാത്രസൃഷ്ടി

കഥാപാത്രങ്ങളെക്കുറിച്ചു പറയുമ്പോൾ നോവലുകളെ പൊതുവെ മൂന്നായി തരം തിരിക്കാം. ഒന്ന് സംഭവപ്രധാനമായ ഇതിവൃത്തം മുഖ്യമായത്. ഇതിവൃത്ത സൃഷ്ടിക്കുള്ള കരുക്കൾ മാത്രമാണ് ഇവയിലെ പാത്രങ്ങൾ. രണ്ട്, ഇതിവൃത്തത്തിനു പ്രാധാന്യം നല്കാതെ വൈവിദ്ധ്യമുള്ള പാത്രസ്വഭാവങ്ങൾ വരച്ചു കാട്ടുകയെന്ന ഉദ്ദേശ്യത്തോടെ എഴുതപ്പെടുന്നവ. മൂന്നാമതൊരു വിഭാഗം നോവലുകളിൽ പാത്രജന്യമായ സംഭവങ്ങളിൽ കൂടെ മാത്രം ഇതിവൃത്തം രൂപപ്പെടുന്നവ. ഈ വിഭാഗത്തിൽ തന്നെ വളർന്നു മൗലികമായ മാറ്റത്തിന് വിധേയരാകുന്ന പാത്രങ്ങൾക്ക് പ്രാധാന്യം നല്കുന്ന മറ്റൊരു ഉപവിഭാഗവുമുണ്ട്. സ്റ്റെപ്പൻവോൾഫിനെ ഈ ഉപ വിഭാഗത്തിൽപ്പെടുത്താം.

ഹെസ്സെയുടെ മറ്റു നോവലുകളെ അപേക്ഷിച്ച് സ്റ്റെപ്പൻവോൾഫ് കൂടുതൽ ആത്മകഥാപരമാണെന്നു മുമ്പു സൂചിപ്പിച്ചിരുന്നു. ഇതിലെ

പ്രധാനപാത്രമായ ഹാരിഹാലർ ഹെസ്സെ തന്നെ. ഹാലരുടെ നിരാശാ ഭരിതമായ ജീവിതം ഹെസ്സെ ജീവിച്ചിരുന്ന 20-ാം നൂറ്റാണ്ടിലെ ആദ്യ ദശകങ്ങളിൽ യൂറോപ്പിലെ എല്ലാ ബുദ്ധിജീവികളുടെയും അവസ്ഥയെ കുറിക്കുന്നു. അതിൽ നിന്ന് മാജിക് തിയേറ്ററിലൂടെ ഹാലർ തന്റെ ബാഹ്യാവസ്ഥയെക്കുറിച്ച് കൂടുതൽ ബോധവാനാകുകയും അങ്ങനെ എല്ലാ അവസ്ഥകളെയും ഉൾക്കൊണ്ട് സന്തുഷ്ടമായ ജീവിതം നയിക്കാൻ പ്രാപ്താനാകുകയും ചെയ്യുന്നു.[8] ഹാരിഹാലരുടെ മാനസിക പരിവർത്തനം നമുക്കു കാട്ടിത്തരുന്ന ഒരു നാടകീയ നോവൽ എന്നു വേണമെങ്കിൽ സ്റ്റെപ്പൻവോൾഫിനെ വിശേഷിപ്പിക്കാം. ഇതിലെ സംഭവങ്ങൾ ഉരുത്തിരിയുന്നത് ഹാലർ നിശാക്ലബ്ബ് സന്ദർശിക്കുന്നതിലൂടെ യാണല്ലോ. അവിടെ മാജിക് തിയേറ്ററിൽ ഒരു രാത്രി നടക്കുന്ന സംഭവങ്ങളുടെ പശ്ചാത്തലത്തിലാണ് നോവലിലെ കേന്ദ്ര പ്രമേയം നാം മനസ്സിലാക്കേണ്ടത്. മാജിക് തിയേറ്ററിൽ പ്രത്യക്ഷപ്പെടുന്ന ഹെർമെയിൻ, പാബ്ലോ എന്നീ കഥാപാത്രങ്ങളും, ഒരർത്ഥത്തിൽ അവർ അസാന്മാർഗ്ഗികരാണെന്നു നമുക്കു തോന്നാമെങ്കിലും, നോവലിൽ സുപ്രധാന പങ്കു വഹിക്കുന്നവരാണ്. മാജിക് തിയേറ്ററിൽ ഇവർക്കു നിർണ്ണായകമായ കർത്തവ്യങ്ങളുണ്ടെങ്കിലും ഈ പാത്രങ്ങളെ അവതരിപ്പിച്ചിരിക്കുന്നത് റിയലിസ്റ്റിക് പരിവേഷം നല്കിയാണ്.

ഹെർമെയിൻ എന്ന സ്ത്രീയിലും പാബ്ലോയിലും ഹാലരുടെ ആശയങ്ങളും വിശ്വാസങ്ങളും പ്രതിഫലിക്കുന്നുണ്ട്. ബാഹ്യലോകത്തിന്റെ പ്രതിനിധികളായ ഇവർ ചില സന്ദർഭങ്ങളിൽ അഗാധമായ ചിന്തകൾ ധ്വനിപ്പിക്കുന്ന പ്രസ്താവനകൾ നടത്താൻ കഴിവുള്ളവരാണെന്ന് ഹെസ്സെ നമ്മോടു പറയുന്നു. ഉദാഹരണത്തിന് ഹാലർക്കു നേരിട്ടു രൂപപ്പെടുത്തിയെടുക്കാൻ കഴിയാത്ത നോവലിലെ പ്രധാന പ്രമേയം ഹെർമെയിനാണ് വ്യക്തതയോടെ വായനക്കാരുടെ മുമ്പിൽ അവതരിപ്പിക്കുന്നത്. സ്റ്റെപ്പൻവോൾഫിനെപ്പോലെയുള്ളവർ ബൂർഷ്വാ സമുദായത്തിലെ പ്രലോഭനങ്ങളല്ല, അനശ്വരതയാണാഗ്രഹിക്കുന്നതെന്നു തുറന്നു പറഞ്ഞ് അവൾ ഹാലരുടെ വിശ്വാസത്തെ ശരിവെയ്ക്കുന്നു. സ്വന്തം വിശ്വാസം ബുദ്ധിശാലിനിയായ ഒരു ഗണികയിലൂടെ ഹാലർ നമ്മുടെ മുമ്പിൽ അവതരിപ്പിക്കുന്നു. ഹാലർക്കു അവളെ വേണമെന്ന് ഹെർമെയിനുമറിയാം. എന്തെന്നാൽ അവളുടെ ചേതന അയാളെ ശരിക്കും മനസ്സിലാക്കുകയും നിർണ്ണായക മുഹൂർത്തങ്ങളിൽ ഹാലർക്കു വൈകാരികമായ ഉത്തേജനം നല്കുകയും ചെയ്യുന്നുണ്ട്. ചുരുക്കിപ്പറഞ്ഞാൽ ഇവർ ഹാലരുടെ പ്രതിച്ഛായ തന്നെയാണ്. ഐന്ദ്രിക സുഖങ്ങളും ബുർഷ്വാ ലോകത്തെ മറ്റു ചപലതകളുമെല്ലാം ഉൾക്കൊള്ളുന്ന ഹെർമെയിന്റെ

---

8. സ്റ്റെപ്പൻവോൾഫിലെ ഈ മുഖ്യകഥാപാത്രം സംഭവങ്ങളിലൂടെ വളരുന്ന (Round Character) കഥാപാത്രമാണ്. സംഭവങ്ങളിലൂടെ വളരുന്ന കഥാപാത്രം എന്നും സംഭവങ്ങളിലൂടെ വളരാത്ത കഥാപാത്രം എന്നും രണ്ടായി പാത്രങ്ങളെ ഇ.എം.ഫോസ്റ്റർ തരംതിരിച്ചിട്ടുണ്ട്.

ലോകത്തെ അംഗീകരിക്കുന്നത് പ്രതീകാത്മകമായി ഹാലർ ബൂർഷ്വാ യുടെ ലോകത്തെ ത്യജിക്കുന്നതിനു തുല്യമാണ്.

പാബ്ലോയെന്ന പാത്രത്തെ അവതരിപ്പിക്കുന്നത് ഏകസ്വരത്തിൽ സംസാരിക്കുന്ന ഒരു വിഷയാസക്തനായിട്ടാണ്. സ്വതന്ത്രമായി ചിന്തി ക്കാൻ കഴിവില്ലാത്തവനെന്ന് ഹാലർ വിചാരിച്ചിരുന്ന പാബ്ലോയും പിന്നീട് ഹാലരുടെ വൈകാരികമായ നിലനില്പിനു വേണ്ടതെല്ലാം ചെയ്യുന്നുണ്ട്. ഒരവസരത്തിൽ പാബ്ലോയും തന്റെ പ്രതിരൂപമാണെന്ന് ഹാലർ പ്രസ്താവിക്കുന്നു.

മാന്ത്രിക തിയേറ്ററിൽ ഹാലർ കാണുന്നതെല്ലാം അയാളുടെ ആന്ത രിക ജീവിതത്തിന്റെ പ്രതിഫലനമാണെന്ന് നമുക്ക് മനസ്സിലാക്കാൻ കഴിയും. ഇത് ജാസ് സംഗീതജ്ഞനായ പാബ്ലോ കൊടുത്ത മയക്കു മരുന്നു കഴിച്ചതിന്റെ ഫലമായി അയാൾക്ക് തന്റെ പ്രസന്നമായ പ്രതി രൂപം പ്രകാശിപ്പിക്കാനുള്ള കഴിവ് കിട്ടിയതുകൊണ്ടാണ്. "എനിക്ക് നിങ്ങളിൽ തന്നെയുള്ളതിൽ കൂടുതലായി ഒന്നും തരാനില്ല", എന്നു പറയുന്നതിലൂടെ പാബ്ലോ ഇത് വ്യക്തമാക്കുന്നുണ്ട്. അയാൾ തുടർന്നു പറയുന്നു: "നിന്റെ ലോകത്തെ കൂടുതൽ വ്യക്തതയോടെയും സമഗ്ര മായും കാണാനുള്ള കഴിവാണ് ഞാൻ നിനക്കു തരുന്നത്. ഇതിൽ പുതുമ യായൊന്നുമില്ല."

നോവലിന്റെ ആദ്യ ഭാഗത്ത് പരാമർശിക്കുന്ന ട്രാക്ടിൽ പറയുന്നത് അനശ്വരർ ഇടുങ്ങിയ ചിന്താഗതിയിൽ നിന്നും മോചനം നേടിയവരാണെ ന്നാണ്. ജീവിതത്തിന്റെ സമസ്തഭാവങ്ങളും തങ്ങളിൽ സമന്വയിപ്പി ച്ചവർ. ഒരാളിന്റെ കൊട്ടിയാഘോഷിക്കപ്പെടുന്ന വ്യക്തിത്വത്തിൽ നിന്ന് മോചനം നേടുകയെന്നാൽ അയാൾ സമയത്തെ അതിജീവിക്കുകയാ ണെന്ന് പാബ്ലോ വിശദീകരിക്കുന്നു. ഈ മോചനത്തിന് മാന്ത്രിക തിയേറ്റർ ഹാലർക്കു വഴിയൊരുക്കി കൊടുക്കുന്നു. പാബ്ലോ ഉയർത്തിക്കാട്ടിയ മാന്ത്രിക കണ്ണാടിയിൽ ഹാലർ തന്റെ വ്യക്തിത്വത്തിലെ ആയിരമായിരം വ്യത്യസ്ത മുഖങ്ങൾ കാണുന്നു. ഒരു ശിശുവായും, വൃദ്ധനായും, പണ്ഡി തനായും, കോമാളിയായും, കഷണ്ടിയായും, തലനിറച്ച് മുടിയുള്ളവനായും കണ്ടു. (സിദ്ധാർത്ഥ എന്ന നോവലിന്റെ അവസാനം ഗോവിന്ദൻ ആത്മ ജ്ഞാനം നേടിയ സിദ്ധാർത്ഥന്റെ മുഖത്തു കാണുന്ന ഭിന്ന ഭാവങ്ങൾ ഓർക്കുക) ഈ ഭിന്ന മുഖങ്ങളെല്ലാം തന്റെ വ്യക്തിത്വത്തിന്റെ ഘടക ങ്ങളാണെന്ന് സ്വയം തിരിച്ചറിഞ്ഞതിലൂടെ ഹാലർ മാജിക് തിയേറ്ററിൽ പ്രവേശിക്കാൻ യോഗ്യനാകുന്നു. പാബ്ലോയുടെ ഭാഷയിൽ ഭ്രാന്തനാകുന്നു.

പല ബൂത്തുകളിലായി സംവിധാനം ചെയ്തിരിക്കുന്ന മാജിക് തിയേറ്റർ ഒരു സ്വപ്നത്തിലൂടെ ഹാലർക്ക് ദൃശ്യമാകുന്നു. നോവലിൽ പരാമർശി ക്കുന്ന വിവിധ വിഷയങ്ങളാണ് ഓരോ ബൂത്തിലും അവതരിപ്പിച്ചിരിക്കു ന്നത്.[9]

---

9. ഇരുപത്തിനാലു ബൂത്തുകളുള്ളതിൽ നാലെണ്ണത്തിൽ മാത്രമേ ഹാലർ പ്രവേശിക്കുന്നുള്ളൂ.

ഒരു ബൂത്തിൽ വെച്ച് പാബ്ലോ മാന്ത്രികക്കണ്ണാടി ഉയർത്തിക്കാട്ടു മ്പോൾ ഹാലരുടെ വ്യക്തിത്വത്തിലെ രണ്ടു മുഖങ്ങൾ അതിലൂടെ പ്രത്യക്ഷപ്പെടുന്നു. ഒന്നിൽ നല്ല രീതിയിൽ വസ്ത്രധാരണം ചെയ്ത സുമുഖനായ ഒരു യുവാവ് വന്ന് പാബ്ലോയെ ആലിംഗനം ചെയ്ത് അയാളുടെ കൂടെ പോകുന്നു. മറ്റൊന്നിൽ അതേ യുവാവ് ഒരു ഇട നാഴി(corridor)യിലൂടെ ഓടിവന്ന് ഇവിടത്തെ പതിനേഴോ പതിനെട്ടോ വയസ്സു പ്രായമുള്ള എല്ലാ പെൺകുട്ടികളും നിന്റേത് എന്ന് എഴുതിവെച്ച ഒരു മുറിയിലേക്ക് ഓടിപ്പോകുന്നു.

സ്റ്റെപ്പൻവോൾഫിന്റെ രണ്ടാം ഭാഗത്ത് പാബ്ലോ എതിർലിംഗ വ്യക്തി യോടുള്ള (Hetrosexul) ലൈംഗികാസക്തിക്കു പുറമേ സ്വവർഗ്ഗ രതിയിലും താത്പര്യമുള്ളവനായിരുന്നുവെന്ന് ഹെസ്സെ പ്രസ്താവിക്കുന്നുണ്ട്. ഇയാൾ രണ്ടു പ്രാവശ്യം ഹാലരെ സ്വവർഗ്ഗ രതിയിലേർപ്പെടാൻ പ്രേരിപ്പിക്കുന്നു ണ്ടെങ്കിലും ഹാലർ അതിനു വഴങ്ങിയില്ലെന്നു മാത്രമല്ല കോപിഷ്ഠ നാകുകയാണു ചെയ്തത്. ഇപ്പോഴാകട്ടെ ഹാലർ തന്റെ പഴയ വൈമനസ്യം മറി കടന്ന് പുതിയ അനുഭവം ആസ്വദിക്കാൻ തയ്യാറാ കുന്നു.[10] രണ്ടാമത്തെ ബൂത്തിൽ താൻ ജീവിതത്തിൽ കണ്ട എല്ലാ സ്ത്രീകളുമായി ലൈംഗിക സുഖത്തിലേർപ്പെടുന്നതു കാണുന്നു. ഇതോടെ ഹാലർക്കു ലൈംഗിക കാര്യത്തിലുള്ള വൈരുദ്ധ്യം (സ്വവർഗ്ഗ രതിയോടുള്ള എതിർപ്പ്) പ്രതീകാത്മകമായി ഇല്ലാതാകുകയാണ്.

ഭാഷ

നോവലിസ്റ്റിന്റെ ഭാവാശയ പ്രകാശനത്തിനുള്ള മീഡിയമാണല്ലോ ഭാഷ. സ്റ്റെപ്പൻവോൾഫിലെ ഭാഷയെക്കുറിച്ചു പരാമർശിക്കുമ്പോൾ പ്രധാനമായി ചൂണ്ടിക്കാണിക്കേണ്ടത് അതുവരെ ജർമ്മനിയിലെ സാഹിത്യ സൃഷ്ടികളിൽ ഉപയോഗിച്ചിരുന്ന ഭാഷ ഈ നോവലിലെ കേന്ദ്ര പ്രമേയം അവതരിപ്പിക്കുന്നതിന് അപര്യാപ്തമായിരുന്നുവെന്ന താണ്. ഹെസ്സെയുടെ ബാഹ്യലോകത്തിലെ യാഥാർത്ഥ്യവും അദ്ദേഹം വിഭാവന ചെയ്ത ആത്മീയ തലത്തിലെ യാഥാർത്ഥ്യവും തമ്മിലുള്ള അസമാനത വ്യക്തമാക്കുന്ന ആശയങ്ങൾ പ്രകടിപ്പിക്കാൻ സ്വന്തം ഭാഷ അപര്യാപ്തമാണെന്ന് അദ്ദേഹം എന്നും വിശ്വസിച്ചിരുന്നു.

എഴുത്തുകാരന്റെ പണിക്കോപ്പ് (ഭാഷ) തന്റെ ആശയ പ്രകാശന ത്തിനു പോരാതെ വന്നതുകൊണ്ട് സ്വന്തം കൃതികളിൽ തന്റെ പല സങ്ക ല്പങ്ങളും വേണ്ടത്ര വ്യക്തതയോടെ അവതരിപ്പിക്കാൻ ഹെസ്സെക്ക് കഴിഞ്ഞിട്ടില്ല. ഉദാഹരണമായി അദ്ദേഹം പറയുന്ന മൂന്നാം രാജ്യം (Third Kingdom)ഏകതാനതയോടെ ഒരിടത്തും ചിത്രീകരിച്ചു കണ്ടിട്ടില്ല. അവിടുത്തെ അനുഭവം വാക്കുകൾ കൊണ്ടു വിവരിക്കാവുന്നതിലു മപ്പുറത്താണ്. ഈ വൈതരണി മറികടക്കാൻ സ്റ്റെപ്പൻവോൾഫിൽ

---

10. ഇത് സ്വപ്നത്തിലൂടെയുള്ള കാഴ്ചയാണെന്ന് പ്രത്യേകം പറയേണ്ടതില്ല

ഗ്രന്ഥകാരൻ നേരിട്ടു വായനക്കാരനോട് സംവദിക്കുന്നതിനു പകരം പ്രതീകങ്ങൾ ഉപയോഗിച്ചുള്ള ആഖ്യാന രീതിയാണു സ്വീകരിച്ചിരിക്കുന്നത്. സമഷ്ടി (Totality) എന്ന സങ്കല്പം ഹെസ്സെ കൃതികളിൽ എങ്ങും കാണാവുന്ന ഒന്നാണ്. എന്നാലിത് വാക്കുകൾ കൊണ്ട് വിവരിക്കാൻ പ്രയാസമാണ്. മാന്ത്രിക ചിന്തയെക്കുറിച്ചും നേരിട്ട് പറയുന്നില്ല. മാജിക് തിയേറ്ററിലൂടെയുള്ള ഹാലരുടെ മാനസിക പരിവർത്തനം പ്രതീകാത്മകമായാണ് ഹെസ്സെ നമ്മുടെ മുമ്പിൽ അവതരിപ്പിക്കുന്നത്.

ഭാഷയുടെ അപര്യാപ്തത മറികടക്കാൻ ഹെസ്സെ ഉപയോഗിക്കുന്ന മറ്റൊരു രീതി ഭിന്നാഭിപ്രായങ്ങൾ വായനക്കാരുടെ മുമ്പിൽ നിരത്തിയാണ്. ഈ രീതി ആന്ദ്രേജീദ്, ഹക്സ്‌ലി, തോമസ്മാൻ തുടങ്ങി ഇരുപതാം നൂറ്റാണ്ടിലെ പ്രതിഭാധനന്മാരായ പല എഴുത്തുകാരും ഉപയോഗിക്കുന്നുണ്ട്. ഉദാഹരണത്തിന് സമഷ്ടിയുടെ തലത്തെ ഏകതാനമായ കാഴ്ചപ്പാട് വാക്കുകളിലൂടെ പൂർണ്ണമായും ചിത്രീകരിക്കാൻ കഴിയുന്നില്ലെങ്കിൽ പല കാഴ്ചപ്പാടുകൾ അവതരിപ്പിച്ച് ഏതെങ്കിലും ഒന്നിലാണു സത്യമെന്നു വരുത്തുക. സ്റ്റെപ്പൻവോൾഫിൽ ഹാലരുടെ ജീവിതം അയാളുടെ സ്വന്തം വാക്കുകളിൽ മാത്രമല്ല നമ്മുടെ മുമ്പിൽ അവതരിപ്പിച്ചിരിക്കുന്നത്. അതിന് വിരുദ്ധമായ മറ്റു രണ്ടു വിവരണങ്ങൾ കൂടെ ഇതിലുണ്ട്. ഒന്ന് ട്രാക്ടിലെ അനശ്വരരുടെ ലോകത്തിലേതും രണ്ട് ഹാലരുടെ മാനുസ്ക്രിപ്റ്റ് എഡിറ്റു ചെയ്ത ബൂർഷ്വാ യുവാവിന്റെ (ബർഗർ) അഭിപ്രായത്തിലുള്ളതും. ഇതിലേതെങ്കിലം ഒന്നിലുള്ള അവതരണമാണ് സത്യമുൾക്കൊള്ളുന്നതെന്ന് വിവക്ഷ.

ഹെസ്സെ സ്വീകരിച്ച പുതിയ രൂപത്തിനും ഘടനയ്ക്കും ആവശ്യമായ മറ്റൊരു സാങ്കേതിക രീതിയാണ് ദ്വന്ദ്വഭാവം (Double perception). ബാഹ്യലോകത്തിലെയും (ബർഗറുടേത്) മാന്ത്രിക ചിന്തയിൽ പ്രതിഫലിക്കുന്ന ഔന്നത്യമുള്ള അനശ്വരരുടെ ലോകത്തിലേയും യാഥാർത്ഥ്യങ്ങൾ വേർതിരിച്ചു കാണിക്കാൻ ദ്വന്ദ്വഭാവമെന്ന സങ്കല്പം പ്രയോജനകരമാണ്. തന്റെ പ്രസന്നമായ രൂപം വേണ്ടിടത്ത് പ്രദർശിപ്പിക്കാനും, ആത്മനിഷ്ഠമായ പ്രതിച്ഛായ അതിന്റെ വിശാലമായ രൂപത്തിൽ വസ്തുനിഷ്ഠമായ യാഥാർത്ഥ്യത്തേക്കാൾ ശക്തമായി പ്രദർശിപ്പിക്കാനും ഹാലർ സമർത്ഥനാണ്. അതുകൊണ്ട് ആത്മീയ തലത്തിലുള്ള അനുഭൂതി ദൈനംദിന ജീവിതത്തിലുള്ള യാഥാർത്ഥ്യത്തേക്കാൾ കൂടുതൽ തീവ്രത അയാൾക്കു നൽകുന്നു. ഒരർത്ഥത്തിൽ ഹെസ്സെ മാന്ത്രിക ചിന്തയ്ക്ക് ഒരു ബാഹ്യരൂപം നൽകുകയാണിവിടെ. അദ്ദേഹത്തിന്റെ മനോസങ്കല്പങ്ങൾക്ക് വ്യക്തമായ യാഥാർത്ഥ്യം നൽകി അവതരിപ്പിക്കുന്നു. ഈ നോവലിലെ എല്ലാ ക്രിയകളും ദ്വന്ദ്വ ഭാവത്തിലൂടെ നോക്കുമ്പോൾ രണ്ടു തലത്തിൽ വ്യാഖ്യാനിക്കാം. ഇത് വായനക്കാരനെ ഏകകാലികമായ തലത്തിലേക്ക് ഉയർത്തുന്നു. സംഗീതത്തിന്റെ ഭാഷയിൽ പറഞ്ഞാൽ രണ്ടു ഭിന്നസ്വരങ്ങളെ സംയോജിപ്പിച്ചുകൊണ്ടുള്ള ലയവിന്യാസം നടത്തുന്നു.

ഭാഷയുടെ പരിമിതി കൊണ്ട് ആത്മീയതയിലെയും ദൈനംദിന ജീവിതത്തിലെയും യാഥാർത്ഥ്യങ്ങൾ തമ്മിലുള്ള ഭിന്ന ഭാവങ്ങൾ തൃപ്തികരമായ രൂപത്തിൽ തന്റെ കൃതികളിൽ അവതരിപ്പിക്കാൻ തനിക്ക് കഴിഞ്ഞിട്ടില്ലെന്ന് ഹെസ്സെ നിരാശപ്പെടുന്നുണ്ട്.[11]

അന്തരീക്ഷം

നോവലിൽ കൈകാര്യം ചെയ്യുന്ന പ്രമേയത്തിന്റെ സ്വഭാവമനുസരിച്ചുള്ള ഒരന്തരീക്ഷം സൃഷ്ടിക്കേണ്ടത് ഗ്രന്ഥകാരന്റെ കർത്തവ്യമാണ്.

അതിനുള്ള എല്ലാ ഘടകങ്ങളും വളരെ കരവിരുതോടെ ഹെസ്സെ മെനഞ്ഞെടുത്തിട്ടുണ്ട്.

ഹാലരുടെ ആന്തരികലോകം പ്രതീകാത്മകമായി ചിത്രീകരിക്കുന്നതിനും, അവിടെ നടക്കുന്ന സംഘർഷങ്ങൾ ആസ്വാദകന് ഹൃദ്യമായ വിധം അനുഭവവേദ്യമാക്കി കൊടുക്കുന്നതിനുമുള്ള ഭാഷയുടെ അപര്യാപ്തതയെകുറിച്ച് മുമ്പ് സൂചിപ്പിച്ചുവല്ലോ. അതുകൊണ്ടാണ് മാജിക് തിയേറ്റർ പോലുള്ള സങ്കല്പങ്ങൾ സൃഷ്ടിച്ചെടുത്ത് കേന്ദ്ര വിഷയം വായനക്കാരുടെ മുമ്പിൽ ഹെസ്സെ അവതരിപ്പിച്ചത്.

ഹെസ്സെ തന്റെ വിഷയങ്ങൾ വായനക്കാരുമായി പങ്കുവെക്കുന്നതിന് പരമ്പരാഗതമായ ആഖ്യാന രീതി വിട്ട് പുതിയ സങ്കേതങ്ങൾ ഉപയോഗിച്ചിട്ടുള്ളതിന്റെ എത്രയെങ്കിലും ഉദാഹരണങ്ങൾ അദ്ദേഹത്തിന്റെ കൃതികളിൽ കാണാം.[12] സ്റ്റെപ്പൻ വോൾഫിൽ ഗീതകത്തിന്റെ സ്വഭാവമാണ് സ്വീകരിച്ചിരിക്കുന്നത്. ഇതിന്റെ സാഹിത്യരൂപം ജർമ്മൻ കാല്പനികതയിൽ സാധാരണമായിരുന്ന കെട്ടുകഥ (Marchen)യുടേതായിരുന്നു . നാടകത്തിലോ മറ്റു ഗദ്യകല്പനാസൃഷ്ടികളിലോ പ്രതീകാത്മകമായി പ്രദർശിപ്പിക്കാൻ കഴിയാത്ത കാല്പനിക വിഷയങ്ങൾ (ഉദാ. പ്രകൃതിയും ആത്മാവും തമ്മിലുള്ള പുനരേകീകരണം) ഇതിലൂടെ സാധിക്കാൻ കഴിയുമെന്നതുകൊണ്ടാണ് പലരും കെട്ടുകഥയുടെ രൂപം സ്വീകരിച്ചത്. പക്ഷികളും മൃഗങ്ങളും തമ്മിൽ സംവദിക്കുകയും ചെടികൾ മനുഷ്യരായും മറിച്ചും മാറുന്ന സന്ദർഭങ്ങൾ ചിത്രീകരിക്കുകയും മറ്റും ചെയ്യുന്നതിലൂടെ ബാഹ്യവും ആത്മീയവുമായ തലങ്ങളുടെ അതിർത്തികൾ ഇല്ലാതാവുകയും അവ തമ്മിലുള്ള സംയോജനം പൂർണ്ണമാകുകയും ചെയ്യുന്നു.

ജർമ്മനിയിലെ പ്രതിഭാധനന്മാരായ ഗീഥേ, നോവാലിസ് തുടങ്ങി ഹോഫ്മാൻ വരെയുള്ള പല സാഹിത്യകാരന്മാരും കെട്ടുകഥയുടെ രൂപം

---

11. ഭാഷയുടെ അപര്യാപ്തതകൊണ്ട് ആദ്യം ഒരാശയം വ്യക്തമാക്കിയിട്ട് പിന്നീട് അതിന്റെ എതിർ രൂപം (Anti-thesis) പ്രദർശിക്കുന്ന രീതിയും ഹെസ്സെ പലപ്പോഴും സ്വീകരിച്ചിട്ടുണ്ട്.

12. ഡീമിയനിലെ സ്കൂൾ നോവൽ (Bildungsroman)രീതി, സിദ്ധാർത്ഥയിലെ ഇതിഹാസം എന്നിവ നോക്കുക.

12.

സമർത്ഥമായി ഉപയോഗിച്ചിട്ടുണ്ട്. ഹെസ്സെ തന്നെ നൂറിലധികം കെട്ടുകഥകളെഴുതിയിട്ടുണ്ട്. (കെട്ടുകഥകൾക്ക് പൊതുവായ ഒരു നിർവചനമില്ല എന്നു തന്നെയല്ല അവയ്ക്ക് പല രൂപഭേദങ്ങളുമുണ്ട്.) ഇവരെല്ലാം കഥ ഭൂതകാലത്ത് മനോകല്പിതമായ ഒരു സ്ഥലത്ത് നടക്കുന്നതായി സങ്കല്പിക്കുന്നു. ആ കാലത്ത് കെട്ടുകഥയിൽ വിവരിക്കുന്ന സംഭവങ്ങൾ വെറും ചാപല്യങ്ങളായി കണക്കാക്കപ്പെട്ടിരുന്നുമില്ല. ഈ ധാരണയൊക്കെ സമകാലീന ബൂർഷ്വാ സമുദായത്തിൽ നിന്നുണ്ടായവയാണ്. നിത്യജീവിതത്തിലെ ബാഹ്യവും, കഥാനായകന്റെ ആന്തരികവുമായ യാഥാർത്ഥ്യത്തിന്റെ രണ്ടു ഭിന്ന മുഖങ്ങൾ തമ്മിൽ താരതമ്യപ്പെടുത്തുന്ന ദീർഘവും യഥാർത്ഥവുമായ വിവരണമാണ് കെട്ടുകഥയെന്ന് ഹോഫ്മാൻ അഭിപ്രായപ്പെടുന്നു. ആന്തരികമായ യാഥാർത്ഥ്യം സാങ്കേതികമായി സാധാരണക്കാരുടെ കാഴ്ചപ്പാടിലൂടെ അവതരിപ്പിക്കുന്നതുകൊണ്ടാണ് കെട്ടുകഥയുടെ പ്രതീതി ഉണ്ടാകുന്നത്. നിർണ്ണായകഘട്ടങ്ങളിൽ ഗ്രന്ഥകാരൻ കഥാനായകന്റെ അഭിപ്രായങ്ങളോട് യോജിച്ച് രംഗത്തു വരികയും ചെയ്യും. ഈ നിർവചനം ഹെസ്സെയുടെ സ്റ്റെപ്പൻവോൾഫിനു യോജിച്ചതാണ്.

കെട്ടുകഥകളിൽ സൂചിപ്പിക്കുന്ന വസ്തുതകളെല്ലാം വികസിപ്പിച്ച് ഒരു മിഥ്യയുടെ പൂർത്തീകരണവും യഥാതഥമായ ചട്ടക്കൂട്ടിലെ പാത്രങ്ങൾ നിർവ്വഹിക്കുന്നതായി ഇത്തരം കഥകളിൽ പരാമർശിച്ചിരിക്കും. സ്റ്റെപ്പൻ വോൾഫിൽ ആത്മീയതലത്തിലും ബാഹ്യതലത്തിലുമുള്ള യാഥാർത്ഥ്യത്തിന്റെ രണ്ടു ഭിന്നഭാവങ്ങളുമായി ആഖ്യാനം തുടങ്ങുന്നു. പുനരേകീകരണമെന്ന മിഥ്യ ഇടയ്ക്ക് ഗ്രന്ഥകാരൻ ചേർത്തിരിക്കുന്ന ട്രാക്ടിൽ നിന്നാണ് വായനക്കാരന് ലഭിക്കുന്നത്. കഥയുടെ ക്രമീകരണം റിയലിസ്റ്റിക്കും സമകാലീനവുമാണ്. എന്നാൽ കഥ പുരോഗമിക്കുന്നതിലൂടെ ഹാരിഹാലർക്കു ബാഹ്യ യാഥാർത്ഥ്യത്തേക്കാൾ ആന്തരിക യാഥാർത്ഥ്യം കൂടുതൽ പ്രാഭവമുള്ളതായി അനുഭവപ്പെടുന്നു. ദൈനംദിന ജീവിതത്തിലെ വ്യക്തികളേക്കാൾ ആത്മീയതലത്തിലുള്ള വ്യക്തികളു(അനശ്വരർ)മായി സംവദിക്കാനാണ് അയാൾക്ക് താത്പര്യം.

നോവലിലെ വിഷയം അവതരിപ്പിക്കുന്ന രീതിയിൽ ഗീതകത്തിന്റെ (Sonata)സ്വാധീനം മുമ്പു സൂചിപ്പിച്ചിട്ടുണ്ടല്ലോ. ഇതിലെ ആഖ്യാനരീതിക്ക് സംഗീതത്തിലെ ആരോഹണം, അവരോഹണം എന്നീ ലയവ്യത്യാസങ്ങളുമായി വളരെ സാദൃശ്യമുണ്ട്. ഇത് കഥയുടെ അന്തരീക്ഷത്തെ തീർച്ചയായും കൂടുതൽ പ്രകാശമാനമാക്കുകയും ചെയ്യുന്നു.

സ്റ്റെപ്പൻവോൾഫിലെ പ്രാഥമിക വസ്തുതകൾ പരിശോധിക്കുമ്പോൾ വ്യക്തമായ ഒരു ഘടന ഉരുത്തിരിയുന്നുണ്ട്. ആമുഖം, കൈയെഴുത്തു പ്രതിയുടെ ആദ്യ പുറങ്ങൾ, ട്രാക്ട് എന്നീ മൂന്നു ഭാഗങ്ങൾ ഹാരിഹാലരുടെ ആത്മാവിനെ മഥിക്കുന്ന വൈരുദ്ധ്യമുള്ള മൂന്ന് അവസ്ഥകൾ ചർച്ച ചെയ്യുന്നു. (ബൂർഷ്വാ, സ്റ്റെപ്പൻവോൾഫ്, അനശ്വരർ) ആമുഖത്തിൽ രണ്ടു വിഷയങ്ങൾ പരാമർശിക്കുന്നു. കൈയെഴുത്തു പ്രതി ഈ വിഷയങ്ങൾ

ഹാലരുടെ ജീവിതത്തെ എങ്ങനെ താറുമാറാക്കിയെന്ന കാര്യം വ്യാഖ്യാനിക്കുന്നു. ട്രാക്ടിലാകട്ടെ ഈ വിഷയങ്ങൾ താത്ത്വികാടിസ്ഥാനത്തിൽ പുനരാവർത്തിക്കുകയും അതിനൊരു പരിഹാരം കണ്ടെത്തുകയും ചെയ്യുന്നു.

ആദ്യം ആഖ്യാനം, (exposition) പിന്നെ അതിനെ ആസ്പദമാക്കിയുള്ള സംഭവവികാസം (Development), അടുത്തതായി പുനരാവർത്തനം (recapitulation) എന്നിങ്ങനെയുള്ള ഈ പദ്ധതി സംഗീത ശാസ്ത്രത്തെക്കുറിച്ചുള്ള ഏതു ഗ്രന്ഥത്തിലും സോണറ്റാ രൂപം (ആരോഹണം) എന്ന ഭാഗത്തു കാണാം. സോണറ്റയുടെ ഘടനയിൽ തുടക്കം കുറിക്കുന്ന രീതിയാണിത്. അതിന്റെ സ്വരം ആരോഹണത്തെ മാത്രമേ സ്വാധീനിക്കുന്നുള്ളൂ. വ്യാഖ്യാനത്തിൽ രണ്ടു വിഷയങ്ങൾ അവതരിപ്പിക്കുന്നു. അതിൽ ഒന്ന് ഏകസ്വരത്തിലും മറ്റേത് ഉച്ചൈസ്തരത്തിലും പാടാം. ആദ്യത്തേതിനെ ആസ്പദമാക്കിയുള്ള സംഭവവികാസത്തിൽ വിഷയങ്ങളിലുള്ള വൈരുദ്ധ്യങ്ങൾ അലിഞ്ഞു പോകുന്നു. പുനരാവർത്തനത്തിൽ വിഷയങ്ങൾ വ്യാഖ്യാനിച്ച രീതിയിൽ തന്നെ പാടുന്നു. എന്നാൽ രണ്ടും ഏകസ്വരത്തിലാണെന്നു മാത്രം. ഇവിടെ സംഘർഷത്തിനു പരിഹാരം ഉണ്ടാകുന്നു. നോവലിൽ അടിസ്ഥാനസ്വരങ്ങൾ (basic keys) തമ്മിലുള്ള വ്യത്യാസം ഹാരിഹാലരുടെ വ്യക്തിത്വത്തിലെ രണ്ടു ഭാവങ്ങളെ സൂചിപ്പിക്കുന്നു. ആദ്യത്തേത് സ്റ്റെപ്പൻവോൾഫായും, രണ്ടാമത്തേത് ബൂർഷയായും. ആദ്യത്തേത് ഏകസ്വരവും രണ്ടാമത്തേത് ഉച്ചസ്വരവും (Dominant). പുരനാവർത്തനത്തിലും വ്യാഖ്യാനത്തിലും കൂടെ സംഘർഷം പരിഹരിക്കപ്പെടുകയും ഹെസ്സെ വിഭാവനചെയ്ത ഏകതാനമായ ആത്മീയതലം കൈവരിക്കുകയും ചെയ്യുന്നു. ഈ സംഗീതാത്മകത നോവലിന്റെ അന്തരീക്ഷത്തെ മുഖരിതമാക്കുന്നു.

പാശ്ചാത്യനിരൂപകർ നോവലുകളെ മേലേക്കിടയിലുള്ളവയെന്നും, ക്രിയാത്മകമായതെന്നും രണ്ടു തരത്തിൽ വിഭജിച്ചിട്ടുണ്ട്. ക്രിയാത്മക നോവൽ വർണ്ണനയ്ക്കാണ് കൂടുതൽ ഊന്നൽ നൽകുന്നത്. മേലേക്കിടയിലുള്ളവയാകട്ടെ സിദ്ധാന്തപരവും മനനത്തിന് പ്രാധാന്യം നൽകുന്നവയുമാണ്. സ്റ്റെപ്പൻവോൾഫിനെ ഇതിലേതിലുൾപ്പെടുത്താം? നോവലിലെ ട്രാക്ട് മേലേക്കിടയിലുള്ള നോവലുകളിലേക്ക് സ്റ്റെപ്പൻവോൾഫിനെ ഉയർത്തുന്നു എന്നു തന്നെ പറയാം. ഹാലരെ അലട്ടുന്ന സങ്കീർണ്ണമായ പ്രശ്നങ്ങൾ അതിൽ തത്ത്വചിന്തയുടെ തലത്തിൽ വിശകലനം ചെയ്യുകയും അയാൾക്ക് നർമ്മത്തിലൂടെ ഒരു പുനർജനനം സാദ്ധ്യമാണെന്ന് ദീർഘദർശനം ചെയ്യുകയും ചെയ്തിട്ടുണ്ട്. ഈ അർത്ഥത്തിൽ സ്റ്റെപ്പൻവോൾഫ് (ഏകാന്തനായ ചെന്നായ്) മേലേക്കിടയിലുള്ള ഒരു നോവലാണെന്നും ഇരുപതാം നൂറ്റാണ്ടിലെ പാശ്ചാത്യ നോവലുകൾക്കിടയിൽ ഔന്നത്യമുള്ള ഒന്നാണെന്നും നിസ്സംശയം പറയാം.

പതിനൊന്ന്

നാർസിസ്സും ഗോൾഡ്മണ്ടും

ഹെസ്സെയുടെ നോവലുകളിൽ വെച്ച് ഏറ്റവും ജനപ്രീതി നേടിയത് നാർസിസ്സും ഗോൾഡ്മണ്ടും (1930) ആണ്. എന്നാൽ ഒരു നോവൽ ശില്പമെന്ന നിലയിൽ ഇതിന് പല പോരായ്മകളുമുണ്ടെന്ന് സിയാൽ കോവ്സ്കിയുൾപ്പെടെ പല നിരൂപകന്മാരും അഭിപ്രായപ്പെടുമ്പോൾ ഇത് അദ്ദേഹത്തിന്റെ ഏറ്റവും നല്ല നോവലാണെന്ന് മറ്റൊരു കൂട്ടർ വാദിക്കുന്നു. അവരിൽ റോബർട്ടു കർട്ടീസ്, ജോസഫ് മെലിക് തുടങ്ങിയവർ പെടുന്നു. എന്തായാലും ഹെസ്സെയുടെ ഏറ്റവും ജനപ്രീതി നേടിയ നോവലാണിത്.[1]

ഈ നോവലിലൂടെ ഹെസ്സെ ഉദ്ദേശിച്ചത് നാർസിസ്സ് എന്നും ഗോൾഡ്മണ്ടെന്നും ഭിന്നാഭിപ്രായക്കാരായ രണ്ടു വ്യക്തികളിലെ വൈരുദ്ധ്യങ്ങൾ കലയുടെ തലത്തിൽ സമന്വയിപ്പിക്കുകയെന്നതാണ്. ഹെസ്സെക്ക് ഏറ്റവും പ്രിയപ്പെട്ട ഈ വിഷയം അദ്ദേഹം നോവലിൽ വികസിപ്പിച്ചിട്ടുണ്ട്. എന്നാൽ ഇതിവൃത്ത രൂപീകരണത്തിലും ഘടനയിലും വേണ്ടത്ര കരവിരുത് കാണിക്കാത്തതുകൊണ്ട് വിഷയം വളരെ വ്യക്തമാക്കാൻ അദ്ദേഹത്തിന് കഴിഞ്ഞിട്ടില്ലെന്നു പറയേണ്ടിരിയിക്കുന്നു. കഥയുടെ ഉള്ളടക്കവും രൂപവും തമ്മിൽ എന്തോ ഒരകൽച്ച വായനക്കാരന് അനുഭവപ്പെടും. അതിനൊരു കാരണം ശൃംഗാരപ്രിയനായ ഗോൾഡ്മണ്ടിന്റെ രതിവിക്രിയകളും അക്രമാസക്തമായ പ്രവർത്തനങ്ങളും ഒരു സന്ന്യാസിവിഹാരത്തിന്റെ പശ്ചാത്തലത്തിൽ അവതരിപ്പിച്ചതുകൊണ്ടു കൂടിയാണ്.

നോവലിന്റെ ഘടനയിലെ അപാകതകൾക്കുള്ള കാരണങ്ങൾ പലതാണ്. അതിലേക്കു വരുന്നതിന് മുമ്പ് വേറൊരു കാര്യം കൂടെ പറയട്ടെ. ഹെസ്സെയുടെ മറ്റു കഥാപാത്രങ്ങളായ സിൻക്ലെയറും ഡീമിയനും തമ്മിലും, ഹാരിഹാലരും പാബ്ലോയും തമ്മിലുമുള്ള ബന്ധത്തിൽ നിന്ന്

1. ഇതിന്റെ ആദ്യപതിപ്പ് 222000 കോപ്പികൾ വിറ്റഴിഞ്ഞതായി ഹെസ്സെ അദ്ദേഹത്തിന്റെ ഡയറിക്കുറിപ്പിൽ രേഖപ്പെടുത്തിയിട്ടുണ്ട്.

വ്യത്യസ്തമാണ് നാർസിസ്സും ഗോൾഡ്മണ്ടും തമ്മിലുള്ള ബന്ധം. സ്വഭാവഗുണത്തിൽ മറ്റുള്ളവർ തമ്മിൽ വ്യത്യാസമില്ല. അവർ സ്വയം സമ്പൂർണ്ണതയിലെത്തിയവരുമാണ്. സിൻക്ലെയർ ഇരുട്ടിന്റെയും വെളിച്ചത്തിന്റെയും തലങ്ങളിലൂടെ ദോളനം ചെയ്യുന്നുണ്ടെങ്കിലും ആ രണ്ടവസ്ഥകളും അയാളിൽ തന്നെയാണ് സ്ഥിതിചെയ്യുന്നത്. എന്നാൽ നാർസിസ്സിന്റെയും ഗോൾഡ്മണ്ടിന്റെയും കാര്യം ഇതല്ല. ഇവർ രണ്ടു പേരും വ്യത്യസ്ത ധ്രുവങ്ങളാണ് പ്രതിനിധീകരിക്കുന്നത്. നാർസിസ്സ് ഒരു പുരോഹിതനും, ആത്മീയതയുടെ മൂർത്തിമദ്ഭാവവുമാണ്. ഗോൾഡ്മണ്ടാകട്ടെ പിന്തിരിപ്പനായ ഒരു സന്ന്യാസിയും കലാകാരനുമാണ്. ഐന്ദ്രിക സുഖങ്ങളുടെ ലോകത്താണ് അയാൾ ജീവിക്കുന്നത്.

സിദ്ധാർത്ഥ എന്ന നോവലിൽ ഐന്ദ്രിക സുഖങ്ങളുടേയും ആത്മീയതയുടേയും ലോകങ്ങൾ വളരെ വ്യക്തമായി ഹെസ്സെ വേർതിരിച്ചിട്ടുണ്ട്. എന്നാൽ ഈ വേർതിരിവ് ബാഹ്യമാണ്. രണ്ടു ലോകങ്ങളിലെയും വ്യത്യസ്താനുഭവങ്ങൾ ആസ്വദിച്ചറിയുന്നത് ഒരാൾ തന്നെയായതു കൊണ്ട് നോവലിന് കൂടുതൽ ഇഴയടുപ്പവും സമഷ്ടിയും കൈവരുന്നു. ഇവിടെയാകട്ടെ വായനക്കാരൻ ഒന്നുകിൽ ഗോൾഡ്മണ്ടിന്റെ അല്ലെങ്കിൽ നാർസിസ്സിന്റെ ഭാഗം ചേരാൻ നിർബ്ബന്ധിതനാവുന്നു. അവരുടെ വ്യത്യസ്ത തലങ്ങൾ പരസ്പര പൂരകങ്ങളുമല്ല. ഈ ഭാഗം പിടിക്കലിന്റെ ആവശ്യം വരുന്നത് നോവലിന്റെ പ്രത്യേക ഘടന കൊണ്ടാണ്. രണ്ടു പാത്രങ്ങളുടേയും വ്യത്യസ്ത സ്വഭാവം അസന്ദിഗ്ദ്ധമായി ഹെസ്സെ വരച്ചു കാട്ടിയിട്ടുണ്ട്. അവർ വിഹരിക്കുന്നത് രണ്ടു തലങ്ങളിലുമാണ്. നാർസിസ്സ് സന്ന്യാസി വിഹാരത്തിലും ഗോൾഡ്മണ്ട് ബാഹ്യലോകത്തിലും. ഇതിവൃത്തരൂപീകരണത്തിലെ അപാകത താഴെ പറയുന്നുണ്ട്.

ഇതിവൃത്ത രൂപീകരണം

മദ്ധ്യകാലഘട്ടത്തിലെ (middle ages) ഒരു സന്ന്യാസിവിഹാരത്തെ കേന്ദ്രീകരിച്ചാണ് കഥയിലെ സംഭവങ്ങൾ നടക്കുന്നത്. ഇതിലെ ഇതിവൃത്തം മൂന്നു ഭാഗങ്ങളായി തിരിക്കാം. ആദ്യ ഭാഗത്ത് കഥയിലെ ആത്മീയകേന്ദ്രമായ മറിയബ്രോണിൽ ഗോൾഡ്മണ്ട് വരുന്നതിനെക്കുറിച്ച് പറയുന്നു. മൂന്നു വർഷം അവിടെ താമസിച്ച് ആധ്യാത്മിക കാര്യങ്ങൾ പഠിക്കണമെന്ന ലക്ഷ്യത്തോടെയാണ് അയാൾ വരുന്നത്. എന്നാൽ ഗോൾഡ്മണ്ടിന്റെ വ്യക്തിത്വം ആത്മീയ പഠനത്തിന് അനുകൂലമല്ലെന്ന് നാർസിസ്സിന് താമസിയാതെ ബോധ്യമാകുന്നു. അതിന്റെ കാരണം അയാളുടെ ഉള്ളിൽ അടക്കിവെച്ചിരുന്ന അമ്മയോടുള്ള സ്നേഹമാണ്. ഗോൾഡ്മണ്ടിന്റെ അച്ഛൻ തന്റെ അമ്മയെ വെറുത്തിരുന്നതു കൊണ്ട് ബാല്യകാലത്ത് മാതൃസ്നേഹം പുറത്തുകാണിക്കാൻ അയാൾക്കു കഴിഞ്ഞിരുന്നില്ല.

ഗോൾഡ്മണ്ടിന്റെ ഉപബോധ മനസ്സിൽ നിറഞ്ഞുനിന്ന വൈഷമ്യം എന്താണെന്ന് അയാളെ പറഞ്ഞു മനസ്സിലാക്കാൻ നാലാമദ്ധ്യായത്തോടെ

നാർസിസ്സിനു കഴിയുന്നു. എന്നാൽ ഈ വെളിപ്പെടുത്തൽ ഗോൾഡ് മണ്ടിന് വലിയൊരാഘാതമായിരുന്നു. ഏതാനും നാളുകൾക്കുശേഷം അയാൾക്ക് മനഃസമാധാനം വീണ്ടെടുക്കാൻ കഴിഞ്ഞു. അന്നു മുതൽ തന്റെ ജീവിത ലക്ഷ്യം ശിഷ്ടമുള്ള നാളുകൾ മദാലസയും, സ്നേഹ വതിയുമായ തന്റെ അമ്മയുടെ വഴി പിന്തുടരുകയാണെന്ന് അയാൾ തീരുമാനിക്കുന്നു. അഞ്ചും ആറും അദ്ധ്യായങ്ങളിൽ ഗോൾഡ്മണ്ട് സന്ന്യാസി വിഹാരം വിടാനുള്ള തീരുമാനമെടുക്കുന്നതും അതേ തുടർന്ന് ഐന്ദ്രിക സുഖങ്ങളിൽ ആസക്തനായി സന്ന്യാസി വിഹാരം വിട്ടുപോകുന്നതും വിവരിക്കുന്നു.

പിന്നീടുള്ള അദ്ധ്യായങ്ങളിൽ സന്ന്യാസി വിഹാരത്തിന് പുറത്ത് ഗോൾഡ്മണ്ട് നയിച്ച പത്തുവർഷത്തെ ജീവിതത്തെക്കുറിച്ചാണ് പറയു ന്നത്. ലൈംഗികാസക്തിയുടെ പൂർത്തീകരണത്തിനായി പല സ്ത്രീകളു മായി അയാൾ വേഴ്ചയിലേർപ്പെടുന്നുണ്ടെങ്കിലും അതോടൊപ്പം തന്റെ കലാവാസന വളർത്താനും അയാൾ ശ്രമിക്കുന്നു.

കലയോടുള്ള താത്പര്യം നിമിത്തം ഗോൾഡ്മണ്ട് നിക്ലൗസ് എന്ന പ്രസിദ്ധനായ ഒരു ശില്പവിദഗ്ദ്ധന്റെ കീഴിൽ മരം കൊണ്ടുള്ള ശില്പ ങ്ങൾ നിർമ്മിക്കാൻ പഠിക്കുകയും, അതിൽ പ്രാഗല്ഭ്യം നേടുകയും ചെയ്തു. ഈ ഭാഗത്ത് കാമാസക്തിയും കലയും ഇടകലർത്തി മറ്റു പല ഉപകഥകൾക്കും ഹെസ്സെ രൂപം നൽകുന്നുണ്ട്. രണ്ടു കൊലപാതകങ്ങളും, മദ്ധ്യകാലഘട്ടത്തിൽ യൂറോപ്പിലുണ്ടായ പ്ലേഗ് എന്ന മഹാമാരിയും അത് ജനങ്ങളിൽ വിതച്ച ആപത്തും, മരണഭയവുമൊക്കെയായിരുന്നു ഉപകഥ കളിലെ വിഷയങ്ങൾ.

നോവലിന്റെ അവസാനത്തെ നാല് അദ്ധ്യായങ്ങളിൽ രണ്ടു സ്നേ ഹിതന്മാരും ഒന്നിക്കുന്നു. ഇതിനിടെ ഒരവസരത്തിൽ മരണ ശിക്ഷയ്ക്ക് വിധിക്കപ്പെട്ട ഗോൾഡ്മണ്ടിനെ നാർസിസ്സ് രക്ഷിക്കുന്നുണ്ട്. സന്ന്യാസി വിഹാരം വിട്ടുപോയെങ്കിലും ഗോൾഡ് മണ്ടിനെ നാർസിസ്സ് കൈവെടി ഞ്ഞിരുന്നില്ല. മടങ്ങിയെത്തി വിഹാരത്തിൽ താമസിക്കുമ്പോൾ തന്റെ ശില്പകല തുടർന്നുകൊണ്ടുപോകാൻ ഗോൾഡ്മണ്ടിന് ഒരു സ്റ്റുഡി യോയും നാർസിസ്സ് ഒരുക്കിക്കൊടുക്കുന്നുണ്ട്.

ഗോൾഡ്മണ്ട് വിഹാരത്തിൽ മടങ്ങിയെത്തുകയും അതിനുശേഷമുള്ള മൂന്നു വർഷം ഈ രണ്ടു സ്നേഹിതന്മാരും പല വിഷയങ്ങളെക്കുറിച്ച് സംസാരിക്കുകയും ആശയങ്ങൾ കൈമാറുകയും ചെയ്യുന്നു. ഇതിന്റെ ഫലമായി പ്രകൃതിയെയും (Nature) ചേതനയേയും (spirit) കുറിച്ചുള്ള അവരുടെ ധാരണകൾക്ക് വലിയ അന്തരമില്ലെന്ന് ഇരുവർക്കും മനസ്സി ലാകുന്നു.

നോവലിൽ ഗോൾഡ്മണ്ടിന് പ്രാധാന്യം കൊടുത്തുകൊണ്ടുള്ള അവതരണം അതിന്റെ ഘടനയിൽ വിള്ളലുണ്ടാക്കിയതു കൂടാതെ നാർ സിസ്സിന്റെ ലോകത്തിനുള്ള പ്രാധാന്യം പ്ലോട്ടിൽ നിന്ന് വ്യക്തവുമല്ല.

ഗോൾഡ്മണ്ട് സന്ന്യാസിവിഹാരത്തിൽ വരുന്നതോടെ ആഖ്യാനം തുടങ്ങുകയും അയാളുടെ മരണത്തോടെ അത് അവസാനിക്കുകയുമാണ്. ഇതിനിടയിലുള്ള സിംഹഭാഗവും ഗോൾഡ്മണ്ടിന്റെ സാഹസിക കഥ കൾ പറയാനാണ് ഗ്രന്ഥകാരൻ നീക്കിവെച്ചിരിക്കുന്നത്. നാർസിസ്സിന് സ്വന്തമായൊരു പ്രവൃത്തിമണ്ഡലമില്ല. ഇത് ഇതിവൃത്തത്തിന്റെ ഒരു ന്യൂനത തന്നെയാണ്.

പരിസമാപ്തി

നാർസിസ്സ് മനഃശാസ്ത്ര വിശകലനത്തിലൂടെ ഗോൾഡ്മണ്ടിനെ അലട്ടിയിരുന്ന പ്രശ്നങ്ങളുടെ യഥാർത്ഥ കാരണം അയാൾക്ക് അമ്മ യോടുള്ള സ്നേഹം പുറത്തുകാണിക്കാൻ കഴിയാത്തതാണെന്ന് വ്യക്ത മാക്കുകയുണ്ടായി. ആ വെളിപ്പെടുത്തലിന്റെ ആഘാതത്തിൽ നിന്ന് മുക്തനായ ശേഷം ഗോൾഡ്മണ്ട് തന്റെ ജീവിതകാലം മുഴുവൻ ചെല വഴിച്ചത് സ്വന്തം അമ്മയുടെ പ്രതിച്ഛായ കണ്ടെത്താനുള്ള ശ്രമത്തിലാണ്. സാർവ്വലൗകികമായ അംഗീകാരം നേടിയ ഒരമ്മയുടെ രൂപമാണ് ഗോൾഡ് മണ്ടിന്റെ മനസ്സിലുണ്ടായിരുന്നത്.[2]

പ്രകൃതിയുടെ ലോകത്ത് തനിക്കുണ്ടായ മരണവും, പ്രേമവും, വേദ നയും, പ്രഹർഷവുമെല്ലാം ഒത്തുചേർന്നുണ്ടാക്കിയ നിറക്കൂട്ട് നല്കിയ അമ്മയുടെ പ്രതിച്ഛായ വാർത്തെടുക്കാൻ ഒരു കലാകാരന് കഴിയണ മെങ്കിൽ അയാളുടെ അനുഭവങ്ങൾ പൂർത്തിയാകണം. പ്രസ്തുത പ്രതി ച്ഛായയ്ക്ക് പൂർണ്ണത കൈവരണമെങ്കിൽ ഗോൾഡ്മണ്ടിന്റെ മരണം സംഭവിക്കണം. ഗോൾഡ്മണ്ടിന്റെ ജീവിതം തകർന്നടിയുന്നതോടെ മാത്രമേ അയാളുടെ അനുഭവങ്ങൾക്ക് സമഗ്രത കൈവരുകയുള്ളൂ. എങ്കിലേ നിറക്കൂട്ടിന് തെളിമ വരുകയും പ്രതിച്ഛായ സമ്പൂർണ്ണമാവുക യുമുള്ളൂ. ഗോൾഡ്മണ്ടിന്റെ മരണ സമയത്ത് മൂർത്തവും, സമഗ്രവുമായ ജീവിതാനുഭവങ്ങൾ അയാൾക്കുണ്ടായിരുന്നുവെങ്കിലും പ്രതിച്ഛായയ്ക്ക് രൂപം കൊടുക്കാനുള്ള ശാരീരിക ശേഷി ഇല്ലാതെ പോയി. 'അമ്മയുടെ രഹസ്യം വെളിപ്പെടുത്താൻ അവർ ഇഷ്ടപ്പെടുന്നില്ലെന്ന്' ഗോൾഡ്മണ്ട് പരിതപിക്കുന്നു. ഇവിടെയാണ് ഹെസ്സെയുടെ സൗന്ദര്യശ്രേണിയിലെ വിരോധാഭാസം നമുക്ക് മനസ്സിലാക്കുന്നത്.

ആദർശം നിലനില്ക്കുന്നുവെന്ന ബോധത്തോടെ വേണം കലാ കാരൻ അതിനെ പിന്തുടരാൻ. കലയിലൂടെ അതിനെ ദർശനീയവും സ്പർശവേദ്യവുമാക്കേണ്ടതാണ് കലാകാരന്റെ ധർമ്മം. എന്നാൽ അമ്മ യുടെ ആന്തരിക രഹസ്യം ഇവിടെ കലാകാരന്റെ ഹൃദയത്തിൽത്തന്നെ സൂക്ഷിച്ചിരിക്കുന്നു. തന്റെ ജീവിതത്തിലെ ഏറെഭാഗവും അവരെത്തേടി

---

2. നോവലിന്റെ പര്യവസാനത്തോടെ ഗോൾഡ് മണ്ടിന്റെ അമ്മയ്ക്കു പകരം ഈ പ്രതിച്ഛായ മനുഷ്യരാശിയുടെ ആദിമാതാവായ 'ഇവി'(Eve)ന്റേതായി രൂപാന്തരപ്പെടുകയാണ്.

നടന്ന ഗോൾഡ്മണ്ടിന് ഒടുവിൽ പ്രതിച്ഛായയ്ക്ക് പൂർണ രൂപം കൊടുക്കാൻ കഴിയുന്നില്ല. ആദർശത്തിന്റെ അനിർവചനീയത ഈ നോവലിന്റെ അവസാനം ഹെസ്സെ നമുക്ക് വ്യക്തമാക്കി തരുന്നുണ്ട്.[3]

സംഭവകാലം

സംഭവം നടന്ന കാലത്തെക്കുറിച്ച് നമുക്ക് ഒരേകദേശമായ അറിവേയുള്ളൂ. ക്രിയകൾ നടക്കുന്ന സമയം വ്യക്തമാണെങ്കിലും ഹെസ്സെയുടെ കൃതികളിലൊന്നും കാലത്തെ (ഘടികാരസമയം)ക്കുറിച്ചു പറയുന്നില്ല. അവ്യക്തമായ ചില സൂചനകൾ മാത്രമേ ഗ്രന്ഥകാരൻ നല്കുന്നുള്ളൂ. ഈ നോവലിൽ മഞ്ഞുപെയ്യുന്നതും, പൂക്കൾ വിടരുന്നതും, ഇലകൾ പൊഴിയുന്നതുമെല്ലാം കാലത്തിന്റെ അനുസ്യൂതമായ പ്രവാഹത്തെയാണ് കാണിക്കുന്നത്. എങ്കിലും അതിനെക്കുറിച്ച് നേരിട്ടൊന്നും ഹെസ്സെ പറയുന്നില്ല.

ഡീമിയൻ അവസാനിക്കുന്നത് ഒരു യുദ്ധത്തിന്റെ ആരംഭകാലത്തും പൗരസ്ത്യ ദേശത്തേക്കുള്ള യാത്ര തുടങ്ങുന്നത് അതേ യുദ്ധം നടക്കുന്ന കാലത്തുമാണ്. ഇത് ഒന്നാം ലോകമഹായുദ്ധമാണെന്ന് നമുക്ക് ഊഹിക്കാനേ നിവൃത്തിയുള്ളൂ. അതുപോലെ സിദ്ധാർത്ഥ ബുദ്ധന്റെ ജീവിത കാലത്തും സ്റ്റെപ്പൻവോൾഫ് കുറേക്കൂടെ അടുത്തകാലത്തും നടക്കുന്നതായിട്ടാണ് ആഖ്യാനിച്ചിരിക്കുന്നത്. കാലത്തെക്കുറിച്ച് അവ്യക്തമായ ഒരു ധാരണ സൃഷ്ടിക്കുന്നു. അത്രയേയുള്ളൂ. നാർസിസ്സും ഗോൾഡ് മണ്ടും എന്ന നോവലിലെ കഥ നടക്കുന്നത് മദ്ധ്യകാലഘട്ടത്തിന്റെ അവസാനമാണെന്നു അനുമാനിക്കാം. ഇത് സന്ന്യാസിവിഹാരം പ്രാബല്യത്തിലിരുന്ന കാലമാണ്. അന്ന് ക്രിസ്തുമതം പ്രോട്ടസ്റ്റന്റ് കാരെന്നും, കത്തോലിക്കരെന്നും രണ്ടായി വേർതിരിഞ്ഞിരുന്നില്ല.

ചരിത്രപരമായ വിശദാംശങ്ങൾ നോവലിലില്ല. എന്നിരുന്നാലും ഈ കാലത്തെക്കുറിച്ച് ഹെസ്സെക്ക് നല്ല അറിവുണ്ടായിരുന്നുവെന്ന് നോവൽ വായിക്കുമ്പോൾ നമുക്ക് മനസ്സിലാകും. യൂറോപ്പിൽ നവോത്ഥാനം (Renaisance) ഉദയം ചെയ്തതും ഇക്കാലത്തു തന്നെയാണ്. നവോത്ഥാനത്തിന് നേതൃത്വം നല്കിയ ഡാന്റേ, സെന്റ് ഫ്രാൻസിസ്, ബൊക്കാച്ചിയോ എന്നീ മഹാരഥന്മാരുടെ കൃതികൾ വായിച്ചും പഠിച്ചും അക്കാലത്തെ ധൈഷണികപാരമ്പര്യത്തെക്കുറിച്ചു ഹെസ്സെ നല്ല അറിവ് സമ്പാദിച്ചിരുന്നു. സെന്റ് ഫ്രാൻസിസിന്റെ ആത്മീയ തത്ത്വങ്ങളെക്കുറിച്ച് ഒരു ചെറിയ പുസ്തകമെഴുതി തന്റെ യൗവനകാലത്ത് ഹെസ്സെ പ്രസിദ്ധീകരിച്ചിരുന്നു. നാർസിസ്സും ഗോൾഡ്മണ്ടും എഴുതുന്ന കാലത്ത് തോമസ് അക്വിനാസിനെപ്പറ്റി സ്റ്റെർലിങ്ങ് യാങ്ങ്സ് എന്ന

3. വാർദ്ധക്യം കൊണ്ടുള്ള അവശതകൾക്കിടയിലും തന്റെ യൗവനകാലത്തെ സാഹസികത തുടരാനുള്ള ശ്രമത്തിലുണ്ടായ മുറിവുകൾ കൊണ്ട് ഗോൾഡ്മണ്ടിന് മരണം സംഭവിക്കുന്നു.

പണ്ഡിതൻ എഴുതിയ കൃതി താൻ പതിവായി വായിച്ചിരുന്നതായും ഹെസ്സെ തന്റെ ഡയറിയിൽ രേഖപ്പെടുത്തിയിട്ടുണ്ട്. ഇതിൽ നിന്നെല്ലാം മദ്ധ്യകാലത്തെ കുറിച്ച് പൊതുവായും സന്ന്യാസ വിഹാര ജീവിത (Monastic Life)ത്തെപ്പറ്റി പ്രത്യേകിച്ചും ഹെസ്സെക്ക് നല്ല അറിവും ധാരണയുമുണ്ടായിരുന്നു എന്ന് നമുക്ക് മനസ്സിലാക്കാം.

മദ്ധ്യകാലഘട്ടത്തെ സന്ന്യാസിജീവിതം മനുഷ്യചേതനയുടെ ബാഹ്യ പ്രകാശനത്തിന് പറ്റിയ ഒരു ചട്ടക്കൂട് നല്കിയതുകൊണ്ടാണ് ഈ കാലം ഹെസ്സെ തന്റെ നോവലിന്റെ പശ്ചാത്തലമാക്കിയതെന്നു പറയാം. ആദ്യ മായി ഒരു മതസ്ഥാപനം (സന്ന്യാസിവിഹാരം) അനശ്വരരുടെ തലത്തിന്റെ (Kingdom of souls) പ്രതീകമായി അവതരിപ്പിക്കുന്നതിവിടെയാണ്.[4] ഈ സന്ന്യാസിവിഹാരമാണ് നോവലിലെ കേന്ദ്രബിന്ദു.

പാത്രസൃഷ്ടികൾ

ഈ നോവലിലെ രണ്ടു പ്രധാന പാത്രങ്ങൾ ഗോൾഡ്മണ്ടും, നാർ സിസ്സുമാണ്. നാർസിസ്സ് ആത്മീയതലത്തിലധിഷ്ഠിതമായ സന്ന്യാസി ജീവിതം നയിക്കുന്നയാൾ. ഗോൾഡ്മണ്ടാകട്ടെ ബാഹ്യലോകത്തെ ഐന്ദ്രിക ജീവിതം നല്കുന്ന എല്ലാ സുഖങ്ങളും ആസ്വദിക്കാൻ ആഗ്ര ഹിക്കുന്നയാൾ. ഇതിൽ നിന്നും ഇരുവരുടേയും വ്യക്തിത്വത്തിലുള്ള ഭിന്ന ഭാവങ്ങൾ നമുക്ക് കുറേയൊക്കെ മനസ്സിലാക്കാം. ഈ രണ്ടു വ്യക്തി കൾ തമ്മിലുള്ള വൈരുദ്ധ്യങ്ങൾ കലയുടെ തലത്തിൽ സമന്വയിപ്പിക്കു കയെന്നതാണ് ഈ നോവലിലെ മുഖ്യ വിഷയം.

ഗോൾഡ്മണ്ട് തന്റെ ജീവിതത്തിലെ ഏറെ ഭാഗവും ചെലവഴിച്ചത് സ്വന്തം അമ്മയുടെ സ്മരണ നിലനിർത്താനും, അതിനുമപ്പുറം മനുഷ്യ രാശിയുടെ ആദിമാതാവിനെ കണ്ടെത്താനുമുള്ള യത്നത്തിലാണ്. നാർ സിസ്സാകട്ടേ ഭാവനകളുടെ അടിസ്ഥാനത്തിലാണ് സംസാരിക്കുന്ന തെങ്കിലും ഉള്ളിലുള്ള ആശയങ്ങൾ മിതമായ വാക്കുകളിലൂടെ മറ്റുള്ള വർക്ക് വ്യക്തമാക്കി കൊടുക്കും. ഗോൾഡ്മണ്ട് ഭാഷയ്ക്കതീതമായ പ്രതിച്ഛായകൾ കാണുന്ന ഒരു സ്വപ്നജീവിയും. അയാൾ പിന്നീടൊരു കലാകാരനാകുന്നു. കലയിൽ വാക്കുകളുടെ ആവശ്യമില്ലല്ലോ. പ്രകൃതി യുടേയും സ്നേഹത്തിന്റെയും ആരാധകനായി മാറിയ ഗോൾഡ്മണ്ട് പിന്നീട് ഭാഷയോട് വിപ്രതിപത്തി തന്നെ കാണിക്കുന്നുണ്ട്. വൈരുദ്ധ്യ ങ്ങൾ നിർവ്വചിക്കുന്നതിലും സിദ്ധാന്തങ്ങൾ രൂപീകരിക്കുന്നതിലും തത്പ രനാണ് നാർസിസ്സ്. ഗോൾഡ് മണ്ടാകട്ടെ സ്നേഹത്തിലും കലയിലു മുള്ള വൈരുദ്ധ്യങ്ങളെല്ലാം തുടച്ചു നീക്കി ഏകീകരണത്തിനുവേണ്ടി നിലകൊള്ളുന്നു.

---

4. പൗരസ്ത്യദേശത്തേക്കുള്ള യാത്രയിലെ ലീഗും, ഗ്ലാസ്ബീഡ്സുഗെയി മിലെ കാസ്റ്റേലിയയും ഇതേ മാതൃകയിലുള്ള പ്രതീകങ്ങളാണ്.

ഗോൾഡ്മണ്ടെന്ന കഥാപാത്രത്തിൽ ഹെസ്സെ തന്റെ ആത്മകഥാംശം അല്പം കലർത്തിയിട്ടുണ്ടെന്ന് അനുമാനിക്കുന്നതിൽ തെറ്റില്ല. മദ്ധ്യ കാലഘട്ടത്തെ സന്ന്യാസി വിഹാരം ആത്മിയതയുടെ പ്രതീകമായി തിരഞ്ഞെടുത്തത് സ്വാഭാവികമാണ്. സന്ന്യാസിവിഹാരത്തിലെ ജീവിത ത്തെക്കുറിച്ച് ഹെസ്സെക്ക് വായനയിലൂടെ കിട്ടിയ അറിവ് കൂടാതെ സ്വാനുഭവത്തിൽ നിന്നു പലതും മനസ്സിലാക്കാൻ കഴിഞ്ഞിട്ടുണ്ട്. സന്ന്യാസിവിഹാരത്തിലെ ജിവിതവുമായി വലിയ വ്യത്യാസമില്ലാത്ത ഒരന്തരീക്ഷമായിരുന്നു ഹെസ്സെ ബാല്യകാലത്ത് പഠിച്ചിരുന്ന മോൾ ബ്രോൺ. ഈ നോവലിലെ മറിയ ബ്രോൺ ഹെസ്സെ ബാല്യകാലത്ത് പഠിച്ചിരുന്ന മോൾബ്രോൺ തന്നെ. ഇവിടെ രണ്ടുവർഷം പഠിച്ച ഹെസ്സെ ഒരവസരത്തിൽ അവിടെ നിന്നും ഒളിച്ചോടി പോയതാണ്. ഇവിടെ ഗോൾഡ്മണ്ടും അതുപോലെ സന്ന്യാസിവിഹാരത്തിലെ ജീവിത ത്തിൽ വിരക്തി തോന്നി അവിടം വിട്ടു പോകുകയാണല്ലോ. ഒരു വ്യത്യാ സമേ ഇവിടെയുള്ളു. മാൾബ്രോൺ പരിശീലിപ്പിച്ചത് പ്രോട്ടസ്റ്റന്റ് മത തത്ത്വങ്ങളാണെങ്കിൽ ഇതിലെ മറിയബ്രോൺ കത്തോലിക്കാമത തത്ത്വ ങ്ങളാണ് അഭ്യസിപ്പിച്ചിരിക്കുന്നത്.

നോവലിന്റെ ഘടനാരീതിക്ക് പറ്റിയ പിഴവിനെ കുറിച്ചു പറഞ്ഞപ്പോൾ ഹെസ്സെ ഇതിൽ ഗോൾഡ്മണ്ടിന് കൊടുത്ത അമിത പ്രാധാന്യത്തെ ക്കുറിച്ച് സൂചിപ്പിച്ചിരുന്നു. ഗോൾഡ്മണ്ടിന്റെ വരവോടെ ആഖ്യാനം തുടങ്ങുകയും മരണത്തോടെ അത് അവസാനിക്കുകയും ചെയ്യുന്നു. നാർ സിസ്സിന് തുല്യ പ്രാധാന്യം നല്കാൻ ഹെസ്സെ ഉദ്ദേശിച്ചിരുന്നുവെങ്കിലും ഇതിവൃത്തത്തിൽ നിന്ന് അത് വ്യക്തമാകുന്നില്ല. നാർസിസ്സിന്റെ ചെയ്തികൾ ഏതെങ്കിലും തരത്തിൽ ഗോൾഡ് മണ്ടിനെ ബാധിക്കു മ്പോഴാണ് അയാൾ രംഗത്തു വരുന്നതുതന്നെ. ആത്മാവ് അനശ്വരമാ ണെന്നും ജീവിതം ക്ഷണികമാണെന്നും പറഞ്ഞ് ആദ്യത്തേതിന്റെ പ്രതീകമായി നാർസിസ്സ് എന്ന കഥാപാത്രത്തെ മാറ്റമില്ലാത്ത ഒന്നായി അവതരിപ്പിക്കാനായിരിക്കും ഹെസ്സെ ഉദ്ദേശിച്ചത് എന്നു വിചാരിക്കാ മെങ്കിലും ഘടനാപരമായി ഇതൊരു പിഴവാണ്.

ഭാഷ

ഹെസ്സെയുടെ മറ്റു നോവലുകളെ അപേക്ഷിച്ച് നാർസിസ്സും ഗോൾഡ്മണ്ടുമെന്ന നോവലിലെ ഭാഷ സരളമാണ്. നോവലിന്റെ ഒടുവിൽ നാർസിസ്സും ഗോൾഡ്മണ്ടും തമ്മിൽ നടക്കുന്ന സംവാദങ്ങൾ ഗൗരവമുള്ള വിഷയങ്ങളെക്കുറിച്ചാണെങ്കിലും കഥയിൽ പ്രതിപാദി ക്കുന്ന മറ്റു കാര്യങ്ങൾ ലഘുവായി കൈകാര്യം ചെയ്യാവുന്നവയാണ്. പ്രത്യേകിച്ചും ഗോൾഡ്മണ്ടിന്റെ രതി വിക്രിയകളും മറ്റ് അക്രമാസക്ത മായ പ്രവൃത്തികളും. ഇതെല്ലാം താരതമ്യേന ലളിതമായ ഭാഷയിൽ ആഖ്യാനം ചെയ്യാവുന്നതേയുള്ളു.

കാലത്തെകുറിച്ചു പറയുമ്പോൾ ഹെസ്സെ സൃഷ്ടിക്കുന്ന പ്രതീകങ്ങൾ സൗന്ദര്യാത്മകങ്ങളാണെന്നതിന് സംശയമില്ല. പൂക്കൾ വിടരുന്നതും, ഇല കൊഴിയുന്നതുമെല്ലാം ഋതുഭേദങ്ങളെ സൂചിപ്പിക്കുന്നവയാണല്ലോ. മാറിക്കൊണ്ടിരിക്കുന്ന പ്രകൃതിയുടെ ക്ഷണികമായ ഓരോ ഭാവവും സൗന്ദര്യപ്രതീതിയുണ്ടാക്കാൻ പര്യാപ്തമാണ്. പ്രകൃതിയിൽ കേവല സൗന്ദര്യം സുലഭമല്ലെങ്കിലും അത് മനുഷ്യമനസ്സിന് പലപ്പോഴും സന്തോഷം പ്രദാനം ചെയ്യുന്നുണ്ടെന്ന് സമ്മതിക്കാതെ തരമില്ല. അത് ഋജുവായ ഭാഷയിലൂടെ ചിത്രീകരിക്കാൻ ഹെസ്സെക്ക് കഴിഞ്ഞിട്ടുണ്ട്.

നാർസിസ്സും ഗോൾഡ്മണ്ടും എന്ന നോവലിലെ ഭാഷയെക്കുറിച്ചു പറയുമ്പോൾ ശ്രദ്ധിക്കേണ്ട മറ്റൊരു കാര്യം ഉണ്ട്. ഹെസ്സെക്ക് ഏറ്റവും പ്രിയമുള്ള വിഷയം ഇതിൽ വികസിപ്പിച്ചെടുക്കാൻ അദ്ദേഹം കാര്യമായി ശ്രമിച്ചിട്ടില്ല. നാർസിസ്സിന്റെയും ഗോൾഡ് മണ്ടിന്റെയും വ്യക്തിത്വത്തിലുള്ള വൈരുദ്ധ്യങ്ങൾ കലയിൽ സമന്വയിപ്പിക്കുക എന്ന ആശയത്തിനാണിവിടെ മുൻതൂക്കം നൽകിയിരിക്കുന്നത്. അല്ലാതെ ദൈനംദിന ജീവിതത്തിലെ യാഥാർത്ഥ്യവും ആത്മീയതലത്തിലെ യാഥാർത്ഥ്യവും തമ്മിലുള്ള വ്യത്യാസങ്ങൾക്ക് ഊന്നൽ നല്കി അവയെ എങ്ങനെ സമന്വയിപ്പിക്കണമെന്ന വിഷയമല്ല ഇവിടെ ആഖ്യാനം ചെയ്തിരിക്കുന്നത്. (ഈ വിഷയം ഹെസ്സെ തന്റെ മറ്റു രണ്ടു നോവലുകളായ 'പൗരസ്ത്യദേശത്തേക്കുള്ള യാത്ര'യിലും, 'ഗ്ലാസ് ബീഡ്സ് ഗെയിമി'ലും സമർത്ഥമായി കൈകാര്യം ചെയ്യുന്നുണ്ട്) അതിനാൽ ആത്മീയ ലോകത്തെ വാക്കുകളിലൂടെ ചിത്രീകരിക്കേണ്ട ആവശ്യം ഹെസ്സെക്കിവിടെ നേരിടേണ്ടി വന്നിട്ടില്ല. അല്ലെങ്കിൽ ഭാഷയുടെ അപര്യാപ്തത ഇവിടെയും ഹെസ്സെയെ അലട്ടിയിരുന്നേനേ!

അന്തരീക്ഷം

ഈ നോവലിലെ സംഭവങ്ങൾ നടക്കുന്നത് ഒരു സന്ന്യാസിവിഹാരത്തിന്റെ പശ്ചാത്തലത്തിലാണ്. യൂറോപ്പിൽ ഇരുളടഞ്ഞ മദ്ധ്യകാലഘട്ടമവസാനിച്ച് നവോത്ഥാനകാലം ആരംഭിക്കുന്നതോടെയാണ് കഥ നടക്കുന്നതായി സങ്കല്പിച്ചിരിക്കുന്നത്. മനുഷ്യചേതനയുടെ ബാഹ്യപ്രകാശനത്തിന് പറ്റിയ ഒരു ചട്ടക്കൂട് (frame work) നല്കിയതുകൊണ്ടാണ് ഈ കാലം ഹെസ്സെ തന്റെ നോവലിന്റെ പശ്ചാത്തലമാക്കിയതെന്ന് മുമ്പു പറഞ്ഞുവല്ലോ. കത്തോലിക്കാ മതത്തിലധിഷ്ഠിതമായ സന്ന്യാസിവിഹാരമാണ് നോവലിലെ കേന്ദ്ര ബിന്ദു.

നോവലിസ്റ്റ് ശ്രദ്ധയോടെ കൈകാര്യം ചെയ്യേണ്ട ഒരു കർത്തവ്യം അന്തരീക്ഷ സൃഷ്ടിയാണ്. സന്ന്യാസിവിഹാരത്തിലെ ജീവിതത്തെക്കുറിച്ച് നല്ല അറിവുണ്ടായിരുന്നതുകൊണ്ട് അത്തരം അന്തരീക്ഷം സൃഷ്ടിക്കുന്നതിൽ ഹെസ്സെക്ക് വൈഷമ്യം ഉണ്ടായില്ല. അന്തരീക്ഷസൃഷ്ടിക്ക് രണ്ടു തരത്തിലുള്ള ഭാഷ ഉപയോഗിക്കാം. ഒന്ന് സംഭാഷണ ഭാഷ. രണ്ട് ആഖ്യാന ഭാഷ. ഇതിൽ രണ്ടാമത്തേതാണ് ഹെസ്സെ

നാർസിസ്സും ഗോൾമണ്ടിലുമുപയോഗിച്ചിരുന്നത്. പ്രകൃതി പശ്ചാത്തലം, വിവിധ വിഷയങ്ങൾ കൈകാര്യം ചെയ്യുന്ന ഉപാഖ്യാനങ്ങളിലെ അന്ത രീക്ഷം, ആത്മീയ വിഷയങ്ങളെക്കുറിച്ചുള്ള അഗാധമായ പരിജ്ഞാനം, എന്നീ വിവിധ ഘടകങ്ങളെക്കുറിച്ചു പഠിച്ചും, ചിന്തിച്ചും വിവരിച്ചാലേ ഭൂതകാലാന്തരീക്ഷം കൃതിയിൽ സ്പന്ദമാകൂ. ഇതൊരു ചരിത്ര ആഖ്യായികയാണെന്ന് പറയാൻ നിവൃത്തിയില്ലെങ്കിലും ഭൂതകാലത്ത് നടന്നതായി സങ്കല്പിച്ചിരിക്കുന്നതു കൊണ്ട് ആ കാലത്തെ ഭൂമിശാസ്ത്ര പരിജ്ഞാനവും അന്തരീക്ഷ സൃഷ്ടിക്ക് ആഖ്യായികാകാരന് അനുപേ ക്ഷണിയമാണ്. വായിച്ചറിഞ്ഞ അറിവുകൂടാതെ ഹെസ്സെ യൂറോപ്പിലെ മിക്ക സ്ഥലങ്ങളും സന്ദർശിച്ച് അവിടത്തെ ഭൂമിശാസ്ത്രത്തെപ്പറ്റി അനുഭവജ്ഞാനം നേടിയ ആളുമാണ്. അക്കാലത്തെ ജനങ്ങളുടെയും കഥാപാത്രങ്ങളുടെയും മാനസികവും ധൈഷണികവുമായ നിലവാരം എടുത്തു കാട്ടുന്ന വിധമായിരിക്കണം അന്തരീക്ഷ സൃഷ്ടി. വിശ്വാസ ങ്ങൾക്കും ആചാരങ്ങൾക്കും ആദർശങ്ങൾക്കുമെല്ലാം ഈ സാമാന്യാ ന്തരീക്ഷ സൃഷ്ടിയിൽ സ്ഥാനമുണ്ട്. ഈ ഘടകങ്ങളെല്ലാം ചരിത്രരേഖ കളിൽ കൂടി സമാഹരിച്ചു പഠിച്ചും (സെന്റ് തോമസ് അക്വിനാസിനെ കുറിച്ചുള്ള ഒരു പ്രാമാണിക ഗ്രന്ഥം ഈ നോവലെഴുതുന്ന കാലത്ത് ഹെസ്സെ ദിവസവും വായിച്ചിരുന്നതായി മുമ്പു പറഞ്ഞുവല്ലോ) അതിനു കഴിയാത്തവ ഭാവനയിലൂടെ സൃഷ്ടിച്ചും അന്തരീക്ഷം ശ്രദ്ധയോടെ തന്നെ ഇവിടെ സംവിധാനം ചെയ്തിട്ടുണ്ട്.

നാർസിസ്സും ഗോൾഡ്മണ്ടും എന്ന നോവലിൽ മതത്തിന് പ്രാധാ ന്യമില്ലെങ്കിലും കത്തോലിക്കാമതത്തിൽ വിശ്വസിച്ചിരുന്ന ഒരു കൂട്ടം സന്ന്യാസിമാരുടെ വിഹാരം തിരഞ്ഞെടുക്കാൻ ആ കാലത്തെക്കുറിച്ച് ഹെസ്സെക്കുണ്ടായിരുന്ന അറിവു കൂടാതെ മറ്റൊരു കാരണം കൂടിയുണ്ടാ യിരുന്നു. വളരെ ചെറുപ്പത്തിലേ ഹെസ്സെ തന്റെ കുടുംബം വിശ്വസിച്ചി രുന്ന പ്രോട്ടസ്റ്റന്റ് മതത്തിൽ നിന്ന് പിരിഞ്ഞു പോയിരുന്നു. അതിനു ശേഷം ഒരു മതത്തിലും ചേരാതെയാണ് കഴിഞ്ഞിരുന്നത്. എങ്കിലും പിന്നീട് കത്തോലിക്കാ മതത്തോട് ഒരഭിനിവേശം തോന്നിയതായി അദ്ദേഹത്തിന്റെ ഡയറിക്കുറിപ്പുകളിൽ നിന്ന് നമുക്ക് മനസ്സിലാക്കാം. പരമ്പരാഗതമായ ഒരാരാധനാ കേന്ദ്രമെന്ന നിലയിൽ സംസ്കാരം ഉരു ത്തിരിച്ചെടുക്കുന്നതിലും അതിനെ സംരക്ഷിക്കുന്നതിലും പ്രോട്ടസ്റ്റന്റ് മതത്തേക്കാൾ കൂടുതൽ മേന്മയുള്ളത് കത്തോലിക്കാ മതത്തിനും സഭയ്ക്കുമാണെന്ന് ഹെസ്സെ വിശ്വസിച്ചു. ഇവിടെ സഭയുടെ മതനിഷ്ഠ യെക്കുറിച്ചല്ല അദ്ദേഹം ചിന്തിച്ചത്. കത്തോലിക്കാ പള്ളികളിലെ ആകർ ഷണീയമായ അലങ്കാര വിശേഷങ്ങളോടു കൂടിയ പ്രാർത്ഥനാ രീതികളും അതിന്റെ സൗന്ദര്യാത്മകത വർദ്ധിപ്പിച്ചതായി ഹെസ്സെക്കു തോന്നിയിരി ക്കണം. ആ അന്തരീക്ഷവും കരവിരുതോടെ ഹെസ്സെ ഈ നോവലിൽ അവതരിപ്പിച്ചിട്ടുണ്ട്.

ഹെസ്സെ പ്രതിഭാധനനായ ഒരെഴുത്തുകാരനാണ്. വിശ്വസാഹിത്യ ത്തിലെ പുതിയതും പഴയതുമായ ആവിഷ്കാര രീതികളും സങ്കേത ങ്ങളും പ്രത്യയശാസ്ത്രപരവും മനോവിജ്ഞാനീയമായ ഉപജ്ഞകളു മായി നല്ല പ്രയോഗ പരിചയമുള്ള ഹെസ്സെക്ക് ഈ നോവലിലെ അന്ത രീക്ഷം പ്രഭാപൂരിതമാക്കാൻ കഴിഞ്ഞിട്ടുണ്ട്.

ഹെസ്സെയുടെ കലയോടുള്ള വീക്ഷണവും നമുക്ക് പ്രസ്തുത നോവലിൽ നിന്ന് മനസ്സിലാക്കാം. കലയാണ് വൈരുദ്ധ്യങ്ങളെ സമന്വ യിപ്പിക്കുന്ന മാദ്ധ്യമമെന്ന് അദ്ദേഹം വിശ്വസിച്ചു. ആത്മീയലോകവും, ഐന്ദ്രിക ലോകവും അതിൽ സമന്വയിച്ചിരുന്നു. മരണമില്ലാത്ത ജീവി തത്തെ അതിന്റെ സമഗ്രാവസ്ഥയിൽ നമുക്കവിടെ കാണാൻ കഴിയും. നോവലിലെ കഥാപാത്രമായ ഗോൾഡ്മണ്ടിന് കല ആശയം വെളി പ്പെടുത്താനുള്ള ഒരു ഉപാധി മാത്രമല്ല. ജീവിതവും മരണവും തമ്മി ലുള്ള കടംകഥകൾക്കുള്ള ഉത്തരവും അയാൾ കലയിൽ കണ്ടെത്തുന്നു. മരം കൊണ്ടുള്ള കൊത്തുപണിയിൽ ഗോൾഡ്മണ്ട് വൈദഗ്ദ്ധ്യം നേടി യിരുന്നു. അയാൾ ജലത്തിൽ തന്റെ പ്രതിച്ഛായ എപ്പോഴും മാറിക്കൊണ്ടി രിക്കുന്നതായി കാണുന്നു. എന്നാൽ ഒരു കലാകാരന്റെ കല്ലിലോ, മര ത്തിലോ കൊത്തിയുണ്ടാക്കിയ രൂപത്തിന് മാറ്റമില്ല. അത് കാലത്തെ അതിജീവിക്കുന്നു. ഇതാണ് അനശ്വരത. ഹെസ്സെക്ക് ബാഹ്യലോക ത്തിലെ യാഥാർത്ഥ്യത്തെക്കാൾ ആന്തരികമായ യാഥാർത്ഥ്യമായിരുന്നു കൂടുതൽ അർത്ഥവത്തും, അഭികാമ്യവുമായി തോന്നിയത്.

കലാകാരന്റെ കർമ്മത്തെക്കുറിച്ച് ഹെസ്സെക്കുണ്ടായിരുന്ന മറ്റൊരു ധാരണയെ കുറിച്ചുകൂടെ സൂചിപ്പിച്ചിട്ട് ഈ നോവലിനെപ്പറ്റിയുള്ള പ്രതിപാദനം അവസാനിപ്പിക്കാം. അത് പതിമൂന്നാം അദ്ധ്യായത്തിൽ വിശകലനം ചെയ്യുന്ന ഗ്ലാസ് ബീഡ്സ് ഗെയിമെന്ന നോവലിൽ ഉരുത്തി രിയുന്ന ആദർശ സൂക്തമാണ്. അതിനെക്കുറിച്ച് സംക്ഷിപ്തമായി പറയാം. ഇന്ന് നിലവിലില്ലാത്ത ഒരാദർശത്തെ യാഥാർത്ഥ്യമായി കൈകാര്യം ചെയ്യുകയാണ് എല്ലാ നല്ല മനുഷ്യരുടേയും കടമ.[5]

---

5. കലയോടുള്ള ആരാധനയാണ് 'ഗ്ലാസ്ബീഡ്സ് ഗെയിമി'ലെയും 'പൗരസ്ത്യ ദേശത്തേക്കുള്ള യാത്ര'യിലെയും മുഖ്യ പ്രമേയങ്ങൾ

പന്ത്രണ്ട്

പൂർവ്വദേശത്തേക്കുള്ള യാത്ര: പ്രതീകാത്മകമായ ആത്മകഥ

പൂർവ്വദേശത്തേക്കുള്ള യാത്ര എന്ന നോവൽ (1935) പ്രതീകാത്മകമായി ഹെസ്സെയുടെ ആത്മകഥ തന്നെയാണെന്നു പറയാം. ഇത് തത്ത്വചിന്തകളടങ്ങിയ ഒരു ലഘുഗ്രന്ഥമല്ല, മറിച്ച് ഒരു കാലഘട്ടത്തിന്റെ ആകുലതകളും അവയെ അതിജീവിക്കാൻ മനുഷ്യമനസ്സിലുണ്ടാകേണ്ട പരിവർത്തനങ്ങളെപ്പറ്റിയുമുള്ള ഒരു വിവരണമാണ്. ഇതുവരെയുള്ള അദ്ദേഹത്തിന്റെ കൃതികളിൽ വ്യക്തികൾക്കും അവരുടെ നൈരാശ്യങ്ങൾക്കുമാണ് കൂടുതൽ ഊന്നൽ നല്കിയിരുന്നത്. ആദർശങ്ങളെക്കുറിച്ച് പ്രതിപാദിക്കുമ്പോൾ തന്നെ അത് നേരിട്ടായിരുന്നില്ല. സിദ്ധാർത്ഥയിൽ ഒരു സ്തുതിഗീതത്തിലൂടെയും സ്റ്റെപ്പൻവോൾഫിൽ ലഹരി പദാർത്ഥം കഴിച്ചാലുണ്ടാകുന്ന ഒരു സ്വപ്നത്തിലൂടെയും തന്റെ ആദർശങ്ങൾ അവ്യക്തമായിട്ടെങ്കിലും അദ്ദേഹം നമ്മുടെ മുമ്പിൽ അവതരിപ്പിക്കുന്നുണ്ട്. എന്നാൽ പൂർവ്വദേശത്തേക്കുള്ള യാത്രയിലും ഗ്ലാസ് ബീഡ്സ് ഗെയിമിലും വ്യക്തികളെ പശ്ചാത്തലത്തിൽ ഒതുക്കി നിർത്തി, ആദർശങ്ങൾക്ക് പൂർണ്ണരൂപം നല്കി നമ്മുടെ മുമ്പിൽ അവതരിപ്പിക്കുന്ന ആഖ്യാന രീതിയാണ് ഹെസ്സെ സ്വീകരിച്ചിരിക്കുന്നത്. അദ്ദേഹത്തിന്റെ മനോഭാവത്തിൽ വ്യക്തികളിൽ നിന്ന് സമൂഹത്തിലേക്കു വന്ന ഏകീകൃതമായ ചിന്താഗതി ശ്രദ്ധേയമാണ്. ഈ രണ്ടു നോവലുകളിലും കേന്ദ്രീകൃതമായ ഒരാശയം നിർവ്വചിച്ച് അത് പ്രകാശിപ്പിക്കാനുള്ള യത്നമാണ് ഹെസ്സെ നടത്തുന്നത്. അവ്യക്തമായ ഒരാദർശം സ്വന്തം ജീവിതത്തിൽ കൈവരുത്താൻ തത്രപ്പാടുപെടുന്ന ഒരു കഥാപാത്രം ഈ നോവലിലില്ല.

ആത്മാക്കളുടെ അനന്തമായ പ്രവാഹമുള്ള മൂന്നാം രാജ്യമെന്ന (Third kingdom) ആശയം കൂടുതൽ വ്യക്തതയോടെ ഹെസ്സെ ഈ കൃതിയിൽ നിർവ്വചിക്കുന്നു. കാലദേശ സങ്കല്പങ്ങളെ മാറ്റിയും മറിച്ചും അവതരിപ്പിച്ച് മൂന്നാം രാജ്യത്തിലെ മാനസികാവസ്ഥ എന്തെന്ന് അദ്ദേഹം

വിശദമാക്കുന്നു. ഇതിന് വളരെ പ്രയോജനകരമായ നോവൽമാതൃക യാണ് അക്കാലത്ത് ജർമ്മനിയിൽ പ്രചാരത്തിലിരുന്ന സ്കൂൾ (ലീഗ്) നോവൽ[1] ഇതിവൃത്തം.

പൗരസ്ത്യ ദേശത്തേക്കുള്ള യാത്രയിലെ പ്രധാനപാത്രമായ എച്ച്. എച്ച്. (ഹെൻമെൻ ഹെസ്സെ) ഏകകാലികവും അതേ സമയം സമഷ്ടി യുടേതുമായ തലത്തിലേക്ക് എത്തിപ്പെടാനായി കാലദേശാന്തരങ്ങളി ലൂടെ നടത്തുന്ന യാത്രയുടെ കഥയാണീ നോവൽ. നോവലിന്റെ ഇതിവൃത്തം ദുർബ്ബലമാണ്. അത് മനസ്സിലാക്കണമെങ്കിൽ നോവലിൽ പറയുന്ന സഭയെക്കുറിച്ച് ചിലകാര്യങ്ങൾ ആദ്യമേ അറിഞ്ഞിരിക്കണം. ഈ സഭയെ കേന്ദ്രീകരിച്ചാണ് നോവലിലെ പല സംഭവങ്ങളും അര ങ്ങേറുന്നതും.

ലീഗ് (സ്കൂൾ) നോവലുകൾക്ക് സാഹിത്യപരമായി വലിയ മേന്മ യൊന്നുമില്ലെങ്കിലും വ്യക്തമായ ഒരു രൂപമുണ്ടായിരുന്നു. ഇതിലെല്ലാം പ്രധാന കഥാപാത്രത്തിന്റെ ജീവിതത്തെ സ്വാധീനിക്കുന്ന ഒരു രഹസ്യ സംഘടനയെക്കുറിച്ച് പറയുന്നുണ്ട്. ഇത് കഥാപാത്രവും രഹസ്യ സംഘട നയും (order)[2] തമ്മിലുള്ള പിരിമുറുക്കത്തിന് വഴിതെളിക്കുന്നതു കൂടാതെ സഭയുടെ ആദർശത്തിനനുസരിച്ച് കഥാപാത്രത്തെ വളർത്തിയെടുക്കാ നുള്ള ശ്രമത്തിന് ഊന്നൽ നല്കാനും കഴിയും.

ലീഗ് നോവലുകളിൽ കാണുന്ന സഭകളുടെ ലക്ഷ്യം പലതാണ്. എങ്കിലും പൗരസ്ത്യദേശത്തേക്കുള്ള യാത്രയിൽ അവതരിപ്പിച്ചിരിക്കുന്ന സഭ ഹെസ്സെ പ്രതീകാത്മകമായി ചിത്രീകരിക്കാനുദ്ദേശിക്കുന്ന ആത്മാ ക്കളുടെ രാജ്യം (kingdom of souls) നമുക്കു വ്യക്തമാക്കി തരാനും അതിന്റെ ലക്ഷ്യം സഭയിൽ അംഗമാകാൻ യോഗ്യതയുള്ളവരെ കണ്ടെ ത്തുകയുമായിരുന്നു.

സഭയുടെ പ്രവർത്തനത്തിന് വ്യക്തമായ മാർഗ്ഗരേഖയുണ്ട്. അതിന്റെ തലപ്പത്ത് മുതിർന്നവരുടെ (elders) ഒരു ട്രൈബ്യൂണലും അതിന്റെ മേധാവിയായി സഭയുടെ ആദ്ധ്യാത്മിക തത്ത്വങ്ങൾ പ്രതിനിധീകരിക്കുന്ന ഒരു സുപ്പീരിയറുമുണ്ട്. സുപ്പീരിയർക്ക് രണ്ടു തരത്തിലുള്ള ഉത്തര വാദിത്വങ്ങളാണുള്ളത്. ഒന്നാമതായി അദ്ദേഹം സഭയുടെ പരമോന്ന തനായ ആത്മീയ നേതാവും, രണ്ടാമത് സഭയുടെ പ്രതിപുരുഷനുമാണ്. സഭയുടെ ആസ്ഥാനം അതീവ രഹസ്യമായ സ്ഥലത്ത് സ്ഥിതി ചെയ്യുന്ന

1. എന്താണ് സ്കൂൾ നോവലിന്റെ പ്രത്യേകതയെന്ന് ഈ അദ്ധ്യായത്തിലെ 'അന്തരീക്ഷം' എന്ന ഉപശീർഷകത്തിൽ സൂചിപ്പിക്കുന്നതാണ്. ഹെസ്സെ യുടെ മറ്റൊരു നോവലായ ഡീമിയനും ഈ മാതൃകയിൽ തന്നെയാണ് എഴുതിയിരിക്കുന്നത്.
2. ഇവിടെ സ്കൂൾ (ലീഗ്) നോവൽ എന്നീ വാക്കുകൾ ഒരേ അർത്ഥ ത്തിലാണ് ഉപയോഗിച്ചിരിക്കുന്നത്. സഭ 'order' എന്ന അർത്ഥത്തിലും.

കൊട്ടാര(castle)മാണ്. അവിടെ വലിയൊരു ഗ്രന്ഥശേഖരവും പല രഹസ്യ മുറികളുള്ള നിലവറകളുമുണ്ട്.

മനുഷ്യചേതനയുടെ അവിഭാജ്യ ഘടകമായി വിഭാവന ചെയ്തിരിക്കുന്ന സഭയിൽ അംഗമാകാൻ ചില കർമ്മങ്ങളൊക്കെ അനുഷ്ഠിക്കണം. ആദ്യമായി സഭയുടെ ആദർശങ്ങളോട് കൂറ് പ്രഖ്യാപിക്കുകയും, ഒരു പരീക്ഷ എഴുതുകയും വേണം. അതിൽ ജയിച്ചാൽ സഭയ്ക്കു വേണ്ടി പല രഹസ്യ യാത്രകൾ നടത്തുകയും കുറേ നാൾ അവിടെ അപ്രന്റീസായി ജോലി ചെയ്യുകയും വേണം. ലോഡ്ജിലെ (സഭാ അംഗങ്ങൾക്ക് താമസിക്കാൻ ഒരുക്കിയിരിക്കുന്ന കെട്ടിടം) പ്രത്യേക ആഘോഷ പരിപാടികളിൽ പങ്കെടുക്കുന്നതും സഭയിൽ പുതുതായി അംഗീകരിക്കപ്പെടുന്ന അംഗത്തിന്റെ ചുമതലയാണ്. അതുപോലെ സഭയിലെ രഹസ്യങ്ങൾ പുറത്തു പറയില്ല (oath of secrecy) എന്ന പ്രതിജ്ഞയുമെടുക്കണം. അതിനു ശേഷം സഭ അയാൾക്ക് ഒരു പദവിമുദ്ര (insignia) നല്കും.

പൗരസ്ത്യ ദേശത്തേക്കുള്ള യാത്ര ഹെസ്സെയുടെ പ്രതീകാത്മകമായ ആത്മകഥയാണെന്ന് ഈ അദ്ധ്യായത്തിന്റെ തുടക്കത്തിൽ പറഞ്ഞുവല്ലോ. അത് എന്തുകൊണ്ടാണെന്നു നോക്കാം. ഇതിലെ ഒരു പ്രധാന പാത്രമായ എച്ച്.എച്ച്.(ഹെർമൻ ഹെസ്സെ) തന്റെ യാത്ര തുടരുന്നതു തന്നെ ദക്ഷിണ ജർമ്മനിയിലൂടെയാണ്. അവിടെയുള്ള കാൽവ് എന്ന പട്ടണത്തിലാണല്ലോ ഹെസ്സെ ജനിച്ചത്. അവിടെ നിന്നും സ്വിറ്റ്സർലണ്ടിലൂടെ മോണ്ടനോള എന്ന സ്ഥലത്തെത്തുന്നു. ഇവിടെ വച്ച് അദ്ദേഹം തന്റെ യൗവനകാലത്ത് കണ്ടുമുട്ടിയ പല സുഹൃത്തുക്കളെ അനുസ്മരിക്കുകയും വിവാഹശേഷം സ്വിറ്റ്സർലണ്ടിൽ താമസിച്ചിരുന്ന ബേൺ, ഗെയിൻ ഹോഫൻ എന്നീ പട്ടണങ്ങളെക്കുറിച്ചും പറയുന്നുണ്ട്. സഭയ്ക്കു വേണ്ടി എച്ച്.എച്ച് നടത്തിയ യാത്രകൾക്കിടയിൽ കണ്ടു മുട്ടിയ ചിത്രകാരന്മാരും അദ്ദേഹത്തിന്റെ ചിരന്തന സുഹൃത്തുക്കൾ തന്നെ. ഹെസ്സെയുടെ കൃതികളിലെ നായകന്മാരേയും (ഡീമിയൻ, ഹാരി ഹാലർ) തന്റെ യാത്രകൾക്കിടയിൽ കണ്ടു മുട്ടിയതായി പറയുന്നു. അതുപോലെ ഹെസ്സെയുടെ മൂന്നാം ഭാര്യ നിനോണിനെക്കുറിച്ചും ഇതിൽ പറയുന്നുണ്ട്.

ഈ നോവലിലെ ഒന്നാം അദ്ധ്യായത്തിൽ പറയുന്ന ബ്രെംഗാർട്ടനിലെ ആഘോഷം അതിന്റെ ഉച്ചകോടിയിലെത്തുമ്പോൾ ഇങ്ങനെ ചുറ്റിക്കറങ്ങി നടക്കാതെ രാഷ്ട്രീയ കാര്യങ്ങളിൽ പ്രവർത്തിക്കാൻ ചില സ്നേഹിതന്മാർ അദ്ദേഹത്തെ പ്രേരിപ്പിച്ച കാര്യവും ഇവിടെ പ്രതിപാദിക്കുന്നു. ഇങ്ങനെ നോക്കിയാൽ ഇതിലെ എച്ച്.എച്ച്. ഹെസ്സെ തന്നെയാണെന്നതിന് യാതൊരു സംശയവുമില്ല. ഒരെഴുത്തുകാരനെന്ന നിലയിലുള്ള ഹെസ്സെയുടെ വളർച്ചയാണ് ഭംഗ്യന്തരേണ ഇവിടെ രേഖപ്പെടുത്തിയിരിക്കുന്നത്. ആത്മകഥാംശം നോവലിൽ ചേർത്തിരിക്കുന്നത് ദൈവികവും സ്ഥായീഭാവമുള്ളതുമായ മൂന്നാം രാജ്യമെന്ന സങ്കല്പം കുറേക്കൂടെ വ്യക്തമാക്കാനും അതിന്റെ സുവർണ്ണ ദശയിൽ അദ്ദേഹത്തിന്റെ പങ്കു

നമ്മെ ഓർമ്മിപ്പിക്കാനുമാണ്. ചേതനയുടെ കാലാതീതവും അതേ സമയം സമഷ്ടിയുടേതുമായ തലത്തിൽ (മൂന്നാം രാജ്യത്തിൽ)സഭയുടെ തത്ത്വങ്ങളിൽ വിശ്വസിക്കുന്ന ഒരാൾക്ക് മാന്ത്രിക ചിന്തയിലൂടെ എത്തിച്ചേരാൻ കഴിയുമെന്ന പ്രതീക്ഷയാണ് പൂർവ്വദേശത്തേക്കുള്ള യാത്രയിലൂടെ എച്ച്. എച്ച്. വായനക്കാരുമായി പങ്കുവെക്കുന്നത്. ചുരുക്കത്തിൽ ഇതാണ് നോവലിലെ ഇതിവൃത്തം.[3]

ഹെസ്സെ സമഷ്ടിയുടെ തലമായി കല്പനചെയ്ത മൂന്നാം രാജ്യം ഭാരതീയ ദർശനങ്ങളിൽ പറയുന്ന തുരീയാവസ്ഥ തന്നെയാണ്. ഹരിനാമ കീർത്തനത്തിലെ ആദ്യപാദത്തിൽ പറയുന്ന 'ഓങ്കാരമായപൊരുൾ മൂന്നായ് പിരിയുന്ന' തലത്തെ ഒന്നായ് (സമഷ്ടി) കാണണമെന്ന അർത്ഥത്തിലാണ് തുഞ്ചത്തഴുത്തെച്ഛൻ വ്യഖ്യാനിച്ചിരിക്കുന്നത്. എല്ലാത്തിനേയും അതിന്റെ ഏകത്വത്തിൽ കാണണം. പൂർണ്ണമായ അദ്വൈതാനുഭവമേ മനുഷ്യന് പരമമായ ആനന്ദവും ശാന്തിയും നല്കുകയുള്ളൂ. അതിന് ഞാനെന്ന ഭാവം തിരസ്കരിക്കുകയും അഖണ്ഡബോധ സത്തയിൽ നമ്മുടെ മനസ്സിനെ ലയിപ്പിക്കുകയുമാണു വേണ്ടത്. എതൊരു വസ്തുവിന്റെയും അദ്വൈത സ്ഥിതി ബോധമാകുമ്പോഴാണ് (പണ്ടേ കണക്കേ വരിക. ഹരിനാമ കീർത്തനം) അയാൾക്ക് ആത്മാക്കളുടെ അനന്തമായ പ്രവാഹമുള്ള രാജ്യത്തേക്ക് പ്രവേശനം കിട്ടുകയുള്ളൂ. ഇതിനായി ഓരോരുത്തരും പ്രയത്നിക്കണമെന്ന ആഹ്വാനമാണ് ഹെസ്സെ ഇവിടെ നൽകുന്നത്.

കഥയുടെ സമാപ്തി

ഈ നോവലിൽ ആകെ അഞ്ച് അദ്ധ്യായങ്ങളാണുള്ളത്. ഒരു രഹസ്യ സംഘടനയുടെ പശ്ചാത്തലത്തിലാണ് ഇതിലെ സംഭവങ്ങൾ നടക്കുന്നത്. എച്ച്.എച്ച്. ആദ്യം സഭയിലെ ഒരംഗമായിരുന്നെങ്കിലും തന്റെ നൈരാശ്യങ്ങൾക്കും മാനസിക സംഘർഷങ്ങൾക്കും അതിൽ തുടരുന്നതുകൊണ്ട് പരിഹാരമുണ്ടാവില്ലെന്ന ധാരണയിൽ സഭ വിട്ടുപോകുകയായിരുന്നു. അതു കഴിഞ്ഞ് പത്തു വർഷത്തിനു ശേഷമാണ് ഹെസ്സെ കഥ പറഞ്ഞു തുടങ്ങുന്നത്. അപ്പോഴേക്കും സഭ പിരിച്ചുവിട്ടുവെന്നും എച്ച്.എച്ച്. മാത്രമാണ് ജീവിച്ചിരിക്കുന്നതെന്നുമുള്ള വിശ്വാസത്തിലാണ് കഥ തുടങ്ങുന്നത്. സഭയ്ക്കു പുറത്തു പോയതോടെ എച്ച്.എച്ച്. അതിലെ രഹസ്യങ്ങൾ പുറത്തു പറയില്ലെന്ന പ്രതിജ്ഞ ലംഘിച്ചതുകൊണ്ട്, സഭയുടെ പുറത്തു നടക്കുന്ന സംഭവങ്ങൾ മാത്രമേ അദ്ദേഹത്തിന് വിവരിക്കാൻ കഴിയുന്നുള്ളൂ. ആദ്ധ്യാത്മിക കേന്ദ്രത്തെക്കുറിച്ചുള്ള അറിവ് നഷ്ടപ്പെട്ടതോടെ തന്റെ കഥ ഇണക്കിച്ചേർക്കാൻ പറ്റിയ ഒരു വിഷയമില്ലാതായി. ആശയവിനിമയത്തിനുതകുന്ന വാക്കുകളുമില്ല. അദ്ദേഹം സഭയ്ക്കുവേണ്ടി

3. പൂർവ്വദേശത്തേക്കുള്ള യാത്ര ഇതിവൃത്ത പ്രധാനമായ ഒരു നോവലല്ല, പാത്ര പ്രധാനമായ നോവലാണ്. ഇതിൽ ക്രിയകളിലൂടെ വളരുന്ന ഒരു പാത്രത്തെ (എച്ച്.എച്ച്.) ഗ്രന്ഥകാരൻ അവതരിപ്പിച്ചിരിക്കുന്നു.

നടത്തിയ സംഘടിത യാത്രകളെക്കുറിച്ചുള്ള അറിവും നഷ്ടപ്പെട്ടിരി ക്കുന്നു. മനസ്സിൽ അവശേഷിക്കുന്നത് അവ്യക്തമായ ചില പ്രതിച്ഛായ കൾ മാത്രം. എങ്കിലും അവ ഒരു കണ്ണാടിയിലെന്നപോലെ എന്തോ ഒന്നിൽ പ്രതിഫലിക്കുന്നുണ്ട്. ആ ഒന്ന് തന്റെ ആത്മാവു തന്നെയാണെന്ന് എച്ച്.എച്ച്. തിരിച്ചറിയുന്നു. എന്നാൽ ആ പ്രതിച്ഛായകളുമായി സംവദി ക്കാൻ ശ്രമിക്കുമ്പോൾ അവ ശൂന്യമായി തീരുന്നു. അതോടെ ഒരു വ്യക്തി യെന്ന നിലയിൽ എച്ച്.എച്ച്. ജീർണ്ണതയ്ക്കടിമപ്പെട്ടുവെന്നും അതു കൊണ്ട് തന്റെ കഥ പറയാൻ കഴിയില്ലെന്നും ആകുലപ്പെടുന്നു.

കഥ പകുതിയോടടുക്കുമ്പോൾ ഈ വൈപരീത്യം എച്ച്.എച്ചിനെ നിരാശയുടെ അടിത്തട്ടിലേക്കാഴ്ത്തുന്നു. രണ്ടാമദ്ധ്യായത്തിൽ സഭയുടെ ജീർണ്ണതയെക്കുറിച്ച് പ്രതിപാദിക്കുന്നു. മൂന്നാമദ്ധ്യായത്തിലെത്തുമ്പോഴും തന്റെ കഥപറയാനുള്ള കഴിവുകേടിന് ഒരു പരിഹാരം കണ്ടെത്താൻ കഴിയുന്നില്ല. മൂന്ന് അദ്ധ്യായങ്ങളിലായി പകുതിയോളം പറഞ്ഞു കഴിഞ്ഞു. മറ്റ് രണ്ട് അദ്ധ്യായങ്ങളും വർത്തമാന കാലത്തിൽ നടക്കുന്ന തായിട്ടാണ് പ്രതിപാദിച്ചിരിക്കുന്നത്.

തന്റെ ആദർശം വായനക്കാരുമായി പങ്കുവയ്ക്കാൻ കഴിയുന്നില്ല എന്ന നൈരാശ്യവുമായി എച്ച്.എച്ച്. ഒടുവിൽ ഉപദേശം തേടി ലൂക്കാസ് എന്ന പരിചയ സമ്പന്നനായ ഒരെഴുത്തുകാരനെ സമീപിക്കുന്നു. ലൂക്കാസിന്റെ നിർദ്ദേശമനുസരിച്ച് അദ്ദേഹം ലിയോയെ കാണുകയും, സഭയുമായുള്ള നഷ്ടപ്പെട്ട ബന്ധം വീണ്ടെടുക്കുകയും ചെയ്യുന്നു. ലൂക്കാസുമായുള്ള ബന്ധത്തിലൂടെ എഴുത്തിന്റെ മാഹാത്മ്യത്തെക്കുറിച്ച് ചിലതെല്ലാം മനസ്സി ലാക്കാനും എച്ച്.എച്ച്.നു കഴിഞ്ഞു. ഒന്നുകിലെഴുതണം. അല്ലെങ്കിൽ തീവ്രനൈരാശ്യത്തിനടിമപ്പെട്ട് ജീവാഹുതി ചെയ്യണം.

എച്ച്.എച്ച്.ന്റെ കഥ പറയാൻ അദ്ദേഹത്തിനു കഴിയുന്നില്ലെങ്കിൽ 'പൗരസ്ത്യ ദേശത്തേക്കുള്ള യാത്ര' എന്ന പുസ്തകം എന്തിനെഴുതി യെന്ന ചോദ്യമുണ്ടാവാം. ആകുലതയിൽ നിന്ന് മോചനം നേടാനെഴുതി യെന്നു മാത്രം പറയുന്നതുകൊണ്ട് അർത്ഥമില്ല. രണ്ടു കാര്യങ്ങൾ ശ്രദ്ധിക്കുമ്പോൾ ഇത് മനസ്സിലാകും. ഒന്ന് ആത്മീയതലത്തിലെ യാഥാർത്ഥ്യം വാക്കുകളിലൂടെ പ്രകാശിപ്പിക്കാൻ കഴിയില്ല. രണ്ട് കല തീവ്രനൈരാശ്യത്തിന്നെതിരായ കവചമാണ്. ബൃഹത്തും വ്യവസ്ഥാപി തവുമായ കലയുടെ ലോകം അതിന്റേതായ നിയമങ്ങളനുസരിച്ച് പ്രവർ ത്തിക്കുന്നതുകൊണ്ട് അവിടെ ആകുലതയുടെ പ്രശ്നങ്ങൾ പരിഹരി ക്കപ്പെടുന്നു. ഈ അർത്ഥത്തിലാണ് കല നൈരാശ്യത്തിനെതിരായ കവചമെന്ന് ഹെസ്സെ സാക്ഷ്യപ്പെടുത്തുന്നത്.

എന്താണ് സഭയിൽ സംഭവിച്ചതെന്ന് അറിയാൻ കഴിയില്ലെങ്കിലും അദ്ദേഹം തുടർന്ന് എഴുതുന്നു.

കല വെറും റിയലിസ്റ്റിക് അടിസ്ഥാനത്തിലുള്ള ഒരു ഹാസ്യാനുകര ണമല്ലെന്നും, അതിന്റേതായ നിയമങ്ങളുള്ള ഒരു തലം അതിനുണ്ടെന്നും

ഹെസ്സെ വാദിച്ചു. പിന്നീട് ഹെസ്സെ ബാഹ്യലോകവും കലയുടെ ലോകവും തമ്മിലുള്ള അവസാനത്തെ ബന്ധവും മുറിച്ചു മാറ്റുന്നു. ഇതുവരെ വായനക്കാരുടെ ലോകവും സൗന്ദര്യാനുഭൂതി (കലയുടെ)യുടെ ലോകവും തമ്മിൽ അനുരഞ്ജിപ്പിക്കുന്ന ഒരാളായിട്ടാണ് ഹെസ്സെ വർത്തിച്ചിരുന്നത്. കലയുടെ ലോകത്തെ സ്വതന്ത്രമാക്കി വിടുമ്പോൾ ഉണ്ടാകുന്ന അനുഭവം വളരെ ശ്രദ്ധേയമാണ്. ഹെസ്സെ എഴുതിയ ചില കൃതികൾ സഭയുടെ ഗ്രന്ഥശേഖരത്തിൽ നോക്കുമ്പോൾ അദ്ദേഹം കാണുന്നത് മെഴുകു കൊണ്ടുണ്ടാക്കിയ ഒരു ചെറിയ പ്രതിമയാണ്. കുറേക്കൂടെ സൂക്ഷിച്ചു നോക്കിയപ്പോൾ രണ്ടു രൂപങ്ങൾ പുറംതിരിഞ്ഞു നില്ക്കുന്നതാണ് കണ്ടത്. ഒരു ഭാഗത്ത് എച്ച്.എച്ചിന്റെയും മറുഭാഗത്ത് സഭയുടെ പരമോന്നത നേതാവായ ലിയോയുടെയും. മെഴുകു കൊണ്ടുള്ള പ്രതിമയായതുകൊണ്ടും അതിനുള്ളിലുള്ള ഒഴുക്ക് (ഹെസ്സെയിൽ നിന്ന് ലിയോയിലേക്കും മറിച്ചും) ഹെസ്സെക്ക് കാണാൻ കഴിഞ്ഞു. ആ അവസരത്തിൽ ലിയോ വികസിക്കുകയും താൻ ചുരുങ്ങുകയും വേണമെന്ന് ഹെസ്സെ ആഗ്രഹിക്കുന്നു.[4]

നോവലിന്റെ പ്രതീകാത്മകമായ പരിസമാപ്തി പ്രത്യേകം ശ്രദ്ധിക്കേണ്ടതാണ്. ലിയോ ആഖ്യാതാവിന്റെ (ഹെസ്സെയുടെ) സൃഷ്ടിയാണെങ്കിൽ പോലും ആഖ്യാതാവ് ലിയോയിൽ ലയിക്കുകയാണ്. ഇതോടെ ഗ്രന്ഥകാരൻ കഥയിൽ നിന്ന് മുക്തനാകുകയും ചെയ്യുന്നു. ദൈനംദിന ജീവിതമായുള്ള എല്ലാ സമ്പർക്കങ്ങളും വെടിഞ്ഞ് അദ്ദേഹം സ്വയം സൃഷ്ടിച്ച സൗന്ദര്യാത്മകതയുടെ ലോകത്തേക്ക് ഉയരുന്ന കാഴ്ചയാണ് നോവലിന്റെ അവസാനം നാം കാണുന്നത്. ഇവിടെ നിർവ്വികല്പവും ശ്രേഷ്ഠവുമായ മൂന്നാം ലോകത്തെപ്പറ്റി ഹെസ്സെ നമുക്ക് വ്യക്തമായൊരു നിർവ്വചനം നല്കുന്നു.[5]

സംഭവകാലം

കഥ നടന്നതായി നോവലിൽ സങ്കല്പിച്ചിരിക്കുന്ന കാലം 1750നും 1850നും ഇടയ്ക്കാണ്. ഹെസ്സെയുടെ ലൈബ്രറിയിൽ ഗീഥേയുടേയും

4. ബൈബിളിലെ ജ്ഞാനസ്നാനം നടത്തുന്ന ജോൺ പറയുന്ന വാക്യങ്ങൾ ഇവിടെ പ്രസക്തമാണ്. യേശു വികസിക്കണമെന്നും ഞാൻ (ജോൺ) അദ്ദേഹത്തിന് പിന്മാറി കൊടുക്കണമെന്നുമാണ് ജോൺ ആത്മഗതം ചെയ്യുന്നത്. സഭയുടെ ലോകത്ത് എച്ച്. എച്ച്.ന് ലിയോ ജോണിന് ക്രിസ്തു എങ്ങനെയായിരുന്നോ അതുപോലെയായിരുന്നുവെന്ന് വിവക്ഷിച്ചിരിക്കുന്നു.

5. ഹെസ്സെ മാത്രമായിരുന്നില്ല കലയുടെ സ്വതന്ത്രമായ ലോകം വരച്ചുകാട്ടാൻ ശ്രമിച്ചിരുന്നത്. ജർമ്മനിയിലും ഇംഗ്ലണ്ടിലും ഫ്രാൻസിലുമുള്ള കവികൾ പൂർണ്ണതയും അതിന്റേതായ അച്ചടക്കമുള്ളതുമായ മനോഹര കവിതകൾ ഇക്കാലത്ത് എഴുതിയിട്ടുണ്ട്. കാവ്യലോകത്ത് സ്റ്റീഫൻ ജോർജ്ജ്, പോൾ വലേറി, എസ്രാപൗണ്ട് തുടങ്ങിയവർ ഇതിന് ഉദാഹരണങ്ങളാണ്. അതുപോലെ ഗദ്യ സാഹിത്യത്തിലെ പ്രമുഖരാണ് ആന്ദ്രേജിദ്, ഹക്സ്‌ലി തുടങ്ങിയവർ.

നോവാലീസിന്റെയും നോവലുകളും ജോഹാൻ ഹെർമസിന്റെ അക്കാലത്ത് നടത്തിയ ചില യാത്രാവിവരണങ്ങളും മറ്റും ഉണ്ടായിരുന്നതിൽ നിന്ന് അദ്ദേഹത്തിന് ഈ കാലത്തെക്കുറിച്ച് നല്ല അറിവുണ്ടായിരുന്നുവെന്ന് വ്യക്തമാണ്.[6] തന്റെ ബാല്യകാലത്ത് മുത്തച്ഛനായ ഡോ. ഹെർമൻ ഗുണ്ടർട്ടിന്റെ വിപുലവും വൈവിദ്ധ്യമുള്ളതുമായ ഗ്രന്ഥശേഖരത്തിൽ നിന്ന് മദ്ധ്യകാലഘട്ടത്തെക്കുറിച്ച് പല പണ്ഡിതന്മാർ എഴുതിയ നിരവധി പുസ്തകങ്ങളും താൻ വായിച്ചിരുന്നതായി ഹെസ്സെ തന്റെ 'ലോകസാഹിത്യത്തിന്റെ ലൈബ്രറി' (1929) എന്ന ലേഖനത്തിൽ പരാമർശിക്കുന്നുമുണ്ട് 'പൗരസ്ത്യ ദേശത്തേക്കുള്ള യാത്ര' മാതൃകയാക്കിയ സ്കൂൾ നോവൽ പ്രസ്ഥാനം അതിന്റെ ഔന്നത്യത്തിലെത്തിയതും ഈ കാലത്താണ്.

'പൗരസ്ത്യ ദേശത്തേക്കുള്ള യാത്ര'യിൽ ആകെ അഞ്ച് അദ്ധ്യായങ്ങളാണുള്ളതെന്ന് മുമ്പ് പറഞ്ഞുവല്ലോ. എച്ച്.എച്ച്. എത്രകാലം സഭയിൽ അംഗമായിരുന്നുവെന്ന് നോവലിൽ വ്യക്തമാക്കിയിട്ടില്ല. എങ്കിലും സഭയ്ക്കുവേണ്ടി പല രഹസ്യ യാത്രകൾ നടത്തുകയും, അതിലെ ആഘോഷങ്ങളിൽ പങ്കുകൊള്ളുകയും, അവിടത്തെ വിപുലമായ ഗ്രന്ഥശേഖരത്തിലുള്ള പല കൃതികളും വായിക്കുകയും പതിവായിരുന്നുവെന്ന് നോവലിൽ പറഞ്ഞിട്ടുണ്ട്. സഭയുടെ പ്രവർത്തനങ്ങളിൽ പൂർണ്ണ തൃപ്തി തോന്നാഞ്ഞിട്ടാവാം ഒരവസരത്തിൽ എച്ച്.എച്ച്.സഭ വിട്ടുപോകുന്നു. അതു കഴിഞ്ഞ് പത്തുവർഷം പിന്നിട്ടശേഷമാണ് കഥ പറഞ്ഞു തുടങ്ങുന്നത്.

ഒന്നാം അദ്ധ്യായത്തിൽ സഭയുടെ ഘടനയെക്കുറിച്ചും അതിന്റെ ലക്ഷ്യത്തെക്കുറിച്ചും അതിലെ പ്രമാണികന്മാരെക്കുറിച്ചുമെല്ലാം പ്രതിപാദിക്കുന്നുണ്ട്. അതുപോലെ തന്റെ കഴിഞ്ഞ തലമുറയിലെ എഴുത്തുകാർക്കു കിട്ടിയ അംഗീകാരം തന്റെ കൃതികൾക്ക് കിട്ടുമോ എന്ന ആശങ്കയും അദ്ദേഹം നമ്മളുമായി പങ്കുവയ്ക്കുന്നു. അതാണ് തന്റെ മ്ലാനതയ്ക്കുള്ള ഒരു കാരണമെന്നും ഹെസ്സെ ഇവിടെ വ്യക്തമാക്കുന്നുണ്ട്.

രണ്ടാമദ്ധ്യായത്തിൽ സഭയുടെ ജീർണ്ണതയെ കുറിച്ചാണു പറയുന്നത്. എന്തുകൊണ്ടാണിത് സംഭവിച്ചതെന്നു വ്യക്തമാക്കിയിട്ടില്ല. ഒരു പക്ഷേ അതിന്റെ ലക്ഷ്യം കൈവരിക്കുന്നതിൽ സഭക്കു പരാജയം പറ്റിയതിനാലാകാം എച്ച്.എച്ച്നെ സഭ വിട്ടുപോകാൻ പ്രേരിപ്പിച്ചത്. ഒരു സാഹിത്യകാരനെന്നതിനു പുറമേ ഹെസ്സെ ഒരു ചിന്തകനും കൂടിയായിരുന്നു. ബാഹ്യലോകത്തിനും സത്യാവബോധം ജനിപ്പിക്കുന്ന ആന്തരികമായ മാനസിക തലത്തിനും (ആത്മാക്കളുടെ ലോകം) മദ്ധ്യത്തിൽ അങ്ങോട്ടും ഇങ്ങോട്ടും ചലിച്ചു കൊണ്ടിരിക്കുന്ന ഒന്നാണ് നോവലെന്ന കലാസൃഷ്ടി. (എച്ച്.എച്ച്.മെഴുകു കൊണ്ടുള്ള പ്രതിമയ്ക്കകത്തു കാണുന്ന ഒഴുക്ക്

6. സ്റ്റെപ്പൻ വോൾഫിലെ കഥാപാത്രമായ ഹാരിഹാലരുടെ ലൈബ്രറിയിൽ ജീൻപോൾ സാത്രേ, ലെസ്സിങ്ങ് തുടങ്ങിയവരുടെ ഗ്രന്ഥങ്ങൾ ഉണ്ടായിരുന്നതായി രേഖപ്പെടുത്തിയിട്ടുണ്ട്.

ശക്തമായ ഒരു പ്രതീകമാണ്)ഇതിലൂടെ സാഹിത്യത്തിന്റെ മൂല്യം ജീവിതത്തിന്റെ ആന്തരിക സത്യത്തെക്കുറിച്ചു ലഭിക്കുന്ന ബോധമാണെന്ന കാര്യം ഹെസ്സെ വായനക്കാരുമായി പങ്കിടുന്നു.

പാത്രസൃഷ്ടി

പാത്രജന്യമായ ക്രിയകളിൽ കൂടെ മാത്രം ഇതിവൃത്തം രൂപപ്പെടുത്തുന്ന തരത്തിലുള്ള ഒരു നോവലാണ് 'പൗരസ്ത്യ ദേശത്തേക്കുള്ള യാത്ര'. എച്ച്.എച്ച്.(ഹെസ്സെ) സഭയ്ക്കു വേണ്ടി നടത്തുന്ന യാത്രയുടെ കഥയാണല്ലോ ഇത്. അദ്ദേഹത്തിന്റെ ഇതുവരെയുള്ള കൃതികളിൽ വ്യക്തികളാണ് മുന്നിട്ടു നിന്നിരുന്നതെങ്കിൽ ഇതിൽ ആശയങ്ങൾക്കാണു മുൻതൂക്കം നൽകിയിരിക്കുന്നത്. സേവനത്തിന് ഊന്നൽ നല്കിക്കൊണ്ടെഴുതിയിരിക്കുന്ന ഇതിൽ ഹീറോയില്ല.

നോവലിലെ പ്രധാന കഥാപാത്രം ലിയോയാണ്. ഇദ്ദേഹം ഒരേ സമയത്ത് സഭയുടെ പരമോന്നത മേധാവിയും അതിന്റെ ബാഹ്യലോകത്തേക്കുള്ള പ്രതിനിധിയും സേവകനുമാണ്. ആദ്യം ലിയോ സഭയുടേ ഒരു വെറും സേവകൻ മാത്രമായിരുന്നുവെന്നാണ് എച്ച്.എച്ച്. വിചാരിച്ചിരുന്നത്. ഒടുവിലാണ് ലിയോ പരമോന്നത നേതാവാണെന്ന് മനസ്സിലാക്കുന്നത്. ഒരവസരത്തിൽ ലിയോ അപ്രത്യക്ഷനാകുന്നു. അതോടെ സഭയിലെ അംഗങ്ങൾക്ക് ആത്മവിശ്വാസം നഷ്ടപ്പെടുകയും, സഭയുടെ മൂർത്തിമദ്ഭാവമായ ലിയോയുടെ അസാന്നിദ്ധ്യത്തിൽ സഭയുടെ പ്രവർത്തനം മുമ്പോട്ടു കൊണ്ടുപോകാൻ കഴിയുമോയെന്ന് സംശയിക്കുകയും ചെയ്യുന്നു.

എന്നാൽ സഭയിലെ പരമോന്നത നേതാവാണെന്നതിൽ കവിഞ്ഞ് നോവലിൽ ഒരു സ്ഥാനം ലിയോക്കുണ്ട്. അദ്ദേഹം പ്രതീകാത്മകമായി എച്ച്.എച്ച്.ന്റെ പ്രതിപുരുഷനാണ്. ദൈനംദിന ജീവിതത്തിലെ മാലിന്യങ്ങൾ തുടച്ചു നീക്കാൻ, കഴിഞ്ഞാൽ (മദമാത്സര്യങ്ങളും അഹന്തയും വെടിഞ്ഞാൽ) എച്ച്.എച്ച്.നും ലിയോയെപ്പോലെയാകാം. ഏകകാലികതയുടെയും സമഷ്ടിയുടേതുമായ ലോകത്തേക്ക് അയാൾക്ക് സ്ഥിരമായ പ്രവേശനം കിട്ടുകയും ചെയ്യും. സഭയുടെ അനിഷേധ്യ ആത്മീയ നേതാവാണെങ്കിലും ലിയോ ബാഹ്യലോകവുമായി താദാത്മ്യം പ്രാപിച്ചയാളാണ്. ഈ കഥാപാത്രത്തെ ആദ്യമായി അവതരിപ്പിക്കുമ്പോൾ എല്ലാ മൃഗങ്ങളും പക്ഷികളും അദ്ദേഹത്തെ സ്നേഹിച്ചിരുന്നതായി എച്ച്.എച്ച്. ഓർക്കുന്നു. ചിത്രശലഭങ്ങളെ ആകർഷിക്കാനുള്ള അസാധാരണ കഴിവും ലിയോക്കുണ്ടായിരുന്നു. വളരെക്കാലത്തെ ഇടവേളയ്ക്കു ശേഷം എച്ച്.എച്ച്.ലിയോയെ കണ്ടുമുട്ടുമ്പോൾ അദ്ദേഹം തന്റെ നേരേ കുരച്ചുകൊണ്ടു വരുന്ന രണ്ടു നായ്ക്കുട്ടികളുമായി കളിച്ചുകൊണ്ടിരിക്കുന്ന കാഴ്ചയാണ് കാണുന്നത്. ഇതെല്ലാം സൂചിപ്പിക്കുന്നത് ലിയോ പ്രതീകാത്മകമായി ഏതു സാഹചര്യവുമായി ഇണങ്ങിച്ചേരാൻ കഴിവുള്ളയാളാണെന്നാണ്. അന്തർമുഖനായി സ്വന്തം വ്യക്തിത്വത്തിൽ ഒതുങ്ങിക്കൂടുന്നയാളല്ല. എല്ലാ

അതിർവരമ്പുകളെയും തുടച്ചുമാറ്റാൻ കഴിവുള്ള പ്രഗദ്ഭനായ ഒരാ ചാര്യൻ. കാലദേശ സങ്കല്പങ്ങളെ അതിജീവിച്ച ഒരാൾ. ഏതു നിമിഷ ത്തെയും ആസ്വദിക്കുന്നവനും, എല്ലാ ചുറ്റുപാടുകളുമായി ഇണങ്ങിപ്പോകു ന്നവനുമായ ലിയോയിൽ സഭ പ്രതിനിധീകരിക്കുന്ന സമഷ്ടിയെ ഹെസ്സെ പ്രതീകാത്മകമായി അവതരിപ്പിക്കുന്നു.[7]

ലിയോയുടെ സന്തുലിതാവസ്ഥ പ്രകടിപ്പിച്ചുകൊണ്ട് അദ്ദേഹ ത്തിന്റെ മുഖത്ത് എപ്പോഴും ഒരു പുഞ്ചിരിയുണ്ടായിരിക്കും. ജീവിതത്തിൽ എന്തു ചെയ്യണമെന്നു തീരുമാനിക്കാനുള്ള അവകാശം എല്ലാവർക്കു മുണ്ട്. എന്നാലത് പലപ്പോഴും നമുക്ക് സുഖം തരുന്നില്ല. അതുകൊണ്ട് എച്ച്.എച്ചിനെ മഥിക്കുന്ന നൈരാശ്യങ്ങളെ നോക്കി ചിരിക്കാൻ ലിയോ യ്ക്ക് കഴിയും. ആത്മീയതയുടെ തലം സർഗ്ഗാത്മകമായി അടുത്ത തല മുറയ്ക്കു വേണ്ടി സമർപ്പിച്ചതുകൊണ്ടാണ് ലിയോയെ സാരാംശമുള്ള ഒരു കഥാപാത്രമായി വികസിപ്പിക്കാൻ ഹെസ്സെക്ക് സാധിച്ചത്.

നോവലിലെ എച്ച്.എച്ച്. ഹെസ്സെയാണെന്നു പറഞ്ഞു കഴിഞ്ഞു. എച്ച്.എച്ച്. സഭയിൽ അംഗമായി ചേരുന്നതും ആഘോഷങ്ങളിൽ പങ്കെ ടുക്കുന്നതും സഭക്കുവേണ്ടി രഹസ്യ യാത്ര നടത്തുന്നതുമെല്ലാം ആകു ലതകളിൽ നിന്ന് മോചനം നേടി ഔന്നത്യമുള്ള ആത്മീയതയുടെ തല ത്തിൽ എത്തിപ്പെടാൻ വേണ്ടി തുടർച്ചയായി നടത്തുന്ന പരിശ്രമങ്ങളുടെ ഭാഗമായിട്ടാണ്. ജീവിതത്തിലെ ആശകൾക്കും ആകുലതകൾക്കും പരി ഹാരം കണ്ടെത്താനാകാതെ വിഷണ്ണനായ അയാൾ സഹായം അഭ്യർ ത്ഥിച്ച് ഭാവനാസമ്പന്നനും, എഴുത്തുകാരനുമായ ലൂക്കാസിനെ സമീപി ക്കുന്നു. ലൂക്കാസിൽ നിന്നുമാണ് എഴുത്തിന്റെ മാഹാത്മ്യത്തെപ്പറ്റിയും സൗന്ദര്യാത്മകതയെപ്പറ്റിയും എച്ച്.എച്ച്. കൂടുതൽ മനസ്സിലാക്കുന്നത്. പ്രകമ്പനം കൊള്ളിക്കുന്ന കലയുടെ ലോകം സമഷ്ടിയുടെ ലോകം തന്നെയാണെന്നും, ദൈനം ദിനജീവിതത്തിലെ യാഥാർത്ഥ്യം ഒടുങ്ങാത്ത നൈരാശ്യങ്ങളാണ് നമുക്കു പ്രദാനം ചെയ്യുന്നതെന്നും എച്ച്.എച്ച്. തിരിച്ച റിയുന്നു.

എച്ച്.എച്ചിന്റെ കലാരാധനയ്ക്ക് പ്രചോദനം നല്കിയ മറ്റൊരു സംഭ വവും നോവലിൽ പരാമർശിക്കുന്നുണ്ട്. അതിനെക്കുറിച്ച് ഇവിടെ പറ യുന്നത് അസാംഗത്യമാവില്ല. ബ്രെംഗാർട്ടനിലെ ആഘോഷങ്ങൾക്കൊടു വിൽ എച്ച്.എച്ച്.കണ്ടുമുട്ടിയത് ചരിത്ര പുരുഷന്മാരേയാണ്. വ്യക്തിപര മായ സ്നേഹബന്ധമുള്ളവർ, കവികൾ തുടങ്ങിയവർ. അവരുടെ സർ ഗ്ഗാത്മക കൃതികൾ തുല്യതീവ്രതയോടെ ഹെസ്സെക്ക് അനുഭവപ്പെടുന്നു. അവരുടെ സൃഷ്ടികൾ കാലത്തെ അതിജീവിക്കുന്നു. അതുകൊണ്ട്

7. നോവലിൽ ലിയോക്കുള്ള സ്ഥാനം വ്യക്തമാക്കാൻ ഈ കഥാപാത്രത്തി നു മാത്രമേ ഹെസ്സെ മുഴുവൻ പേരും നല്കിയിട്ടുള്ളൂ. (ആൻഡ്രിയാസ് ലിയോ) ഈ പേര് അസീസ്സിയിലെ സെന്റ് ഫ്രാൻസിസിൽ നിന്നു കിട്ടിയ താകാമെന്ന് നിരൂപകനായ സിയാൽകോവ്സ്കി ഊഹിക്കുന്നു.

അതിന്റേതായ നിയമങ്ങളുള്ള കലയുടെ ലോകം തീവ്രനൈരാശ്യങ്ങളിൽ നിന്ന് തന്നെ അകറ്റി നിർത്താനുള്ള ഒരു കവചമായി ഹെസ്സെക്ക് അനുഭവപ്പെടുന്നു. ഈ നോവലിലെ എച്ച്.എച്ച്. ഒരു വ്യക്തിയെയല്ല, മനുഷ്യസമുദായത്തെയാണ് പ്രതിനിധാനം ചെയ്യുന്നത്.

ഭാഷ

ഹെസ്സെയുടെ ആശയങ്ങൾ നമ്മുടെ മുമ്പിൽ വ്യക്തമായി അവതരിപ്പിക്കാനുള്ള ഭാഷയുടെ അപര്യാപ്തതയെ കുറിച്ച് അദ്ദേഹം എന്നും ആകുലനായിരുന്നുവെന്ന് മുന്നദ്ധ്യായത്തിൽ പറഞ്ഞിട്ടുണ്ട്. ഇതു മറികടക്കാൻ പല രീതികളും, സങ്കേതങ്ങളും അദ്ദേഹം കണ്ടെത്തിയിരുന്നു. 'പൗരസ്ത്യദേശത്തേക്കുള്ള യാത്ര' എന്ന കൃതിയിലും ആശയപ്രകാശനത്തിന് അദ്ദേഹം പുതിയ തന്ത്രങ്ങൾ മെനെഞ്ഞെടുത്തിട്ടുണ്ട്. പാശ്ചാത്യസാഹിത്യകാരന്മാരെ കുഴക്കിയിരുന്ന ഒരു പ്രധാന വിഷയം ആദർശലോകത്തിലെ യാഥാർത്ഥ്യവും ദൈനംദിന ജീവിതത്തിലെ യാഥാർത്ഥ്യവും തമ്മിലെങ്ങനെ സംയോജിപ്പിക്കാമെന്നതായിരുന്നു. ഈ പ്രശ്നം എച്ച്.എച്ചിനെയും കുഴക്കിയിരുന്നു.[8] ഇവിടെയാണ് ആഖ്യാതാവ് മുന്നോട്ടു വരുന്നതും അയാൾക്ക് വൈഷമ്യം അനുഭവപ്പെടുന്നതും.

സഭയിൽ മുമ്പുണ്ടായിരുന്ന ഒരു പ്രധാനിയുടെ ദുരുപദേശം കൊണ്ട് സ്വമതവിരുദ്ധനായി യാത്രക്കാരുടെ സംഘം വിട്ടുപോയ ഒരു ചെറുപ്പക്കാരന്റെ കഥ നോവലിൽ പരാമർശിക്കുന്നുണ്ട്. സഭയിൽ ചേരുന്നതിന്റെ ഭാഗമായി അതിലെ രഹസ്യങ്ങൾ പുറത്തു പറയില്ലെന്ന രഹസ്യപ്രതിജ്ഞ (oath of secrecy) മറ്റുള്ളവരെപ്പോലെ അയാളുമെടുത്തിരുന്നു. സഭവിട്ടു പോകുമ്പോൾ അയാളാ രഹസ്യം മറന്നു പോകുന്നു. അതുകൊണ്ട് അയാൾക്ക് മറ്റുള്ളവരുമായി അത് പങ്കുവെക്കാൻ കഴിയുന്നില്ല. സഭയുടെ രഹസ്യങ്ങൾ മറന്നുപോകുന്ന ഒരാൾക്കേ സഭയിൽ അവിശ്വാസം രേഖപ്പെടുത്താനും അതേപ്പറ്റി പുറത്തുള്ള ആളുകളോട് സംസാരിക്കാനും കഴിയുകയുള്ളൂ. അങ്ങനെ സ്വമതത്യാഗിക്ക് സഭയുടെ ആന്തരിക രഹസ്യം പുറത്തു പറയാൻ കഴിയില്ല. സഭയുടെ ഘടനയെക്കുറിച്ച് പറയാമെങ്കിലും അതിന്റെ ആത്മ ചേതനയെക്കുറിച്ച് ഒന്നും പറയാനാവില്ല. അതിന്റെ രൂപം മാത്രമേ ആഖ്യാതാവെന്ന നിലയിൽ ഹെസ്സെക്ക് വായനക്കാരുടെ മുമ്പിൽ അവതരിപ്പിക്കാൻ കഴിയൂ. അയാൾ മതവിശ്വാസം ത്യജിക്കുന്നതോടെ ആ സഭയുടെ ആദ്ധ്യാത്മിക ജ്ഞാനത്തെക്കുറിച്ചുള്ള അറിവ് അയാൾക്ക് നഷ്ടപ്പെടുന്നു. ഈ വിരോധാഭാസം

8. ഹെസ്സെയെ കൂടാതെ ഈ രണ്ടു സങ്കല്പങ്ങളെയും രഞ്ജിപ്പിക്കാൻ ശ്രമിച്ചിരുന്നവരിൽ പ്രാമാണികൻ പ്രസിദ്ധ തത്ത്വചിന്തകനായിരുന്ന ബർഗ്സൺ (Bergson) ആയിരുന്നു. അദ്ദേഹത്തിന്റെ കലാസിദ്ധാന്തം പാശ്ചാത്യലോകമൊട്ടുക്ക് പ്രചരിച്ചിട്ടുണ്ട്.

ആഖ്യാതാവിന് മനസ്സിലാകുന്നതിനു വളരെ മുമ്പേ വായനക്കാരന് മനസ്സിലാകുന്നുണ്ട്. ഈ വിഷമം കൊണ്ട് എച്ച്.എച്ചിന് തന്റെ കഥ പറയാനാകുമോ എന്നു തന്നെ ഒരവസരത്തിൽ സംശയമുണ്ടായതായി മുമ്പു പറഞ്ഞുവല്ലോ. ആത്മാവിൽ അവ്യക്തമായ ചില പ്രതിച്ഛായകൾ മാത്രമേയുള്ളൂ.

ഈ പ്രശ്നം എങ്ങനെയാണ് ഹെസ്സെ തരണം ചെയ്യുന്നത്? സ്വന്തം അസ്തിത്വം തിരിച്ചുപിടിക്കാനുള്ള വ്യഗ്രതയിൽ അദ്ദേഹം സ്വന്തം കഥ പറയുന്നുയെന്ന നാട്യം വെടിഞ്ഞ് ആഖ്യാനം തന്നെ കഥയുടെ വിഷയ മാക്കുന്നു. ആദർശം വിവരിക്കാൻ കഴിയില്ലെന്നതിന്റെ ഉദാഹരണമായി അദ്ദേഹം പണ്ടെഴുതിയ ചില കൃതികൾ വായിക്കാൻ തുടങ്ങിയപ്പോൾ അതിലെ അക്ഷരങ്ങളും വാചകങ്ങളും വെറും വൃത്തങ്ങളോ പുഷ്പ ങ്ങളോ പക്ഷികളോ നക്ഷത്രങ്ങളോ ഒക്കെയായി രൂപാന്തരപ്പെടുന്ന കാഴ്ചയാണ് കാണുന്നത്. എങ്ങനെ മാറ്റിയും മറിച്ചും ചിത്രീകരിക്കാൻ ശ്രമിച്ചാലും ഔന്നത്യത്തിലുള്ള യാഥാർത്ഥ്യം വ്യക്തമാക്കാൻ കഴിയു ന്നില്ല. അപൂർണ്ണമായ ചിത്രം, അതും തെറ്റിദ്ധാരണയുളവാക്കുന്ന ഒന്നു മാത്രമെ വായനക്കാരുമായി പങ്കുവെക്കാൻ കഴിയുകയുള്ളുവെന്ന് എച്ച്.എച്ച്. പരിതപിക്കുന്നു.

ഇതിനൊരു പരിഹാരം നേടാനാണ് എച്ച്.എച്ച്.ലൂക്കാസിനെ സമീ പിക്കുന്നത്. ലൂക്കാസിൽ നിന്നും, പിന്നീട് ലിയോയിൽ നിന്നും നേടിയ പ്രചോദനത്തിന്റെ ഫലമായി സ്ഥായീഭാവവും അതിന്റേതായ നിയമങ്ങളു ള്ളതുമായ കലയുടെ ലോകത്തേക്ക് പ്രവേശിക്കാൻ എച്ച്.എച്ച്.നു കഴി യുന്നു. അങ്ങനെയാണ് ആകുലതയിൽ നിന്ന് മോചനം നേടാൻ കല യുടെ സ്വതന്ത്ര ലോകത്തിലൂടെ ആത്മീയ ലോകത്തെ പ്രതീകാത്മക മായി അവതരിപ്പിക്കാനായത്.

പ്രതിപാദ്യ വസ്തുവിന്റെ ഗുരു ലഘുത്വങ്ങളനുസരിച്ച് ഹെസ്സെയുടെ ഭാഷാരീതി ഭേദപ്പെടുന്നില്ലെന്നും, അത് ഏകസ്വരമാണെന്നും ചില നിരൂപകന്മാർ അഭിപ്രായപ്പെടുന്നുണ്ട്. അതിൽ വലിയ കഴമ്പുണ്ടെന്നു തോന്നുന്നില്ല. ഹെസ്സെയുടെ കല്പനാശക്തി, പാണ്ഡിത്യം, ചിന്ത, ഭാവന എന്നിവയിലുണ്ടായ ആന്തരികവും അഭൂതപൂർവ്വവുമായ വളർച്ചയുടെ ഫലമായി അവസരോചിതമായ പുതിയ സങ്കേതങ്ങളും, രചനാരീതികളും അദ്ദേഹം സ്വീകരിച്ചിരുന്നതായി പൗരസ്ത്യദേശത്തേക്കുള്ള യാത്രയിലും മറ്റു കൃതികളിലും നമുക്കു കാണാം.

അന്തരീക്ഷം

ഹെസ്സെ തന്റെ വിഷയങ്ങൾ വായനക്കാരുമായി പങ്കുവെക്കുന്നതിന് പരമ്പരാഗത രീതകൾ വിട്ട് നൂതനമായ സങ്കേതങ്ങളും സരണികളും ഉപയോഗിച്ചിരുന്നതായി മുന്നദ്ധ്യായത്തിൽ പറഞ്ഞിട്ടുണ്ട്. ഡീമിയനിലെ സ്കൂൾ നോവൽ രീതി ഇതിനൊരപവാദമാണ്.

'പൗരസ്ത്യ ദേശത്തേക്കുള്ള യാത്ര' എന്ന നോവലിലും സ്കൂൾ (ലീഗ്) നോവലിന്റെ മാതൃകയാണ് ഹെസ്സെ സ്വീകരിച്ചിരിക്കുന്നത്. അദ്ദേഹത്തിന്റെ സ്ഥായീഭാവമുള്ള ആദർശം ആത്മചേതനയിൽ പ്രതിഫലിപ്പിക്കേണ്ടതായതുകൊണ്ട് അത് വെറും ഏകതാനമായ രീതിയിൽ പ്രതിപാദിക്കുക സാദ്ധ്യമല്ല. അതിന് അദ്ദേഹം തിരഞ്ഞെടുത്ത ആഖ്യാനരൂപമാണ് സ്കൂൾ (ലീഗ്) നോവൽ[9] ഇതിന്റെ പ്രത്യേകതകളെന്തെല്ലാമാണ്? ലീഗ് നോവലിന്റെ ഉദ്ഭവം പതിനെട്ടാം നൂറ്റാണ്ടിന്റെ പൂർവ്വാർദ്ധത്തിലാണ്. അക്കാലത്ത് പല രഹസ്യ സംഘടനകളും പ്രാബല്യത്തിൽ വന്നിരുന്നു. അതിന് സമുദായത്തിന്റെ ഉന്നതശ്രേണിയിലുള്ള പല വ്യക്തികളുടെയും രക്ഷാകർത്തൃത്വവുമുണ്ടായിരുന്നു. ഗീഥേ, ഹെർഡർ പെസ്റ്റലോസി, മൊസാർട്ട് തുടങ്ങിയവർ ഒരു രഹസ്യ സംഘത്തിലല്ലെങ്കിൽ മറ്റൊന്നിൽ അംഗമായിരുന്നു. ജർമ്മനിയിലും മറ്റു പാശ്ചാത്യ രാജ്യങ്ങളിലും അന്ന് ശക്തമായിരുന്ന യുക്തിവാദത്തിനെതിരായ നീക്കമെന്ന നിലയിൽ തുടങ്ങിയ രഹസ്യ സംഘടനകൾക്ക് ഇരുപതാം നൂറ്റാണ്ടിലെ മിസ്റ്റിക് സംഘടനകളുമായി പല സാദൃശ്യങ്ങളുമുണ്ട്.

സ്കൂൾ (ലീഗ്) നോവലിലെ കേന്ദ്ര ബിന്ദു ഒരു രഹസ്യ സംഘടനയാണ്. അതിന്റെ കർത്തവ്യങ്ങളിൽ പ്രധാനമായത് സംഘടനയുടെ ആദർശങ്ങളെ അതിലെ നായകനെക്കൊണ്ട് അംഗീകരിപ്പിക്കയെന്നതാണ്. സ്കൂൾ നോവലിലെ സഭ യുക്തിവാദത്തിനെതിരായിരുന്നതുകൊണ്ടു തന്നെ ഈ രീതിയിലുള്ള നോവലുകൾ രഹസ്യ സംഘടനകൾക്ക് പ്രാമാണ്യം കല്പിച്ചിരുന്നു. എന്നിരിക്കിലും ഗീഥേയുടെ കൃതികളിൽ അദ്ദേഹം ചെയ്തതു പോലെ കഥയിലെ നിഗൂഢതയ്ക്ക് യുക്തിസഹമായ ഒരു പരിഹാരം എപ്പോഴും കണ്ടെത്തിയിരുന്നു. ഈ കണ്ടെത്തൽ തന്നെയായിരുന്നു സ്കൂൾ നോവലിന്റെ പ്രത്യേകത.

സ്കൂൾ നോവലിലെ സഭ മനുഷ്യ നിർമ്മിതമല്ല. അത് ഔന്നത്യമുള്ള ഒരാദർശത്തിന്റെ പ്രതീകമാണ്. അതിന്റെ ബാഹ്യലോകത്തിലെ അവതാരം സഭയുടെ പ്രതിനിധിയായ ലിയോ തന്നെയാണ്. സ്കൂൾ നോവലിന്റെ സാങ്കേതികവും സാംസ്കാരികവുമായ പാരമ്പര്യത്തെക്കുറിച്ച് ഹെസ്സെക്ക് നല്ല അവബോധമുണ്ടായിരുന്നു. ഈ അദ്ധ്യായത്തിന്റെ ആദ്യഭാഗത്തു പറയുന്ന സഭയുടെ ആസ്ഥാനമായ കൊട്ടാരവും അതിലെ രഹസ്യ അറകളും അംഗമാകാനെടുക്കുന്ന രഹസ്യ പ്രതിജ്ഞയുമെല്ലാം നോവലിന് നിഗൂഢതയുടെ പരിവേഷം നൽകുന്നുണ്ട്. പൊതുവേ പറഞ്ഞാൽ സ്കൂൾ നോവലിലെ അന്തരീക്ഷം ഹെസ്സെയുടെ ആദർശം വ്യക്തമാക്കാൻ ഒരു നല്ല ചട്ടക്കൂട് നല്കുന്നുണ്ടെന്നു തന്നെ പറയാം.

---

9. ഗീഥേയുടെ വില്യം മെയ്സ്റ്ററുടെ അപ്രന്റീസ്ഷിപ്പ്, സാത്രേയുടെ ടൈടൻ, ഹോഫ്മാന്റെ ഡെവിൾ എലിക്സേഴ്സ്, ഹോൾഡറിന്റെ ഹൈപീരിയൻ എന്നിവ ഉദാഹരണങ്ങളാണ്.

'പൗരസ്ത്യ ദേശത്തേക്കുള്ള യാത്ര'യിൽ ഹെസ്സെ വായനക്കാരുമായി പങ്കുവെക്കുന്ന സന്ദേശം എന്താണ്? നാമെല്ലാവരും കാലാതീതമായ സൗന്ദര്യാത്മകതയുടെ തലത്തെ കുറിച്ച് ബോധവാന്മാരായിരിക്കുക. സ്റ്റെപ്പൻ വോൾഫിലെ ഹാരിഹാലരെപോലെയും സഭ വിട്ടുപോയ ശേഷം നിരാശയുടെ അടിത്തട്ടിൽപ്പെട്ടുഴലുന്ന ഈ നോവലിലെ എച്ച്.എച്ചിനെ പോലെയുമാകാതെ നിസ്സാരതയെ നോക്കി ചിരിച്ചു കൊണ്ട് ഔന്നത്യ മുള്ളതും ഏകതാനകവും അതേ സമയം സമഷ്ടിയുടേതുമായ തലത്തെ ക്കുറിച്ച് ചിന്തിക്കുക. അതിനുള്ള മാർഗ്ഗമാണ് സേവനം. ഇതാണ് ധ്യാന നിഷ്ഠയിലൂടെ നേടിയെടുക്കേണ്ട ശങ്കരാചാര്യരുടെ ആനന്ദലഹരിയിൽ പറയുന്ന സച്ചിദാനന്ദാവസ്ഥ! ഇതിലെ പ്രധാനപാത്രമായ ലിയോ ഒരേ സമയം പരമോന്നത നേതാവും സേവകനുമാണ്. അദ്ദേഹത്തിന്റെ മന്ദ സ്മിതം ജീവിതത്തിലെ നിസ്സാരതകളെ സന്തുലിതയോടെ നോക്കി ക്കാണാനുള്ള കഴിവാണ് പ്രകടമാക്കുന്നത്. ദൈനംദിന ജീവിതത്തിലെ മിഥ്യകളെ കീഴടക്കുകയും, കാലാതീതമായ ആത്മീയതയെ സേവിക്കു കയുമാണ് മനുഷ്യന് അനുപേക്ഷണീയമായിട്ടുള്ളത് (ഭാരതീയ ദർശന ങ്ങളിലെ മോക്ഷമാർഗ്ഗം). അതിനുള്ള ആഹ്വാനമാണ് ഹെസ്സെ നമുക്ക് പ്രസ്തുത നോവലിലൂടെ തരുന്നത്. ഒടുവിൽ തന്റെ തന്നെ സൃഷ്ടി യായ ലിയോയിൽ (സമഷ്ടിയുടെ പ്രതീകം) ലയിക്കുന്നതോടെ നോവൽ സമാപിക്കുന്നു.

പതിമൂന്ന്
ഗ്ലാസ് ബീഡ്സ് ഗെയിം
(സ്ഫടികമണികൾ കൊണ്ടുള്ള കളി)[1]

നാനൂറ്റിയമ്പതു പേജുകളുള്ള ബൃഹത്തായ ഒരു നോവലാണ് 'സ്ഫടിക മണികൾ കൊണ്ടുള്ള കളി'. ഇത് ഹെസ്സെയുടെ അവസാനത്തെ നോവ ലാണ്. ഇത് 2400-ാം മാണ്ട് അജ്ഞാതനായ ഒരാഖ്യാതാവ് എഴുതുന്ന ചരിത്രപഠനമായിട്ടാണ് വിഭാവന ചെയ്തിരിക്കുന്നത്. ഇത് തന്റെ ഭാവന യിലുദിച്ചതും സൗന്ദര്യാവബോധത്തിലധിഷ്ഠിതവുമായ കാസ്റ്റേലിയ എന്ന സങ്കല്പത്തിൽ നിന്നു വിട്ടുമാറി സമൂഹത്തെ എങ്ങനെ സേവിക്കാൻ കഴിയുമെന്ന് ഹെസ്സെ നടത്തുന്ന ഒരു പരീക്ഷണമായിട്ടിതിനെ കരുതാം. അദ്ദേഹം ഈ നോവൽ പൂർത്തിയാക്കാൻ പതിനൊന്നു വർഷമെടുത്തു. ദീർഘമായ ഈ കാലയളവിൽ അദ്ദേഹത്തിന്റെ കാഴ്ചപ്പാടിൽ മാറ്റം വന്നു. അതുകൊണ്ട് ഈ നോവലിൽ ഘടനാപരമായി ചില പോരായ്മകൾ വന്നി ട്ടുണ്ടെങ്കിലും ഇതുപതാം നൂറ്റാണ്ടിൽ യൂറോപ്പിലുണ്ടായ അതിപ്രശസ്ത മായ നോവലുകളിലൊന്നാണ് ഇത് എന്ന് തീർച്ചയായും പറയാം.

പല നിരൂപകന്മാരും 'സ്ഫടികമണികൾ കൊണ്ടുള്ള കളി'ക്കും തോമസ്മാന്റെ 'ഡോക്ടർ ഫൗസ്റ്റസ്' എന്ന നോവലിനും തമ്മിലുള്ള സാമ്യതകൾ ചൂണ്ടിക്കാണിച്ചിട്ടുണ്ട്. രണ്ട് കൃതികളിലും ഇതിവൃത്ത ത്തിനു പുറമേ സംഗീതത്തിന്റെ സൗന്ദര്യാത്മകതയെക്കുറിച്ചും അതിന്റെ ചരിത്രത്തെക്കുറിച്ചും പ്രത്യക്ഷമായി പരാമർശിക്കുന്നുണ്ട്. അതുപോലെ ഹെസ്സെയുടെ തെഗുലാരിയസ് എന്ന കഥാപാത്രം തോമസ്മാന്റെ ലെവർ ഖുണ്ണിനെപോലെ അതിരു കവിഞ്ഞ സൗന്ദര്യാത്മകതയ്ക്കടിപ്പെട്ട് നട്ടംതിരിയുന്ന ആളാണ്. രണ്ടു നോവലുകളിലും ജർമ്മനിയിലെ സാംസ്കാരിക ചരിത്രത്തിൽ സ്ഥിരപ്രതിഷ്ഠ നേടിയ പ്രതിഭാധനന്മാരെ കുറിച്ച് പ്രതിപാദിക്കുന്നുണ്ട്. അവരുടെ ഉദ്ധരണികൾ നേരിട്ടോ അല്ലാ തെയോ തങ്ങളുടെ സ്വന്തം അഭിപ്രായത്തിന് ശക്തിപകരാൻ എടുത്തു

---

1. ഗ്ലാസ്ബീഡ്സ് ഗെയിമെന്ന നോവലിന്റെ പേര് 'സ്ഫടികമണികൾ കൊണ്ടുള്ള കളി' എന്ന് ഏകദേശ തർജ്ജമ ചെയ്താണ് ഇവിടെ ഉപയോഗിച്ചിരിക്കുന്ന തെന്ന കാര്യം ശ്രദ്ധിക്കുക.

കാണിക്കുകയും ചെയ്യുന്നുണ്ട്.[2] മറ്റു പല സാമ്യതകളും നിരൂപകർ ചൂണ്ടി കാണിക്കുന്നുണ്ടെങ്കിലും അവയെപ്പറ്റി പരാമർശിക്കാൻ മുതിരുന്നില്ല. ഇതെല്ലാം ഉള്ളടക്കത്തിലുള്ള സാമ്യതകളാണെന്നും ഘടനാപരമായി ഈ രണ്ടുനോവലുകളും തികച്ചും വ്യത്യസ്തമാണെന്നും മാത്രം കരുതിയാൽ മതിയാകും. ഡോക്ടർ ഫൗസ്റ്റസ് കെട്ടുറപ്പും ജൈവചൈതന്യവുമുള്ള മഹത്തായ ഒരു നോവലാണ്. 'സ്ഫടികമണികൾ കൊണ്ടുള്ള കളി'യും ഭംഗിയായ വിധത്തിലാണ് ക്രമീകരിച്ചിരിക്കുന്നത്. എങ്കിലും ജൈവ ചൈതന്യത്തേക്കാൾ അതിന്റെ മികവ് ശില്പചാതുര്യത്തിലാണെന്ന് നിരൂപകന്മാർ അഭിപ്രായപ്പെടുന്നു. അതിനൊരു കാരണം നോവൽ എഴുതുന്നതിനുവേണ്ടി വന്ന പതിനൊന്നു വർഷങ്ങൾക്കിടയിൽ ഹെസ്സെയുടെ ചിന്താഗതിയിൽ വന്ന മാറ്റങ്ങളാണ്.

'സ്ഫടികമണികൾ കൊണ്ടുള്ള കളി'യോട് കുറേക്കൂടെ സാമ്യമുള്ള കൃതിയാണ് ഹെർമൻ ബ്രോക്കിന്റെ ഉറക്കത്തിൽ നടക്കുന്നവരുടെ (The sleep walkers, 1932) മൂന്നാം ഭാഗം. ഇത് ഹെസ്സെ വായിക്കുകയും നിരൂപണം ചെയ്യുകയും ചെയ്തിരുന്നു. രണ്ടിലും സമാന്തരമായ പ്ളോട്ടുകളും ഇഴുകിച്ചേർത്ത ഉപന്യാസങ്ങളുമുണ്ട്. രണ്ടു കൃതികളും ധാർമ്മിക മൂല്യങ്ങളുടെ തകർച്ചകൊണ്ട് കൊടിയ നിരാശയ്ക്കടിമപ്പെടുന്ന ഒരു തലമുറ ബാഹ്യയാഥാർത്ഥ്യങ്ങൾക്കതീതവും സൗന്ദര്യാവബോധത്തിൽ അധിഷ്ഠിതവുമായ ഒരു തലം വിഭാവന ചെയ്യുന്നതിനെക്കുറിച്ചാണ് പ്രതിപാദിക്കുന്നത്. ഇതുപോലെ 'സ്ഫടികമണികൾ കൊണ്ടുള്ള കളി'യെ ഗീഥേയുടെ വില്യംമെയ്സ്റ്ററുടെ യാത്രകൾ എന്ന നോവലുമായും താരതമ്യപ്പെടുത്താം. ഹെസ്സെയുടെ നോവലിലെ കാസ്റ്റേലിയ എന്ന സങ്കല്പം ഗീഥേയുടെ നോവലിൽ നിന്ന് ഉൾക്കൊണ്ടതാണെന്ന് ഹെസ്സെ തന്നെ ഈ കൃതിയിൽ പലയിടത്തും സൂചിപ്പിക്കുന്നുമുണ്ട്.[3]

ഘടനാപരമായി 'സ്ഫടികമണികൾ കൊണ്ടുള്ള കളി'ക്കും ബ്രോക്കിന്റെ 'ഉറക്കത്തിൽ നടക്കുന്നവരു'മായി പല സമാനതകളുമുണ്ട്. രണ്ടും സ്കൂൾ നോവലിന്റെ മാതൃകയിലാണ് രചിക്കപ്പെട്ടത്. എന്നിരുന്നാലും അവയ്ക്ക് സ്കൂൾ നോവലുമായി സാരമായ വ്യത്യാസങ്ങളുമുണ്ട്. രണ്ടു നോവലുകളിലും സമൂഹത്തിനാണ് പ്രാധാന്യം നല്കിയിരിക്കുന്നത്, സ്കൂൾ നോവലുകളിലെപ്പോലെ വ്യക്തിക്കല്ല. സ്കൂൾ നോവലിന്റെ കാര്യം നേരേമറിച്ചാണ്. സ്കൂൾ നോവലിൽ സംഭവങ്ങൾക്കാണ് പ്രാധാന്യം. ബ്രോക്കിന്റെയും ഹെസ്സെയുടേയും നോവലുകളിൽ

2. തെഗുലാരിയസ് എന്ന ഹെസ്സെയുടെ കഥാപാത്രത്തിന്റെയും തോമസ്മാന്റെ ലെവർഖുണ്ണിന്റെയും ചിന്താഗതികൾക്ക് തത്ത്വചിന്തകനായ നിചേയുടേതുമായി സാമ്യമുണ്ട്.

3. 'സ്ഫടികമണികൾ കൊണ്ടുള്ള കളി'യിലെ പ്രധാന കഥാപാത്രമായ നെച്ചിന്റെ പേരിനും ഗീഥേയുടെ നോവലുമായി ബന്ധമുണ്ട്. നെച്ച് എന്നാൽ ജർമ്മൻ ഭാഷയിൽ ഭൃത്യനെന്നാണർത്ഥം. ഇത് ഗീഥേയുടെ മെയിസ്റ്റർ (യജമാനൻ) എന്ന പേരുമായി താരതമ്യപ്പെടുത്താം. എന്നാൽ ഈ സമാനതകളെല്ലാം ഉപരിതലത്തിൽ മാത്രമേയുള്ളൂയെന്നും പറയേണ്ടതാണ്.

സംഭവത്തിലേക്ക് നയിക്കുന്ന ചിന്തകൾക്കാണ് കൂടുതൽ പ്രാധാന്യം കൊടുത്തിരിക്കുന്നത്. സംഭാഷണങ്ങളിൽ കൂടെ ആശയം വെളിപ്പെടുത്തുന്ന രീതിക്കും ഇതിൽ സ്ഥാനമില്ല. ആഖ്യാനവും പരമ്പരാഗതമായ സ്കൂൾ നോവലിൽ നിന്ന് വ്യത്യസ്തമായി ഒരാഖ്യാതാവിൽകൂടിയാണ്.

'സ്ഫടികമണികൾ കൊണ്ടുള്ള കളി'ക്ക് മൂന്നു പ്രധാന ഭാഗങ്ങളുണ്ട്. ഒന്ന്, ആമുഖം. ഇതിൽ 'സ്ഫടികമണികൾ കൊണ്ടുള്ള കളി' എന്ന വൈജ്ഞാനിക ശാഖയുടെ ചരിത്രം, സിദ്ധാന്തം, അഭ്യസനരീതി എന്നീ കാര്യങ്ങൾ പ്രതിപാദിച്ചിരിക്കുന്നു. ജോസഫ് നെച്ച് എന്ന പ്രധാന കഥാപാത്രത്തെപ്പറ്റി ആഖ്യാതാവിനും വളരെ വർഷങ്ങൾക്കു മുമ്പ് എഴുതപ്പെട്ട ആമുഖത്തിൽ നിന്ന് നമുക്ക് മനസ്സിലാക്കാം. രണ്ട്, പന്ത്രണ്ട് അദ്ധ്യായങ്ങളുള്ള മദ്ധ്യഭാഗം. ഇതിൽ നെച്ചിന്റെ ജീവിതം വിവരിച്ചിരിക്കുന്നു. അനുബന്ധമായ മൂന്നാം ഭാഗത്ത് അദ്ദേഹം സ്കൂൾ വിദ്യാർത്ഥിയായിരുന്ന കാലത്ത് എഴുതിയെന്നു കരുതുന്ന മൂന്നു ജീവിത കഥകളും പതിമൂന്നു കവിതകളും ഉൾപ്പെടുത്തിയിരിക്കുന്നു. നെച്ച് ചരിത്രവിഷയം പഠിക്കുമ്പോൾ അതിന്റെ ഭാഗമായി എഴുതിയ നോട്ടുകളാണ് ജീവിതകഥകൾ എന്നാണ് സങ്കല്പം.

പന്ത്രണ്ട് അദ്ധ്യായങ്ങളിലായി എഴുതിയിരിക്കുന്ന നെച്ചിന്റെ കഥ തുടങ്ങുന്നത് അയാൾക്കു പന്ത്രണ്ടോ പതിമൂന്നോ വയസ്സുള്ളപ്പോൾ കാസ്റ്റേലിയയിൽ ഒരു വിദ്യാർത്ഥിയായതോടെയാണ്. ഏതാണ്ട് മുപ്പതു വർഷത്തിനു ശേഷം അവിടംവിട്ടു പോകുമ്പോൾ അയാളുടെ ജീവിതകഥ അവസാനിക്കുകയും ചെയ്യുന്നു.

കാസ്റ്റേലിയ സൗന്ദര്യാവബോധത്തിൽ അധിഷ്ഠിതമായ ഒരു പ്രബോധനാലയമാണ്. ഇതിനെ മൂന്നു കാഴ്ചപ്പാടുകളിലൂടെ ഹെസ്സെ ഇവിടെ അവതരിപ്പിക്കുന്നു. ഒന്ന്, ആമുഖത്തിലെ ആദ്ധ്യാത്മികതലം (utopia). ഇതിനെക്കുറിച്ച് ആമുഖത്തിൽ മാത്രമേ പറയുന്നുള്ളൂ. രണ്ട്, സൗന്ദര്യസങ്കല്പങ്ങൾ കൊടികുത്തിവാഴുന്ന ഒരു പരമാധികാര രാഷ്ട്രം. മൂന്ന്, ആദ്ധ്യാത്മികതയ്ക്കും, ബാഹ്യജീവിതത്തിനും തുല്യ പ്രാധാന്യം നൽകുന്ന ആഖ്യാതാവിന്റെ കാഴ്ചപ്പാടിലൂടെയുള്ള തലം. ഈ മൂന്ന് അവസ്ഥകളും വേർതിരിച്ചു കാണേണ്ടത് നോവലിലെ പ്രധാന പ്രമേയം മനസ്സിലാക്കുന്നതിനാവശ്യമാണ്.

നോവലിന്റെ മദ്ധ്യഭാഗത്ത് ഹെസ്സെ വിവരിക്കുന്ന കാസ്റ്റേലിയ (പ്രബോധനാലയം) യിൽ നിന്നാണ് നെച്ച് വിടപറയുന്നത്.[4] ഇതിന് ആമുഖത്തിൽ പറയുന്ന കാസ്റ്റേലിയയുമായി യാതൊരു ബന്ധവുമില്ല. ഇവിടെയാണ് വേർപ്പെടുത്തലിന്റെ (realistic abstraction) പ്രസക്തി നമുക്കു ബോധ്യമാകുന്നത്. പ്രപഞ്ചത്തിലുള്ള എല്ലാറ്റിനേയും വേർപ്പെടുത്തി കേവല സൗന്ദര്യത്തിനു മാത്രം ഊന്നൽ നൽകുന്ന ഒരു തലത്തെ

4. ഇതിന് സ്റ്റെപ്പൻവോൾഫിലെ അനശ്വരരുടെ ലോകത്തിനോടും, പൂർവ്വദേശത്തെ യാത്രയിലെ ലീഗിനോടും സാദൃശ്യമുണ്ട്.

നിരാകരിക്കുന്നതാണല്ലോ നോവലിലെ പ്രധാന വിഷയം. പ്രബോധ നാലയത്തിൽ കേവല സൗന്ദര്യത്തിനു മാത്രം അമിത പ്രാധാന്യം കൊടു ത്തതാണ് നെച്ച് അവിടം വിട്ടുപോകാനുള്ള പ്രധാന കാരണവും. ഉട്ടോ പ്യയും പ്രബോധനാലയവും തമ്മിൽ വേർതിരിക്കുന്നതിനെക്കുറിച്ചു ഹെസ്സെക്കുണ്ടായിരുന്ന ധാരണ ഈ നോവലെഴുതുന്ന കാലത്ത് പല പ്പോഴും മാറിയിട്ടുണ്ടെന്ന് ഇത് വായിക്കുന്ന നമുക്കു മനസ്സിലാകും.

പ്രബോധനാലയം കുറ്റമറ്റ ഒരു സങ്കല്പമോ സ്വർഗ്ഗ സദൃശമായ സമൂ ഹമോ ആയി ഹെസ്സെ കരുതിയിരുന്നില്ല. അതിനെ ബാഹ്യലോകത്തോട് യാതൊരു പ്രതിബദ്ധതയുമില്ലാത്ത ഒരു തലമായി സങ്കല്പിക്കാനും അദ്ദേഹം ശ്രമിച്ചില്ല. നെച്ചിന്റെ വിടവാങ്ങലിന്റെ കാരണങ്ങൾ നോവലിൽ വ്യക്തമാക്കിയിട്ടുണ്ട്. അതിനെക്കുറിച്ച് പ്രതിപാദിക്കുമ്പോൾ ശ്രദ്ധിക്കേ ണ്ടത് ഹെസ്സെയുടെ ചിന്താഗതിയിലുണ്ടായ മാറ്റമാണ്. 1932–ൽ ഇതെഴുതി ക്കൊണ്ടിരിക്കുന്ന കാലത്ത് അദ്ദേഹത്തിന് ഏകാന്തനായി സൗന്ദര്യചിന്ത യിൽ മാത്രം മുഴുകിയിരിക്കാൻ പറ്റിയ സാഹചര്യമായിരുന്നു ഉണ്ടായി രുന്നത്. അതിനുശേഷം ലോകചരിത്രത്തിൽ വന്ന മാറ്റങ്ങൾ അദ്ദേഹ ത്തെ മറ്റൊരു തരത്തിൽ ചിന്തിക്കാൻ പ്രേരിപ്പിച്ചു. ഇതിന്റെ സൂചന ഹെസ്സെ ആയിരത്തിതൊള്ളായിരത്തി മുപ്പതുകളുടെ അവസാനം എഴു തിയ കവിതകളിൽ നിന്ന് നമുക്ക് മനസ്സിലാക്കാൻ കഴിയും.[5]

നോവലിന് കൊടുത്തിരിക്കുന്ന പേര് 'സ്ഫടികമണികൾ കൊണ്ടുള്ള കളി'യെന്നാണ്. ആദ്യമായി പേരിന്റെ പ്രസക്തി എന്താണെന്ന് നോക്കാം. പ്രതീകാത്മകമായി 'സ്ഫടികമണികൾ കൊണ്ടുള്ള കളി'യെ നീതി ശാസ്ത്രത്തിലടിയുറച്ച ഒരനുഷ്ഠാനമായി കരുതാം. കലയിലും ചിന്ത യിലും നൂതനാശയങ്ങൾ വിടർന്നു വരുന്ന ഒരു യുഗത്തിന്റെ പ്രത്യേക തകളെക്കുറിച്ച് ഹെസ്സെ ഇവിടെ പറയുന്നു. ഈ യുഗത്തിൽ ചിത്രങ്ങളും ശില്പങ്ങളും ചിഹ്നങ്ങളുടെയും (signs) സംജ്ഞാരൂപത്തിലുള്ള രേഖ കളുടേയും (Graphs) രൂപത്തിലാണ് സൃഷ്ടിച്ചെടുക്കുന്നത്. തത്ത്വ ചിന്തയെ ഗണിതശാസ്ത്രവുമായി ഇടകലർത്തി പ്രതീകാത്മകമായി ഒരു നീതിശാസ്ത്രം ഉടലെടുത്തു. സാമൂഹികമോ സാഹിത്യപരമോ ആയ ഗവേഷണം പോലും ഐ.ബി.എം.മെഷിന്റെ സഹായത്തോടെയാണ് നട ത്തുന്നത്. ഈ സാഹചര്യത്തിലാണ് ഒരു കൂട്ടം സംഗീതജ്ഞർ 'സ്ഫടിക മണികൾ കൊണ്ടുള്ള കളി' കണ്ടു പിടിച്ചത് (1900). ആദ്യമിത് മുത്തു കൾ കെട്ടിത്തൂക്കിയ ഒരു ചട്ടക്കൂടു മാത്രമായിരുന്നു. ഒരു ഗണനയന്ത്ര മായിട്ടാണ് പലരും ഇതിനെ ആദ്യം ഉപയോഗിച്ചത്. പിന്നീട് സംഗീത ത്തിന്റെ ശബ്ദത്തെ ആശ്രയിക്കാതെ തന്നെ അതിന്റെ വിഷയവും സ്വരവും മാറ്റാൻ സംഗീതജ്ഞർക്ക് ഇതുകൊണ്ടു സാധിച്ചു. ഈ ഉപക രണത്തിന്റെ പ്രാകൃത രൂപത്തിൽ തന്നെ സംഗീതത്തിന്റെ ആത്യന്തിക മായ സാരം ഗ്രഹിച്ചെടുക്കാനും അവർക്കു സാധിച്ചു.

---

5. ഈ കവിതകളിൽ ചിലത് "സ്ഫടികമണികൾ കൊണ്ടുള്ള കളി'യിൽ ചേർത്തിട്ടുണ്ട്.

ഏതാണ്ട് ഈ കാലത്തു തന്നെ രണ്ടു സംഭവ വികാസങ്ങളുണ്ടായി. 'സ്ഫടികമണികൾ കൊണ്ടുള്ള കളി'ക്കുള്ള ചട്ടക്കൂട്ടിൽ നിന്നു ചിഹ്ന ങ്ങൾ ഉപയോഗിച്ചുള്ള ഒരു പ്രക്രിയയായി ഇത് മാറി. 'സ്ഫടികമണി കൾ കൊണ്ടുള്ള കളി' പിന്നീട് തുടർന്നില്ലെങ്കിലും ആ പേരുതന്നെ ഇതു നിലനിർത്തി. ഇതിന്റെ സാങ്കേതിക രീതി ക്രമേണ മറ്റു പല വൈജ്ഞാ നിക ശാഖകളും സ്വീകരിച്ചു. വസ്തുക്കളുടെ മൂല്യം ഗണിതശാസ്ത്ര ത്തിൽ ചിഹ്നങ്ങൾ ഉപയോഗിച്ച് തിട്ടപ്പെടുത്തുന്ന സമ്പ്രദായം, ദൃശ്യകല, തത്ത്വചിന്ത, യുക്തിവാദം എന്നീ വിഷയങ്ങളിലേക്കും വ്യാപിച്ചു. സംഗീത ത്തിലെ ഒരു വിഷയം അമൂർത്തമായ അടയാളങ്ങളോ, സംജ്ഞകളോ കൊണ്ട് രേഖപ്പെടുത്തുന്ന രീതിയെ വാസ്തുവിദ്യയിലെ കെട്ടിടത്തിന്റെ മുഖപ്പിന്റെ (ediface) പ്ലാനുമായും, ഊർജ്ജതന്ത്രത്തിലെ പരീക്ഷണ ങ്ങളുമായും താരതമ്യപ്പെടുത്താം. കാലക്രമത്തിൽ എല്ലാ വൈജ്ഞാനിക ശാഖകൾക്കും പൊതുവായി ഉപയോഗിക്കാവുന്ന ചിഹ്നങ്ങളും സംജ്ഞാ രൂപങ്ങളും നിലവിൽ വന്നു.

'സ്ഫടികമണികൾ കൊണ്ടുള്ള കളി' ക്ക് പൊതുവേ അംഗീകരിക്ക പ്പെട്ട ഒരു സാങ്കേതിക രീതിയോ, നടപടിക്രമമോ ഇല്ല. ഹെസ്സെ അതെ ടുത്തു പറയുന്നുമുണ്ട്. ഇതിന്റെ ഉപയോഗത്തെക്കുറിച്ച് നോവലിൽ പല യിടത്തും പരാമർശിക്കുണ്ട്. എങ്കിലും പ്രത്യേകിച്ച് അത് ഒരു പ്രതീക മായിട്ടാണിവിടെ അവതരിപ്പിച്ചിരിക്കുന്നത്. എന്നാൽ ഈ പ്രതീകത്തിന് പൊതുവായ ഉപയോഗ സാദ്ധ്യതയില്ലെങ്കിൽ അത് വെറുമൊരു ദൃഷ്ടാന്തം മാത്രമായി മാറുമായിരുന്നു. ഇവിടെ അതൊരു ദൃഷ്ടാന്തം മാത്രമല്ല, പ്രതീ കാത്മകമായി പൂർണ്ണതയ്ക്കു വേണ്ടിയുള്ള മാറ്റുരച്ച ഒരന്വേഷണം കൂടി യാണ്. ഉദാത്തമായ സിദ്ധി വൈഭവത്തോടെയുള്ള ഒരു സമീപനം. മുത്തു കൾ കൊണ്ടുള്ള പലതരം കളികളെക്കുറിച്ചും, ഫലങ്ങളെക്കുറിച്ചും ഹെസ്സെ പറയുന്നുണ്ടെങ്കിലും അതെല്ലാം വെറും പാണ്ഡിത്യ പ്രകടനമാണ്. 'സ്ഫടികമണികൾ കൊണ്ടുള്ള കളി' അദ്ദേഹത്തിന് നോവലിൽ ദീർഘ മായി വിവരിച്ചിരിക്കുന്ന ഒരനുഷ്ഠാനമല്ല. നേരെ മറിച്ച് ചരിത്രത്തിന്റെ വിവിധ ഘട്ടങ്ങളിൽ ധൈഷണിക ജീവിതത്തിലും കലയിലുമുണ്ടായി ട്ടുള്ള അനശ്വര മൂല്യങ്ങളെക്കുറിച്ചുള്ള ഏകാന്തമായ മനനമാണ്.

പ്രതിപാദ്യമായ കളി സമകാലീന ചിന്തയുടെ വിവിധ വശങ്ങളെ സ്പർശിക്കുന്നതായതുകൊണ്ട് വിജയ പ്രാപ്തിയിലെത്തിയ ഒരു പ്രതീക മായും അതു മാറി. കാലാകാലങ്ങളിലായി നാഗരികതയെ ചുറ്റിയുണ്ടാ യിട്ടുള്ള മൂല്യത്തകർച്ചയുടെ പശ്ചാത്തലത്തിൽ സമഗ്രതയ്ക്കും തൽ സമത്വത്തിനും വേണ്ടിയുള്ള അഭിവാഞ്ഛയായിട്ടാണ് നാം ഇതിനെ കാണേണ്ടത്. 'സ്ഫടികമണികൾ കൊണ്ടുള്ള കളി'യുടെ അടിസ്ഥാന പരമായ ആശയം പൈതഗോറസിന്റെ കണ്ടുപിടിത്തങ്ങളിലും, നോസ്റ്റി ക്കുകളുടെ കൃതികളിലും, പൗരാണിക ചൈനീസ് സംസ്കൃതിയിലും കാണാമെന്ന് നോവലിന്റെ ആമുഖത്തിൽ ആഖ്യാതാവ് നമ്മോടു പറയുന്നുണ്ട്. ഭാരതീയ പാരമ്പര്യത്തിൽ വേരുള്ള ജ്യോതിഷത്തെ 'സ്ഫടികമണികൾ കൊണ്ടുള്ള കളി'യോട് ചേർത്തു മനസ്സിലാക്കാൻ

ശ്രമിക്കുന്നത് രസകരമായിരിക്കും. കവടികൾ നിരത്തി ഗ്രഹനിലയും മറ്റും ജ്യോതിഷികൾ നോക്കാറുണ്ടല്ലോ, എങ്കിലും 'സ്ഫടികമണികൾ കൊണ്ടുള്ള കളി'ക്ക് ആയിരത്തിതൊണ്ണൂറാമാണ്ട് പുനഃസൃഷ്ടിയുണ്ടായത് ഹെസ്സെ നിസ്സാരമാക്കി പറയുന്ന ഫ്യൂയലട്ടോണിക് യുഗത്തിന്റെ ആവിർഭാവത്തോടെയാണ്.

ഹെസ്സെ ചിത്രീകരിക്കുന്ന ഫ്യുയലട്ടോണിക് യുഗമെന്താണെന്ന് പറയുന്നതിനു മുമ്പ് നാഗരികതയുടെ വികാസത്തിനും അതിന്റെ ഉപോത്പന്നമായ 'സ്ഫടികമണികൾ കൊണ്ടുള്ള കളി'ക്കും ഹെർമൻ ബ്രോക്കിന്റെ 'ഉറക്കത്തിൽ നടക്കുന്നവർ' എന്ന നോവലിൽ ചേർത്തിരിക്കുന്ന 'മൂല്യത്തകർച്ച' എന്ന ഉപന്യാസത്തോടുള്ള സമാനതയെപ്പറ്റി സംക്ഷിപ്തമായി ഇവിടെ പരാമർശിക്കാനാഗ്രഹിക്കുന്നു. മദ്ധ്യകാലഘട്ടത്തിനു ശേഷം യൂറോപ്യൻ ധൈഷണിക ജീവിതത്തിലുണ്ടായ രണ്ടു പ്രധാന വഴിത്തിരിവുകളെക്കുറിച്ച് ബ്രോക്ക് ഈ ഉപന്യാസത്തിൽ പറയുന്നു. ഒന്ന്, പ്രാമാണികാധികാരത്തിൽ നിന്ന് ജനത സ്വാതന്ത്ര്യം നേടിയത്. രണ്ട് അവരുടെ സ്വാതന്ത്ര്യത്തിന് നിയമ സാധുത നേടാനുള്ള രഹസ്യമെങ്കിലും വൈകാരികമായ അന്വേഷണം. ഈ വഴിത്തിരിവുകളെ ബ്രോക്കിന്റെ ഭാഷയിൽ ഇങ്ങനെ സംഗ്രഹിക്കാം. മനുഷ്യ സമുദായം ധൈഷണികമായി റോമൻ കത്തോലിക്കാ സഭയുടെ പ്രാമാണികതയിൽ നിന്ന് മുക്തിനേടിയെങ്കിലും അമൂർത്തമായ ഈ ധൈഷണികത ആരുടെയെങ്കിലും നിയന്ത്രണത്തിനോ പ്രാമാണികത്വം അവകാശപ്പെടാവുന്ന മൂല്യങ്ങൾക്കോ വഴങ്ങിയിരുന്നില്ല. സ്വതന്ത്രമായ ഇച്ഛാശക്തി മനുഷ്യ വ്യാപാരങ്ങളിൽ ഇടപെടാൻ തുടങ്ങിയതോടെ അത് പുതിയതും പരസ്പര വിരുദ്ധങ്ങളുമായ മൂല്യങ്ങൾ സൃഷ്ടിക്കാൻ തുടങ്ങി. ഈ അവസ്ഥയാണ് ജീവിതത്തിന് ഒരു പുതിയ മാനം കണ്ടെത്താനുള്ള അന്വേഷണത്തിന് തുടക്കം കുറിച്ചത്. സാങ്കേതികത അഭൂതപൂർവ്വമായി വളർന്നു കൊണ്ടിരുന്ന സാഹചര്യത്തിൽ ധാർമ്മികബോധത്തിന് സാരമായ ഇടിവും തട്ടി. ചേതനയ്ക്കോ, കത്തോലിക്കാ സഭയ്ക്കോ അത് പരിഹരിക്കാൻ കഴിയാത്ത സ്ഥിതി സംജാതമായി. ഈ കാലഘട്ടത്തെയാണ് ഫ്യൂയലട്ടോണിക് യുഗമെന്ന് ഹെസ്സെ വിശേഷിപ്പിച്ചത്.

സമൂഹത്തിൽ ധാർമ്മിക മൂല്യത്തിന് പ്രാധാന്യം കൊടുക്കാനുള്ള ശ്രമത്തിൽ പലരും സമ്മേളനങ്ങൾ വിളിച്ചു കൂട്ടുകയും, പ്രഭാഷണങ്ങൾ നടത്തുകയും സാംസ്കാരിക വിഷയങ്ങളെക്കുറിച്ച് പത്രങ്ങളിൽ ലേഖനമെഴുതുകയും ചെയ്തു. ഒരു തലമുറ മുഴുവൻ ഇങ്ങനെ യാഥാർത്ഥ്യത്തിൽ നിന്ന് ഒളിച്ചോടാനും ഉത്തരവാദിത്വത്തിൽ നിന്ന് ഒഴിഞ്ഞുമാറി മനോനിർമ്മിതമായ ഒരു സ്വർഗ്ഗരാജ്യത്തിലേക്ക് ചേക്കേറാനും ശ്രമിച്ചു. ഈ ഫ്യൂയലട്ടോണിക് യുഗത്തിലാണ് ആത്മചേതനയിൽ ആത്മാർത്ഥമായി വിശ്വസിച്ചിരുന്ന ഒരു സംഘം ആളുകൾക്കിടയിൽ ഒരു പരീക്ഷണമെന്ന നിലയിൽ 'സ്ഫടികമണികൾ കൊണ്ടുള്ള കളി' തുടങ്ങിയത്. പിന്നീടത് എല്ലാ വൈജ്ഞാനിക ശാഖകളിലേക്കും വ്യാപിച്ചു. ഓരോ സ്ഫടികമണിയും ഒരു വൈജ്ഞാനിക ശാഖയുടെ പ്രതീകമാണ്.

തുടർന്ന് ഏകാഗ്രമായ ധ്യാനവും ഇതിന്റെ ഒരു ഭാഗമായി. കാലാന്തരത്തിൽ കർശനമായ പൗരോഹിത്യ ശ്രേണിയിലധിഷ്ഠിതമായ ഒരു സഭയായി അത് രൂപാന്തരപ്പെട്ടു. ഈ സഭയ്ക്കു കീഴിൽ വിപുലമായ ഒരു ഗ്രന്ഥശേഖരവും, പുതിയ വിദ്യാർത്ഥികളെ പഠിപ്പിക്കാൻ ഉന്നത നിലവാരമുള്ള സ്കൂളുകളും എല്ലാത്തിന്റെയും മേൽ പൂർണ്ണ ഭരണാധികാരമുള്ള ഒരു കൗൺസിലുമുണ്ടായി. കൗൺസിലിന്റെ അദ്ധ്യക്ഷനാണ് മജിസ്റ്റർ ലുധി. ഈ സഭയ്ക്ക് ഹെസ്സെയുടെ 'നാർസിസ്സും ഗോൾഡ്മണ്ടി'ലും 'പൂർവ്വദേശത്തേക്കുള്ള യാത്ര'യിലും നമുക്ക് കാണാൻ കഴിയുന്ന ആദ്ധ്യാത്മിക തലവുമായി അടുത്ത സാദൃശ്യമുണ്ട്. പരിശുദ്ധമായ ഒരു ആദ്ധ്യാത്മികതലം സൃഷ്ടിക്കേണ്ടത് തന്റെ ആവശ്യമായിരുന്നുവെന്നും അതിനായി താൻ ഭാവിയിലേക്ക് വിരൽ ചൂണ്ടുന്ന ഒരു സങ്കല്പസൃഷ്ടി ('സ്ഫടികമണികൾ കൊണ്ടുള്ള കളി') മെനഞ്ഞെടുത്തുവെന്നും ഹെസ്സെ വ്യക്തമാക്കുന്നുണ്ട്.

ജോസഫ് നെച്ചിന്റെ ധൈഷണികമായ വളർച്ചയും പിന്നിട് അയാൾക്ക് കാസ്റ്റേലിയ എന്ന സങ്കല്പത്തിലുണ്ടായ നൈരാശ്യവുമാണല്ലോ 'സ്ഫടികമണികൾ കൊണ്ടുള്ള കളി'യിലെ പ്രമേയം. അതുകൊണ്ട് ഇത് പാത്രപ്രധാനമായ ഒരു നോവലാണെന്ന് പറയാം. നെച്ചിന്റെ ജീവിതം വിവരിക്കുന്ന നോവലിന്റെ മദ്ധ്യഭാഗത്തേയ്ക്കു വരുന്നതിനു മുമ്പ് അയാൾ കാസ്റ്റേലിയയിൽ ചരിത്ര വിഷയം പഠിക്കുമ്പോൾ എഴുതിയതെന്നു കരുതുന്ന മൂന്നു ജീവിതകഥകളെക്കുറിച്ച് 'സ്ഫടികമണികൾ കൊണ്ടുള്ള കളി'യിൽ പറയുന്നുണ്ട്. (ഈ കഥകൾ നോവലിൽ അനുബന്ധമായിട്ടാണ് ചേർത്തിരിക്കുന്നത്) സൗന്ദര്യാത്മകതയിൽ മാത്രം അധിഷ്ഠിതമായ കാസ്റ്റേലിയ എന്ന ആദർശത്തോടുള്ള നെച്ചിന്റെ ആദ്യകാലത്തെ ആരാധനാമനോഭാവം വെളിപ്പെടുത്തുന്ന ഈ കഥകൾ പിന്നീട് അയാൾക്കുണ്ടായ മാനസികപരിവർത്തനം മനസ്സിലാക്കുന്നതിന് സഹായമാകും. അതുകൊണ്ട് അതിനെക്കുറിച്ചുകൂടെ ഇവിടെ പറയട്ടെ.

1938ലാണ് നെച്ചിന്റെ ജീവചരിത്രം അടങ്ങുന്ന അദ്ധ്യായങ്ങൾ ഹെസ്സെ എഴുതിത്തുടങ്ങിയത്. അതുവരെ 'സ്ഫടികമണികൾ കൊണ്ടുള്ള കളി'യിലെ ആമുഖവും കവിതകളും എഴുതുന്ന തിരക്കിലായിരുന്നു. ഇതിനിടയ്ക്കുള്ള കാലത്താണ് അദ്ദേഹം മൂന്നു ജീവിതങ്ങൾ എഴുതി തുടങ്ങിയത്. 'മഴ സൃഷ്ടിക്കുന്നവൻ' (The rainmaker 1934) 'കുറ്റസമ്മതം നടത്തുന്ന പുരോഹിതൻ' (The Confessor Priest 1936) 'ഇന്ത്യൻ ജീവിതം' (The Indian Lif-e 1937) എന്നീ മൂന്നു ഉപകഥകളും നെച്ച് പഠിക്കുന്ന കാലത്തെഴുതിയ സാങ്കല്പിക കഥകളായിട്ടാണ് ഇതിൽ ചേർത്തിരിക്കുന്നത്. ഇവിടെ ഒരു കാര്യം പ്രത്യേകം ശ്രദ്ധിക്കേണ്ടതുണ്ട്. മൂന്നു ജീവിതങ്ങളും ബാഹ്യജീവിതത്തെ പുറംതള്ളി സ്വയം ഭരണാവകാശമുള്ള ആദ്ധ്യാത്മിക തലത്തെ (നെച്ച് അവസാനം കൈവെടിയുന്ന) ആദർശവൽക്കരിക്കുന്ന കഥകളായിട്ടാണ് അനാവരണം ചെയ്തിരിക്കുന്നത്. നോവലിന്റെ അന്ത്യഭാഗത്ത് ഈ ആദർശം നെച്ച് തിരസ്കരിക്കുന്നതു വായിക്കുമ്പോൾ അനുവാചകർ ആശ്ചര്യപ്പെട്ടേക്കാം. ഇത് നോവലിന്റെ ഘടനാപരമായ ഒരു പിഴവാണ്.

ഒന്നാമത്തെ ജീവിതത്തിൽ പറയുന്ന മഴ സൃഷ്ടിക്കുന്നവന്റെ കഥയിൽ ഈ വൈരുദ്ധ്യം പ്രത്യേകിച്ചും പ്രകടമാണ്. തുരു എന്ന മഴ സൃഷ്ടിക്കുന്നവന്റെ കീഴിൽ നെച്ച് നടത്തിയ അപ്രന്റീസ്ഷിപ്പിനെപ്പറ്റിയും, പിന്നീടയാൾ തന്നെ മഴ സൃഷ്ടിക്കുന്നതിനെക്കുറിച്ചുമാണ് ഈ ജീവിതത്തിൽ പറയുന്നത്. ഒടുവിൽ തന്റെ ഉത്തരവാദിത്വം നിറവേറ്റാൻ നെച്ച് ആത്മത്യാഗം ചെയ്യുന്നു. തന്റെ സ്വന്തം ഗോത്രത്തിനു വേണ്ടിയല്ല അയാളിങ്ങനെ ചെയ്യുന്നത്. ഗോത്രത്തിന് യാതൊരു ഭീഷണിയുമില്ലെന്ന് നെച്ചിനറിയാം. താൻ പ്രതിനിധാനം ചെയ്യുന്ന ആദ്ധ്യാത്മിക ശക്തിയിൽ ഗോത്രത്തിന്റെ വിശ്വാസം നിലനിർത്താനാണ് നെച്ച് ജീവനൊടുക്കുന്നത്. ഒർത്ഥത്തിൽ ആദ്ധ്യാത്മിക തലത്തിന് നെച്ചിന് മേലുള്ള കോയ്മ കാണിക്കാനാണ് അയാൾ ആത്മഹത്യ ചെയ്യുന്നതെന്നു പറയാം. അല്ലാതെ സഹജീവികളോടുള്ള പ്രതിബദ്ധത കൊണ്ടല്ല. ഒരു പ്രാകൃത സമൂഹത്തിൽ മഴ സൃഷ്ടിക്കുന്നവൻ ദൈവിക ശക്തിയെയാണ് പ്രതിനിധാനം ചെയ്യുന്നത്. അതാണ് അയാൾക്ക് മഴ സൃഷ്ടിക്കാനുള്ള കഴിവ് നല്കുന്നത്. ഇവിടെ സമൂഹത്തെ മുഴുവൻ അന്ധവിശ്വാസികളാക്കി മുദ്രകുത്തി താഴ്ത്തികെട്ടിയിരിക്കുന്നു. വ്യക്തികൾക്ക് സമൂഹത്തോടുള്ള പ്രതിബദ്ധത എടുത്തു കാണിക്കാനുള്ള ശ്രമമാണല്ലോ നോവലിൽ ഉടനീളം നാം കാണുന്നത്. ഈ സാഹചര്യത്തിൽ സമൂഹത്തെ മൊത്തത്തിൽ അന്ധവിശ്വാസികളാക്കി അവതരിപ്പിക്കുന്ന കാഴ്ചപ്പാട് ശരിയായില്ല.

രണ്ടാമത്തെ ജീവിതം കുലീനരായ രണ്ടു പാതിരിമാരെക്കുറിച്ചുള്ളതാണ്. ജോസഫ് പാമുലിസിന്റെയും ഡയോൺ പുജിലിന്റയും. രണ്ടുപേരും ആദ്ധ്യാത്മിക തലത്തിനുവേണ്ടി ജീവിതം സമർപ്പിച്ചവരാണ്. നോവലിലെ അന്തരീക്ഷത്തിൽ പറഞ്ഞാൽ യേശുവിനു വേണ്ടി. എന്നാൽ അവരുടെ ജീവിതാന്ത്യത്തിൽ പാപസമ്മതം കേട്ട് പാപമുക്തി നല്കുന്ന വൈദികൻ എന്ന നിലയിലുള്ള തങ്ങളുടെ അവസ്ഥയെക്കുറിച്ച് രണ്ടുപേരും അസ്വസ്ഥരാകുന്നു. ഓരോ പാതിരിയും അയാളുടെ പ്രവൃത്തികൊണ്ട് മറ്റേയാളെ അനുനയിപ്പിക്കുകയും തിരികെ ആദ്ധ്യാത്മിക തലത്തിലേക്ക് കൊണ്ടുവരികയും ചെയ്യുന്നതാണ് രണ്ടാമത്തെ ജീവിതത്തിലെ വിഷയം. ഈ പറഞ്ഞ രണ്ട് ഉപകഥകളിലും ആദ്ധ്യാത്മിക ജീവിതത്തിലുള്ള വിശ്വാസത്തിന് കോട്ടം തട്ടുന്ന കാര്യം പറഞ്ഞിട്ട് കഥാപാത്രങ്ങൾ അതിനെ അതിജീവിച്ച് വീണ്ടും ദൈവികതയിൽ അധിഷ്ഠിതമായ തലത്തിൽ തിരിച്ചു വരുന്നവരുടെ കഥകളാണ് പറയുന്നത്. നെച്ചിനെപ്പോലെ എന്നെന്നേക്കുമായി ആദ്ധ്യാത്മികതലത്തോട് വിടപറഞ്ഞ് ബാഹ്യജീവിതത്തിലേക്ക് മടങ്ങിപ്പോകുന്നവരുടെ കഥകളല്ല.

'ഇന്ത്യൻ ജീവിതം' എന്ന മൂന്നാമത്തെ ഉപകഥയിൽ മറ്റു രണ്ടു കഥകളിലേക്കാളും കൂടുതൽ വ്യക്തതയോടെയാണ് ആദ്ധ്യാത്മിക തലത്തെ അവതരിപ്പിച്ചിരിക്കുന്നത്. പ്രധാന കഥാപത്രമായ ദാസൻ കുറേ നാളത്തേക്ക് ആദ്ധ്യാത്മിക ജീവിതം വെടിഞ്ഞ് ഐന്ദ്രിക സുഖത്തിനുവേണ്ടി ബാഹ്യലോകത്തേക്കു പോകുന്നതും തിരിച്ച് സൗന്ദര്യാത്മകതയുടെ ലോകത്തേക്ക് തന്നെ മടങ്ങിവരുന്നതുമാണ് ഈ ഉപകഥയിലെ വിഷയം.

ദാസൻ തന്റെ അന്ത്യ ദിനങ്ങൾ ഒരു വനത്തിലാണ് കഴിച്ചുകൂട്ടുന്നത്. അയാൾക്ക് ബാഹ്യലോകത്തിലെ ഐന്ദ്രികഭോഗങ്ങളിലുണ്ടായ ആസക്തി വെറും മായ മാത്രമാണെന്ന് ഹെസ്സെ സൂചിപ്പിക്കുകയും ചെയ്യുന്നുണ്ട്. ഇവിടെയും സേവനമെന്ന സങ്കല്പത്തിനാണ് മുൻതൂക്കം നല്കിയിരിക്കുന്നത്. അനശ്വരമായ ആത്മീയതലത്തെ സേവിക്കുക എന്ന ആദർശത്തിന്.[6]

ഇനി കാസ്റ്റേലിയയുടെ ഘടനയെന്താണെന്ന് നോക്കാം. ഇതിനെ ഘടനാപരമായി റോമൻ കത്തോലിക്കാ സഭയുമായി താരതമ്യപ്പെടുത്താം. രണ്ടും പൗരോഹിത്യശ്രേണിയിൽ അധിഷ്ഠിതമാണ്. ആമുഖം എഴുതിക്കഴിഞ്ഞശേഷമാണ് കാസ്റ്റേലിയ എന്ന സങ്കല്പം ഹെസ്സെ സൃഷ്ടിച്ചെടുത്തത്.[7] ആമുഖത്തിൽ 'സ്ഫടികമണികൾ കൊണ്ടുള്ള കളി'യിൽ മാത്രമാണ് അദ്ദേഹം ശ്രദ്ധിച്ചിരുന്നത്. അതിൽ പറയുന്ന അക്കാദമിയുടെ പരമോന്നത നേതാവാണ് മജിസ്റ്റർ ലുധി. പിന്നീട് ഹെസ്സെ നവീകരിച്ച കാസ്റ്റേലിയയിൽ മജിസ്റ്റർ ലുധി ഉന്നതാധികാരമുള്ള ഒരു കമ്മിറ്റിയിലെ മെമ്പർ മാത്രമാണ്. കാസ്റ്റേലിയയ്ക്ക് ഇരുപത് പേരടങ്ങിയ ഒരു ഡയറക്ടറേറ്റും അതിനു കീഴിൽ പ്രശസ്തമായ പതിമൂന്നു സ്കൂളുകളുമുണ്ട്. ഈ സ്കൂളുകൾക്ക് മുകളിലോട്ടുള്ള ശ്രേണിക്ക് കത്തോലിക്കാ സഭയിലെ സെമിനാരികളുടെ മേൽ കർദ്ദിനാൾമാരുടെ കോളേജിനുള്ള അധികാരവുമായി സാദൃശ്യമുണ്ട്. എല്ലാ മെമ്പറന്മാരും എളിയ ജീവിതവും, ബ്രഹ്മചര്യവും അനുഷ്ഠിക്കേണ്ടതാണ്. ഈ സ്കൂളിലാണ് മെമ്പറന്മാരെ വിവിധ വിഷയങ്ങൾ പരിശീലിപ്പിക്കുന്നത്. ഇവിടെ ധ്യാനം, തത്ത്വചിന്ത, ഗണിതശാസ്ത്രം, തർക്കശാസ്ത്രം, ഊർജ്ജതന്ത്രം തുടങ്ങിയ വിഷയങ്ങൾ പഠിപ്പിക്കാനുള്ള ഏർപ്പാടുകളുമുണ്ട്. മജിസ്റ്റർ ലുധി പഠിപ്പിക്കുന്ന 'സ്ഫടികമണികൾ കൊണ്ടുള്ള കളി'മറ്റു വിഷയങ്ങളെ അപേക്ഷിച്ച് നിത്യജീവിതത്തിൽ നിന്ന് അകന്നു നില്ക്കുന്നതും കാസ്റ്റേലിയയിൽ മാത്രം പ്രചാരമുള്ളതും വെളിയിൽ നിന്നുള്ള സഹായം കിട്ടിയില്ലെങ്കിൽ നാമാവശേഷമായി പോകുന്നതുമാണ്. ഇങ്ങനെയാണ് ഹെസ്സെ കാസ്റ്റേലിയയുടെ ഭരണ സംവിധാനം രൂപപ്പെടുത്തിയിരിക്കുന്നത് അതിലെ വിശദാംശങ്ങൾ യാഥാർത്ഥ്യബോധം ജനിപ്പിക്കുന്ന തരത്തിലുള്ളവയുമാണ്.

നോവലിലെ ആമുഖത്തിൽ നെച്ചിനെ കുറിച്ച് യാദൃച്ഛികമായേ പറയുന്നുള്ളൂ. സ്വന്തം മനസ്സിൽ നോവലിന്റെ രൂപം കൂടുതൽ വ്യക്തമായതോടെ കാസ്റ്റേലിയയുടെ ആന്തരിക യാഥാർത്ഥ്യം വായനക്കാർക്ക് മനസ്സിലാക്കി കൊടുക്കാൻ മറ്റു കഥാപാത്രങ്ങളെ പശ്ചാത്തലമാക്കി

6. നാലാമത്തെ ഉപകഥയായി സ്വാബിയയിലെ (ജർമ്മനിയിലെ ഒരു പ്രവിശ്യ) ഒരു പുരോഹിതന്റെ ജീവിതത്തെക്കുറിച്ച് ഹെസ്സെ ഇവിടെ പരാമർശിക്കുന്നുണ്ടെങ്കിലും അത് പൂർണ്ണമായി വികസിപ്പിച്ചെടുത്തിട്ടില്ല. ഇതിലും ജീവിതത്തെ തന്നെ ബലിയർപ്പിച്ചുകൊണ്ട് ആദ്ധ്യാത്മികതലത്തെ സേവിക്കേണ്ടതിന്റെ ആവശ്യകത ഊന്നിപ്പറയുന്നു.

7. ഇതിന് അക്കാദമിയെന്ന വാക്കാണ് ആമുഖത്തിൽ ഉപയോഗിച്ചിരിക്കുന്നത്.

മുന്നിൽ നില്ക്കുന്ന ഒരു വ്യക്തിയിലൂടെ മാത്രമേ സാധിക്കുകയുള്ളു യെന്ന് ഹെസ്സെ തിരിച്ചറിഞ്ഞു. അങ്ങനെയാണ് നെച്ചിനെ കൊണ്ടുവരുന്നത്. ഈ സന്ദർഭത്തിൽ നെച്ച് പ്രധാന കഥാപാത്രമായി വളരുമെന്നോ, പിന്നീടയാൾ കാസ്റ്റേലിയയുടെ ആദർശത്തെ തന്നെ ചോദ്യം ചെയ്യുമെന്നോ ഉള്ള യാതൊരു സൂചനയും ഹെസ്സെ നമുക്കു തരുന്നില്ല.

പ്രബോധനാലയം വിട്ടു പോകാനുള്ള നെച്ചിന്റെ തീരുമാനം അയാൾ പെട്ടെന്ന് എടുത്തതല്ല. ഇത് തനിക്കുണ്ടായ ഉണർവ്വിന്റെ (awakening) ഫലമാണെന്നും അത് പലകാരണങ്ങൾ കൊണ്ട് കാലക്രമത്തിൽ വന്നതാണെന്നും നെച്ച് പറയുന്നുണ്ട്. അതിബുദ്ധിമാനും ബനഡിക്ടൈൻ[8] ചരിത്രപണ്ഡിതനുമായ പേറ്റർ ജാക്കോബുമായി നെച്ച് നടത്തിയ ദീർഘ സംഭാഷണങ്ങളിൽ നിന്നാണ് അയാൾക്ക് ഈ ഉണർവ്വ് കിട്ടിയത്. നോവലിലെ പല പേരുകളെയും പോലെ പേറ്റർ ജാക്കോബ്ബും യഥാർത്ഥ ജീവിതത്തിലെ ഒരു പ്രതിഭയോട് ഹെസ്സെക്കുള്ള ആദരവായിട്ടാണ് ഉപയോഗിച്ചിരിക്കുന്നത്.[9] ഹെസ്സെയുടെ ആശയങ്ങളെ വളരെയധികം സ്വാധീനിച്ച മൂന്ന് സ്വിസ്സ് ചിന്തകന്മാരിൽ പ്രധാനി ജാക്കോബ്ബ് ബർക്ക് ഹാർട്ടാണ്. മറ്റു രണ്ടുപേർ നിചേയും ബച്ചോഫനുമാണ്.[10] ബർക്കു ഹാർട്ടിനോടുള്ള ആദരവ് ഹെസ്സെ യുവാവായിരിക്കുമ്പോൾ തന്നെ പ്രസിദ്ധീകരിച്ച ഒരു ലേഖനത്തിൽ നിന്ന് നമുക്കു മനസ്സിലാക്കാം. അതുപോലെ മറ്റൊരിടത്ത് തന്റെ ചിന്താസരണിയെ സ്വാധീനിച്ച മൂന്നു പ്രധാന ഘടകങ്ങളിലൊന്ന് ജാക്കോബ്ബ് ബർക്ക് ഹാർട്ടിൽ നിന്ന് ലഭിച്ച വിലമതിക്കാനാവാത്ത ചരിത്ര വിജ്ഞാനീയമാണെന്ന് ഹെസ്സെ പറഞ്ഞിട്ടുമുണ്ട്. മറ്റു രണ്ടു ഘടകങ്ങൾ ദേശീയതയിൽ അധിഷ്ഠിതമല്ലാത്ത തന്റെ കുടുംബത്തിൽ നിന്നു ലഭിച്ച ക്രൈസ്തവ ചേതനയും, ചീനരുടെ പുരാതന കാലത്തെ കൃതികളുമാണ്. 1930-കളിലും 1940-കളിലും ഹെസ്സെ എഴുതിയ കത്തുകളിലും ലേഖനങ്ങളിലും ധൈഷണിക തലത്തിൽ തനിക്ക് ബർക്ക് ഹാർട്ടിനോടുള്ള കടപ്പാട് അസന്ദിഗ്ദ്ധമായി വ്യക്തമാക്കിയിട്ടുണ്ട്. 'സ്ഫടികമണികൾ കൊണ്ടുള്ള കളി'യിൽ ബർക്ക്ഹാർട്ടിനുള്ള സ്വാധീനം ഇതിൽ നിന്നെല്ലാം നമുക്ക് മനസ്സിലാക്കാം.

പേരിനു പുറമേ നോവലിൽ പറയുന്ന ബനഡ്ക്ടൈൻ പേറ്ററിന്റെ ഒരു പ്രസ്താവനയും ബർക്ക്ഹാർട്ടിന്റെ വിപ്ലവത്തിന്റെ യുഗം (The age of Revolution) എന്ന ഗ്രന്ഥത്തിൽ നിന്നെടുത്തതാണ്. ഭീതിയും വിപത്തും നിറഞ്ഞ ആസന്നമായ ഭാവിയെക്കുറിച്ച് ശക്തമായ ഭാഷയിൽ താക്കീതു നല്കിയശേഷം, ഭൂതകാലത്തിലെ നമ്മുടെ ആർജ്ജവങ്ങൾ സംരക്ഷിക്കുന്നതിനും, ഭൗതികസുഖങ്ങൾക്കുപരിയായി സുരക്ഷിതമായ ഒരു

8. കാത്തോലിക്കാ സഭയിലെ ഒരു ഉപവിഭാഗത്തിന്റെ പേര്

9. അതുപോലെ ഇതിലെ തോമസ് ഗ്രേസ് പ്രസിദ്ധ നോവലിസ്റ്റായ തോമസ് മാനേയാണ് സാക്ഷാത്കരിച്ചിരിക്കുന്നത്.

10. ഈ ലേഖനത്തിൽ ബർക്കുഹാർട്ടിനെ തന്റെ ആത്മീയ ഗുരുവായിട്ടാണ് ഹെസ്സെ വിശേഷിപ്പിച്ചിരിക്കുന്നത്. 'സ്ഫടികമണികൾ കൊണ്ടുള്ള കളി'യിലെ പേറ്റർ ജാക്കോബ്ബ്, ജാക്കോബ്ബ് ബർക്കുഹാർട്ടാണ്.

ജീവിതം ഭാവിയിൽ കൈവരിക്കുന്നതിനും ചേതനയുടേതായ ഒരു തലം കണ്ടെത്തേണ്ടതിന്റെ ആവശ്യകതയാണ് ബർക്ക് ഹാർട്ടിന്റെ പ്രസ്താവന ചൂണ്ടിക്കാട്ടുന്നത്. കാസ്റ്റേലിയ വിട്ടുപോകുമ്പോൾ തന്റെ സഹപ്രവർത്ത കർക്ക് അയച്ച സർക്കുലറിൽ ഇത് എടുത്തു പറഞ്ഞിരിക്കുന്നു. അതുപോലെ ഐെജിങ്ങ് എന്ന ചൈനീസ് തത്ത്വജ്ഞാനിയുടേയും നോവാലീസിന്റെ യും നീഷേയുടേയും കൃതികളിൽ നിന്നുള്ള ധാരാളം ഉദ്ധരണികളും 'സ്ഫടികമണികൾ കൊണ്ടുള്ള കളി'യിൽ ഇഴയടുപ്പത്തിൽ ചേർത്തിട്ടുണ്ട്.

ഇനി ബർക്ക്ഹാർട്ടിന്റെ വീക്ഷണം 'സ്ഫടികമണികൾ കൊണ്ടുള്ള കളി'യിലെ ആന്തരികമായ പൊരുളിനെ എങ്ങനെ സ്വാധീനിച്ചിരിക്കുന്നു എന്നു നോക്കാം. ബർക്ക്ഹാർട്ടു മരിച്ചതിനുശേഷം പ്രസിദ്ധപ്പെടുത്തിയ അദ്ദേഹത്തിന്റെ 'ലോകചരിത്രത്തെക്കുറിച്ചുള്ള അവലോകനങ്ങൾ' എന്ന കൃതിയാണ് ഇവിടെ പ്രസക്തമായിരിക്കുന്നത്. ഇതിൽ ബർക്ക്ഹാർട്ട് തന്റെ വിലയേറിയ ചരിത്ര പഠനങ്ങൾ ഏതെല്ലാം തത്ത്വങ്ങളെ അടി സ്ഥാനമാക്കിയാണ് നടത്തിയിരിക്കുന്നതെന്ന് വിശദമാക്കുന്നു. ഈ അവ ലോകനങ്ങളിലെ മൂന്ന് ആശയങ്ങളാണ് ഹെസ്സെയെ പ്രത്യേകിച്ചും ആകർഷിച്ചത്. ആദ്യമായി ചരിത്രത്തെ തത്ത്വചിന്തയുടെ അടിസ്ഥാന ത്തിൽ വിലയിരുത്തുന്നതിനോട് ബർക്ക് ഹാർട്ട് വിയോജിക്കുന്നു. അദ്ദേ ഹത്തിന്റെ അഭിപ്രായത്തിൽ തത്ത്വചിന്തകർ പറയുന്നതുപോലെ വസ്തു തകളെ ഏതെങ്കിലും സിദ്ധാന്ത സംഹിതയ്ക്കടിമപ്പെടുത്തിയല്ല, അവയെ ഏകീകരിച്ചാണ് ചരിത്ര പഠനം നടത്തേണ്ടതെന്നാണ്. ചരിത്രത്തെ യുക്തിവാദത്തിന്റെ അടിസ്ഥാനത്തിൽ കാണാൻ ബർക്കുഹാർട്ട് തയ്യാ റായിരുന്നില്ല. സവിശേഷവും ദൃഢവുമായ വസ്തുക്കളെ നിരീക്ഷിക്കാനും അനുസ്യൂതമായി ആവർത്തിച്ചുകൊണ്ടിരിക്കുന്ന മാതൃകാപരമായ വസ്തു തകളെ കണ്ടെത്താനുമാണ് ബർക്ക്ഹാർട്ട് ശ്രമിച്ചത്.

മേല്പറഞ്ഞ കാര്യങ്ങളോട് ബന്ധപ്പെട്ടാണ് ബർക്ക് ഹാർട്ടിന്റെ രണ്ടാമത്തെ നിരീക്ഷണം. മനുഷ്യ നിർമ്മിതമായ എല്ലാ സ്ഥാപനങ്ങളും ആപേക്ഷികമാണെന്നും സ്ഥായീഭാവമുള്ളത് മനുഷ്യചേതനയ്ക്കു മാത്ര മാണെന്നും അദ്ദേഹം സമർത്ഥിച്ചു. എന്നാൽ കാലാകാലങ്ങളിൽ മനു ഷ്യർ പടുത്തുയർത്തുന്ന സ്ഥാപനങ്ങളിൽ കാണുന്ന ചേതന (ദൈ വികത്വം) ആപേക്ഷികമാണ്. ചേതനയ്ക്ക് മാറ്റമില്ല. അത് ക്ഷണികമായി അപ്രത്യക്ഷമാകുന്നുമില്ല. മൂന്നാമതായി നാഗരികതയും ചരിത്രവും മൂന്നു ശക്തികളുടെ ഏറ്റുമുട്ടലിന്റെ ഫലമായിട്ടാണുണ്ടായതെന്ന് ബർക്കുഹാർട്ട് അഭിപ്രായപ്പെടുന്നു. ആ മൂന്നു ശക്തികൾ സ്റ്റേറ്റും മതവും സംസ്കൃതി യുമാണ്. ആദ്യത്തെ രണ്ടു ഘടകങ്ങളാണ് നെച്ച് കാസ്റ്റേലിയ വിട്ടുപോകാ നുള്ള തീരുമാനത്തിന്റെ പ്രേരകശക്തികളായത്. ഈ രണ്ടു ഘടകങ്ങൾ 'സ്ഫടികമണികൾ കൊണ്ടുള്ള കളി'യിലടങ്ങിയ സൗന്ദര്യവബോധ ത്തെയും കാസ്റ്റേലിയ എന്ന സങ്കല്പത്തിന് കല്പിച്ചിരുന്ന അനശ്വരത യെയും നിരാകരിക്കാൻ ഹെസ്സയെ (നെച്ചിനെ) പ്രേരിപ്പിച്ചു.

ഹെസ്സെയുടെ ചിന്താഗതി ബർക്കുഹാർട്ടിൽ നിന്ന് രൂപപ്പെട്ടതാണെ ങ്കിലും 'സ്ഫടികമണികൾ കൊണ്ടുള്ള കളി'യിലെ നെച്ചിന്റെ ഉണർവ്

പേറ്ററുമായുള്ള സംഭാഷണങ്ങളിൽ നിന്ന് ക്രമേണ ഊർജ്ജം കൊണ്ടതാണ്. ഈ ഉണർവ്വ് ആത്യന്തികമായി കാസ്റ്റേലിയ വിട്ടുപോകാനും, ബാഹ്യ ലോകത്തെ (സമൂഹത്തെ) സേവിക്കാനും നെച്ചിനെ പ്രേരിപ്പിക്കുന്നു.

നെച്ചിനുണ്ടായ പരിപാവനവും, അനിർവചനീയവുമായ ഉണർവ്വ് കാസ്റ്റേലിയയിലുള്ള ചിലർക്കു സ്വച്ഛവും നിരാമയവുമായ ആനന്ദം നൽകി. എല്ലാ യാഥാർത്ഥ്യങ്ങളും (ബാഹ്യവും ആന്തരികവുമായ) അവർ ഉൾ ക്കൊണ്ടതിന്റെ ഫലമാണിത്. അത് അവരുടെ നടത്തയിലും മുഖത്തെ മന്ദസ്മിതത്തിലും നമുക്കു കാണാം. എന്നാൽ ഈ ഉണർവ്വ് ബാഹ്യമായി പ്രദർശിപ്പിക്കാൻ അയാൾക്ക് കഴിഞ്ഞില്ല. പക്ഷേ, അത് കാസ്റ്റേലിയയിൽ അയാൾക്കുണ്ടായ അനുഭൂതികൾക്കുമപ്പുറം ചിന്തിക്കാൻ നെച്ചിനെ പ്രേരി പ്പിക്കുന്നു. നിരാശക്കടിമപ്പെട്ട ഒരാൾ എടുക്കുന്ന തീരുമാനം ഒരിക്കലും യുക്തിസഹമാകുകയില്ല. അതുപോലെ അത് വാക്കുകൾ കൊണ്ട് വിവരി ക്കാവുന്നതിലുമപ്പുറവുമാണ്. നിലനില്പിന്റെ (existentialist) വക്താക്കളായ സാത്രേയുടെയും കാമുവിന്റെയും മറ്റും കൃതികളിൽ കാണുന്ന ആഖ്യാന രീതിയാണ് നെച്ചിന്റെ പ്രവർത്തനത്തെ വിലയിരുത്താൻ ഹെസ്സെ ഇവിടെ ഉപയോഗിച്ചിരിക്കുന്നത്. ഒരവസ്ഥയെയോ പ്രക്രിയയെയോ അതിന്റെ സാങ്കല്പികമായ സാരത്തിൽ മനസ്സിലാക്കി മറ്റു സാങ്കല്പികതകളോടു താരതമ്യപ്പെടുത്തി വിശാലവും സൗന്ദര്യാത്മകതയിൽ അധിഷ്ഠിതവു മായ ഒരു തലം സൃഷ്ടിക്കാൻ കഴിയുമെന്ന ധാരണയാണല്ലോ 'സ്ഫ ടികമണികൾ കൊണ്ടുള്ള കളി'യുടെ അടിസ്ഥാനം. എന്നാൽ അസ്തി ത്വത്തിന്റെ രീതി 'സ്ഫടികമണികൾ കൊണ്ടുള്ള കളി'യുടെ ഈ അടി സ്ഥാനപരമായ ധാരണയെ ലംഘിക്കുന്നതാണെന്നുകൂടെ ഇവിടെ ചൂണ്ടി ക്കാണിക്കട്ടെ!

നെച്ചിന്റെ മനസ്സിനെ അലട്ടിയിരുന്ന ആന്തരിക പ്രശ്നങ്ങൾ അയാൾക്ക് ആദ്യമായി അനുഭവപ്പെടാൻ തുടങ്ങിയത് 'സ്ഫടികമണികൾ കൊണ്ടുള്ള കളി'യിൽ മാത്രം താത്പര്യമുള്ള കുട്ടികൾക്കു വേണ്ടി ഏർപ്പെടുത്തിയ വാൾഡെസ് (കാസ്റ്റേലിയയിലെ പതിമൂന്നു സ്കൂളുകളിലൊന്ന്) സ്കൂളിൽ പഠിക്കുമ്പോഴാണ്. ഇവിടെ വച്ച് കാസ്റ്റേലിയയിലെ ഒരു ഉദ്യോഗസ്ഥനാ യിരുന്ന പ്ലീനിയോ ഡെസിഗ്നോറിയുമായി നെച്ച് പരിചയപ്പെടുന്നു. ഇദ്ദേഹം കുറച്ചു നാൾ കാസ്റ്റേലിയയിൽ ജോലി നോക്കിയതിനു ശേഷം അവിടെ നിന്നും പുറത്തുപോയി ബാഹ്യ ലോകവുമായി ഇടപഴകിയ ആളാണ്. ഡെസിഗ്നോറിയുമായുള്ള സംഭാഷണത്തിൽനിന്ന് കാസ്റ്റേലിയ പോലെ നിത്യജീവിതത്തിന് യാതൊരു വിലയും കല്പിക്കാതെ വെറും മാനസിക വ്യാപാരത്തിൽ മാത്രം ഏർപ്പെട്ടിരിക്കുന്ന അവസ്ഥ ആർക്കും അഭികാമ്യമല്ലെന്ന് നെച്ച് മനസ്സിലാക്കുന്നു. പുറമേ കാസ്റ്റേലിയയെയും അതിന്റെ പ്രവർത്തനങ്ങളെയും നെച്ച് പിന്താങ്ങുന്നുണ്ടെങ്കിലും അയാ ളുടെ അന്തരാത്മാവിൽ അത് ജീവിതത്തിന്റെ എല്ലാ അവസ്ഥകളും ഉൾ ക്കൊള്ളുന്നില്ല എന്ന തോന്നലുണ്ടാകുകയും, അത് അയാളെ അസ്വസ്ഥ നാക്കുകയും ചെയ്തു. എല്ലാ അർത്ഥത്തിലും സമഗ്രവും ശക്തവുമായ ജീവിതത്തെ (ഭൗതികതയും ആദ്ധ്യാത്മികതയും നിറഞ്ഞ ജീവിതത്തെ)

'സ്ഫടികമണികൾ കൊണ്ടുള്ള കളി' പ്രതിനിധാനം ചെയ്യുന്നില്ലെന്നും, സൗന്ദര്യാത്മകതയെ മാത്രമേ ഇത് ആശ്ലേഷിക്കുന്നുള്ളൂയെന്നും നെച്ച് ക്രമേണ തിരിച്ചറിയുന്നു. ഇവിടെയാണ് 'സ്ഫടികമണികൾ കൊണ്ടുള്ള കളി'യുടെയും, കാസ്റ്റേലിയയുടെയും ദൗർബ്ബല്യം ഹെസ്സെ നമുക്കു വ്യക്തമാക്കി തരുന്നത്. ഈ രണ്ടു സങ്കല്പങ്ങൾക്കും സമഗ്രസ്വഭാവമില്ലെന്നതാണ് ആ ദൗർബ്ബല്യം. അതുകൊണ്ട് ഒരു സഭയെന്ന നിലയിൽ അതിന് അനശ്വരത അവകാശപ്പെടാനാവില്ല.

കാസ്റ്റേലിയയിലെ മിക്ക ആളുകളും ആ സ്ഥാപനത്തിന്റെ പോരായ്മകളെക്കുറിച്ചും, അത് ബാഹ്യലോകത്തു നിന്ന് നേരിടുന്ന ഭീഷണിയെപ്പറ്റിയും തികച്ചും അജ്ഞരായിരുന്നു. യാഥാർത്ഥ്യത്തിൽ നിന്നകലുകയും കൂടുതൽ സ്വയംഭരണം അവകാശപ്പെടുകയും ചെയ്യുന്ന ഈ സ്ഥാപനത്തെ ജനങ്ങൾ അധികകാലം താങ്ങി നിർത്തുകയില്ലെന്ന് രാഷ്ട്രീയ കാര്യങ്ങൾ കൈകാര്യം ചെയ്യുന്ന കാസ്റ്റേലിയയിലെ അപൂർവ്വം ചില ആളുകൾക്കു മാത്രമേ അറിയാമായിരുന്നുള്ളു. കാസ്റ്റേലിയയുടെ പ്രതിപുരുഷനായി നെച്ചിനെ മരിയഫെൽഡ് എന്ന പ്രവിശ്യയിലേക്കയയ്ക്കുമ്പോൾ പൊളിറ്റിക്കൽ ബ്യൂറോയുടെ മേധാവി ദുസോയിസ് ഇക്കാര്യം നെച്ചിനെ ബോധ്യപ്പെടുത്തുന്നു. കാസ്റ്റേലിയയുടെ നിലനില്പു തന്നെ ബാഹ്യലോകത്തിന്റെ സഹായം കൊണ്ടാണെന്നും അതിന് അധികകാലം നിലനില്ക്കാനാകില്ലെന്നും അയാൾ തുറന്നു സമ്മതിക്കുകയും ചെയ്യുന്നുണ്ട്.

കേവല സൗന്ദര്യത്തിനു മാത്രം പ്രാധാന്യം നല്കുന്നതിലുള്ള അപകടം നെച്ചിന്റെ മറ്റൊരു സ്നേഹിതൻ ഫ്രിറ്റ്സ് തെഗുലാരിയസിന്റെ ജീവിതത്തിൽ നിന്ന് നമുക്ക് മനസ്സിലാക്കാം.[11] തെഗുലാരിയസിന് 'സ്ഫടികമണികൾ കൊണ്ടുള്ള കളി'യിൽ വളരെ പ്രാഗല്ഭ്യമുണ്ടായിരുന്നതു കൂടാതെ വസ്തുതകളെ അവലോകനം ചെയ്യുന്നതിലും സാമർത്ഥ്യമുണ്ടായിരുന്നു. എന്നാൽ അദ്ദേഹത്തിന്റെ ശാരീരിക ദൗർബ്ബല്യവും വൈകാരികമായ അസ്വസ്ഥതയും, ഉത്തരവാദിത്വവും അധികാരവുമുള്ള ജോലി ചെയ്യുന്നതിന് അയാളെ അപ്രാപ്തനാക്കി. നീചേയേപ്പോലെ തെഗുലാരിയസും ചരിത്രപഠനത്തിൽ വിമുഖനും ഭാഷാശാസ്ത്രപഠനത്തിൽ അതീവ തത്പരനുമായിരുന്നു. തത്ത്വചിന്ത പഠിക്കുന്നത് വെറുതെ സമയം കളയലാണെന്നായിരുന്നു തെഗുലാരിയസിന്റെ അഭിപ്രായം. ഒരു സംഭാഷണ മദ്ധ്യേ തന്റെ സ്നേഹിതൻ കേവല സൗന്ദര്യത്തോടു കാണിക്കുന്ന അമിതമായ ആരാധനയെ നെച്ച് കുറ്റപ്പെടുത്തുന്നുമുണ്ട്. "എല്ലാവർക്കും ജീവിതകാലം മുഴുവൻ മിഥ്യാസങ്കല്പങ്ങൾ മാത്രം ശ്വസിച്ചും തിന്നും കുടിച്ചും ജീവിക്കുക അസാദ്ധ്യമാണെന്നും എന്നാൽ അതേ അവസരത്തിൽ ഒരാളിന് തിന്നാൻ അപ്പവും (Bread) വേണമെന്നായിരുന്നു" നെച്ചിന്റെ നിലപാട്. ഈ തീരുമാനത്തിലെത്താൻ അയാൾ കുറേ സമയം എടുത്തുവെന്നു മാത്രം. തെഗുലാരിയസിനെ

11. തെഗുലാരിയസ് എന്ന കഥാപാത്രത്തിന് ഫ്രെഡറിക് നീചേയുമായി നല്ല സാമ്യമുണ്ടെന്ന് നിരൂപകനായ ജോസഫ്മെലനിക് അഭിപ്രായപ്പെടുന്നു.

വളരെ അടുത്ത് അറിമായിരുന്നതുകൊണ്ട് അയാളുടെ തീവ്രമായ നില പാട് നെച്ചിന് ഒരു താക്കീതു തന്നെയായിരുന്നു.

ഇവിടെ ഹെസ്സെയുടെ ധീഷണാപരമായ വളർച്ചയിലുണ്ടായ വേറൊരു മാറ്റത്തെക്കുറിച്ചു കൂടെ സൂചിപ്പിക്കുന്നതു വായനക്കാർക്കു പ്രയോജന പ്പെടാം. 'ലോകചരിത്രം' എന്ന പേരിൽ (1918) ഹെസ്സെ എഴുതിയ ഒരു ലേഖനത്തിൽ ചരിത്രപഠനത്തെ അദ്ദേഹം എതിർത്തിരുന്നു. ചരിത്രപഠനം പലരും സ്വകാര്യലാഭത്തിനായി വളച്ചൊടിക്കുന്നതിലായിരുന്നു അദ്ദേഹ ത്തിന്റെ അമർഷം. ഈ അവസരത്തിൽ ഹെസ്സെ നീചേയുടെ സ്വാധീന ത്തിലുമായിരുന്നു. പിന്നീട് വന്ന മാറ്റമാണ് ശ്രദ്ധിക്കേണ്ടത്.

മുമ്പു കിട്ടിയ താക്കീതുകൾക്കു പുറമേ പേറ്റർ ജാക്കോബ്ബിന്റെ സ്വാധീനമാണ് ഒടുവിൽ നെച്ച് കാസ്റ്റേലിയ വിട്ടുപോകാനുള്ള തീരുമാന മെടുക്കാൻ അയാളെ പ്രേരിപ്പിച്ചത്. നെച്ചിന്റെ മനസ്സിനെ നിർണ്ണായക മായി സ്വാധീനിച്ചത് പേറ്ററാണ്. കാസ്റ്റേലിയക്കാർ അപാരമായ പാണ്ഡി ത്യവും, സൗന്ദര്യാവബോധവുമുള്ളവരാണെങ്കിലും അവരുടെ പ്രധാന മായ താത്പര്യം ഒരു കളിയിൽ മാത്രമാണെന്ന തിരിച്ചറിവ് നെച്ചിനു ണ്ടായിരുന്നു. "നിങ്ങളുടെ ആത്യന്തികമായ രഹസ്യവും പ്രതീകവും ഒരു കളിയിൽ മാത്രമാണെന്ന്" പേറ്റർ ഒരവസരത്തിൽ നെച്ചിനോട് പറയുന്നു. അയാൾ നെച്ചിനെ പരിവർത്തനം ചെയ്യാൻ ആഗ്രഹിക്കുന്നില്ല. കാസ്റ്റേ ലിയയുടെ പോരായ്മകൾ എടുത്തു പറയുന്നതേയുള്ളൂ. അതിൽ പ്രധാന മായത് കാസ്റ്റേലിയ യഥാർത്ഥ ലോകത്തിൽ നിന്ന് അകന്നു നിൽക്കു ന്നുവെന്നതാണ്. തന്റെ വിദ്യാഭ്യാസത്തിലെ ഒരു വൈകല്യം അതിന് രാഷ്ട്രീയ കാര്യങ്ങളിലും മനുഷ്യബന്ധങ്ങളിലുമുള്ള അജ്ഞതയാ ണെന്നു നെച്ച് തിരിച്ചറിയുന്നു. അങ്ങനെയാണദ്ദേഹം കേവലവും അ തിരുകളില്ലാത്തതുമായ സൗന്ദര്യാത്മകതയുടെ തലത്തിൽ നിന്ന് അകന്നു മാറി ചരിത്രത്തിന്റെ ഭാഗമായി ജീവിതത്തിലേക്ക് കടന്നു വരുന്നത്. ഇതാണ് നെച്ചിന് പിന്നീട് വന്ന മാറ്റമെന്ന് ഞാൻ മുമ്പ് സൂചിപ്പിച്ചത്.

'സ്ഫടികമണികൾ കൊണ്ടുള്ള കളി' ഇതിവൃത്ത പ്രധാനമായ ഒരു നോവലല്ല. പാത്രപ്രധാനമായതാണ്. നോവലിന്റെ ചുരുക്കം പറയാം. നെച്ചിന്റെ കാസ്റ്റേലിയയിലെ പഠനം എസ്ചോൾസിലും വാൾഡോസിലും കാര്യമാത്രപ്രസക്തമായി നടക്കുന്നു. അതിനെ തുടർന്നു ഡെസിഗ്നോ റിയും തെഗുലാരിയസുമായുള്ള സംഭാഷണങ്ങളുടെ പശ്ചാത്തലത്തിൽ അയാളുടെ മനസ്സിൽ കാസ്റ്റേലിയയുടെ പ്രവർത്തനെത്തെക്കുറിച്ച് സംശയ ത്തിന്റെ കരിനിഴൽ വീശാൻ തുടങ്ങുന്നു. എങ്കിലും അതിന്റെ പൊതു വായ കാര്യങ്ങളിൽ നെച്ച് സജീവമായി തന്നെ പങ്കെടുക്കുന്നുണ്ട്. ഈ അവസരത്തിൽ ബനഡിക്ടൈൻ സന്ന്യാസിമഠവുമായി നയതന്ത്രബന്ധ ങ്ങൾ സ്ഥാപിക്കുന്നു. ക്രമേണ നെച്ച് കാസ്റ്റേലിയയിലെ പരമോന്നത നേതാവായ മജിസ്റ്റർ ലുധി എന്ന സ്ഥാനത്ത് ആരോഹണം ചെയ്യപ്പെടു കയും അങ്ങനെ പ്രശസ്തിയുടെ കൊടുമുടിയിൽ എത്തുകയും ചെയ്യുന്നു. എട്ട് വർഷത്തിനുശേഷം കാസ്റ്റേലിയ വിട്ടുപോകുന്ന നെച്ചു പ്ലിനിയോ ഡെസിഗ്നോറിയുടെ മകൻ ടിറ്റോയുടെ ട്യൂട്ടറാകാൻ പ്ലാനിട്ട് അയാളുടെ

വീട്ടിൽ എത്തുന്നുണ്ട്. എങ്കിലും അതിനടുത്ത ദിവസം ടിറ്റോയേയും കൂട്ടി അടുത്തുള്ള പർവ്വതനിരയിലെ ഒരു ലോഡ്ജിലേക്കു പോകുകയും അവിടെ വെച്ച് അന്നുതന്നെ ഒരപകടത്തിൽപ്പെട്ട് മരിക്കുകയും ചെയ്യുന്നു.[12] നെച്ചിന്റെ മരണത്തോടെ നോവൽ അവസാനിക്കുന്നു.

മജിസ്റ്റർ ലുധിയായി നെച്ച് എട്ടുവർഷം തുടരുന്നുണ്ടെങ്കിലും അയാളുടെ മനസ്സിനെ അലട്ടിയിരുന്ന പ്രശ്നങ്ങളെക്കുറിച്ച് തെഗുലാരിയസിനു മാത്രമേ അറിയാമായിരുന്നുള്ളു. പേറ്റർ ജാക്കോബ്ബുമായി ചെലവിട്ട സമയം നെച്ചിൽ പ്രായോഗികമായി രണ്ടു സമാന്തരഫലങ്ങൾ ഉളവാക്കി. ഒന്ന്, കാസ്റ്റേലിയയുടെയും 'സ്ഫടികമണികൾ കൊണ്ടുള്ള കളി'യുടെയും ചരിത്രം, അതിന് ലോകചരിത്രത്തിലുള്ള സ്ഥാനം, കർത്തവ്യം എന്നിവയെക്കുറിച്ച് അയാൾ സമഗ്രമായി പഠിച്ചു. രണ്ട്, തന്റെ മജിസ്റ്റർ ലുധിയെന്ന ഔദ്യോഗിക സ്ഥാനത്തെക്കുറിച്ച് സാങ്കല്പികമായി ചിന്തിക്കുന്നതിനു പകരം ഒരദ്ധ്യാപകൻ സ്കൂൾ കുട്ടികളെ പഠിപ്പിക്കുന്നതുപോലെ അതിന്റെ വാച്യാർത്ഥത്തിൽ മനസ്സിലാക്കാൻ ശ്രമിച്ചു. പേറ്ററുമായുള്ള സഹവാസത്തിന്റെ ഫലമായി നെച്ചിൽ ഈ മാറ്റങ്ങൾ ഉണ്ടായി. എന്നാൽ അയാളുടെ പരിമിതികളെക്കുറിച്ച് നെച്ച് ബോധവാനായിരുന്നു. കാസ്റ്റേലിയയുമായുള്ള മുപ്പതു വർഷത്തെ ആത്മബന്ധം പെട്ടെന്ന് പിഴുതെറിയാൻ അയാൾക്കു കഴിയുമായിരുന്നില്ല.

മജിസ്റ്റർ ലുധിയായി എട്ടു വർഷം ഇരുന്നതിനു ശേഷവും നെച്ചു അസംതൃപ്തനായിരുന്നു. കാസ്റ്റേലിയയ്ക്കുള്ളിൽ നിന്ന് അതിനെ പുനരുദ്ധരിക്കാനുള്ള ശ്രമവും പൂർണ്ണ വിജയം കണ്ടില്ല. ഒരു വ്യക്തിയെ കൊണ്ടു മാത്രം പുനരുജ്ജീവിപ്പിക്കാവുന്നതിലുമധികം വിശാലമായ ഒരു പ്രോവിൻസായിരുന്നു അത്. തന്നെയുമല്ല, നെച്ചിന്റെ അതുവരെയുള്ള പ്രവർത്തനം സൗന്ദര്യാത്മകതയുടെ തലത്തിലുമായിരുന്നു. ബാഹ്യലോകത്തെ പ്രശ്നങ്ങൾ എങ്ങനെയാണു കൈകാര്യം ചെയ്യേണ്ടത് എന്നതിനെപ്പറ്റി ഒരറിവുംഅയാൾക്കില്ലായിരുന്നു. വളരെവർഷങ്ങൾക്കു ശേഷം ഡെസിഗ്നോറിയെ കണ്ടപ്പോൾ നെച്ചിന് തന്റെ ദയനീയാവസ്ഥയെക്കുറിച്ചു പൂർണ്ണബോധ്യമുണ്ടായി. കാസ്റ്റേലിയയ്ക്ക് പുറത്തുപോയ ശേഷം അതും ബാഹ്യലോകവും തമ്മിലുള്ള വിടവ് നികത്താനുള്ള പരിശ്രമം ഡെസിഗ്നോറി നടത്തിയിരുന്നു. അതിൽ അയാളും പരാജയപ്പെടുകയാണുണ്ടായത്. ഡെസിഗ്നോറിയുടെ തീവ്രപരിശ്രമങ്ങൾ വിജയം കാണാതെ വന്നപ്പോൾ നിരാശയ്ക്കടിപ്പെട്ട അയാളുടെ അവസ്ഥ തനിക്കും വരാമെന്ന ചിന്ത നെച്ചിനെ ആകുലനാക്കി. സദാ പ്രസന്നവദനനും ശുഭാപ്തിവിശ്വാസിയുമായിരുന്ന ഡെസിഗ്നോറി മുഖത്ത് ചാലുകൾ വീണ് ശോഷിച്ച ശരീരവുമായി നടക്കാൻ തന്നെ പ്രയാസമുള്ളവനായിട്ടാണ് കാണപ്പെട്ടത്. പ്രശാന്തവും സന്തോഷപ്രദവുമായ ജീവിതം നയിക്കുന്ന കാസ്റ്റേലിയയിലെ ജനങ്ങളുടെ അവസ്ഥ അല്ലല്ലോ ഇത്. ഒടുവിൽ കാസ്റ്റേലിയയിൽ പ്രവർത്തിക്കുമ്പോൾതന്നെ നെച്ചു തന്റെ രാജിക്കത്ത് അധികാരികൾക്ക് സമർപ്പിച്ചതിനു ശേഷം ഒരദ്ധ്യാപകന്റെ ജോലി സ്വീകരിക്കുന്നു.

---

12. ടിറ്റൊയുമൊത്ത് മഞ്ഞുവീണു കിടക്കുന്ന ഒരു തടാകത്തിൽ നീന്തുന്നതിനിടയിലാണ് ആകസ്മികമായി നെച്ച് മുങ്ങിമരിക്കുന്നത്.

കാസ്റ്റേലിയയുടെ മറ്റൊരു പ്രത്യേകതയെകുറിച്ചുകൂടെ ഇവിടെ പറയട്ടെ. അത് അവിടെ താമസിക്കുന്നവർക്കു മരണ ഭീതിയില്ല എന്നതാണ്. 'സ്ഫടികമണികൾ കൊണ്ടുള്ള കളി'യിൽ പറയുന്ന അപൂർവ്വമായ മരണങ്ങൾ അതുമായി ബന്ധപ്പെട്ടവർക്കു ഞെട്ടലുണ്ടാക്കുന്നില്ല. ഉദാഹരണത്തിന് വന്ദ്യവയോധികനായ മ്യൂസിക്കെയിന്റെ മരണത്തെ കുറിച്ചു ഹെസ്സെ പറയുന്നതു നോക്കുക. --"അദ്ദേഹത്തിന് അസുഖം ഒന്നുമില്ലായിരുന്നു. അദ്ദേഹത്തിന്റേത് മരണം വരിക്കുന്ന പ്രക്രിയയുമായിരുന്നില്ല. ഭൗതിക ശരീരത്തിന്റെ ക്രിയകളും, അതിന്റെ അവശിഷ്ടവും ക്രമേണ അലിഞ്ഞുപോയി എന്നേ പറയാവൂ."വയോധികനായ മ്യൂസിക്കെയിൻ തന്റെ മുഖത്തെ മന്ദസ്മിതം മറയാക്കി അപ്രത്യക്ഷനായി. അത്രയേയുള്ളൂ. ഇവിടെ മരണഭീതി അസാധുവാകുന്നു.

നെച്ച് കാസ്റ്റേലിയയിൽ പ്രവർത്തിക്കുമ്പോൾ തന്നെ അദ്ദേഹത്തിന്റെ ചിന്താഗതിയെ രണ്ടു പേർ സ്വാധീനിച്ചിരുന്നു. പേറ്റർ ജാക്കോബ്ബും മജിസ്റ്റർ മ്യൂസിക്കെയിനുമാണ് ഈ രണ്ടു പേർ. ഇരുവരും സത്യം ഒരാളിൽ ജീവിക്കേണ്ട വിഷയമാണെന്നും, അതാർക്കും ഒരാളെ പഠിപ്പിക്കാൻ കഴിയുകയുമില്ലെന്നും നെച്ചിന് ബോധ്യമാക്കിക്കൊടുക്കുന്നു. ഈ സന്ദേശം തന്നെയാണ് നെച്ച് അദ്ദേഹത്തിന്റെ ശിഷ്യർക്കും നൽകിയിരിക്കുന്നത്. അതുപോലെ പേറ്ററിൽ നിന്ന് തനിക്കു കിട്ടിയ ഉണർവ്വ് കൊണ്ട് വാൾഡെസ് എന്ന പ്രവിശ്യയിലേക്ക് കാസ്റ്റേലിയയുടെ അമ്പാസഡറായി പോകുന്നതിനു മുമ്പു തന്നെ 'സ്ഫടികമണികൾ കൊണ്ടുള്ള കളി'യിലെ ബാഹ്യജീവിത സ്പന്ദനത്തിന്റെ അഭാവത്തെക്കുറിച്ച് മ്യൂസിക്കെയിൻ നെച്ചിനെ താക്കീത് ചെയ്യുന്നുമുണ്ട്. ഇതിന്റെയെല്ലാം ഫലമായി നെച്ച് ഒടുവിൽ അധികാരികൾക്ക് രാജിക്കത്ത് സമർപ്പിക്കുകയും വെറുമൊരു അദ്ധ്യാപകന്റെ തസ്തിക സ്വീകരിക്കുകയും ചെയ്യുന്നു.

ആധുനിക ലോകത്തിൽ ചേതനയുടെ പങ്ക് എന്തെന്ന നോവലിലെ പ്രധാന വിഷയത്തെ സംബന്ധിച്ചിടത്തോളം കാസ്റ്റേലിയ വിട്ടുപോയ ശേഷം നെച്ചിന് എന്ത് സംഭവിക്കുന്നുവെന്നത് അപ്രസക്തമാണ്. ഈ ചോദ്യത്തിനുത്തരം പറയുന്നത് നെച്ചിന്റെ മരണമല്ല, ആഖ്യാതാവ് (ഹെസ്സെ) തന്നയാണ്. കാസ്റ്റേലിയ ബാഹ്യലോത്തിലെ സ്റ്റേറ്റ്, മതം എന്നീ തലങ്ങളുമായി ഇടപഴകണമെന്നും, അങ്ങനെ ചേതനയ്ക്ക് സമഗ്ര സ്വഭാവമുണ്ടാകണമെന്നും ഉള്ള സന്ദേശം ഹെസ്സെ വായനക്കാരുമായി പങ്കുവെക്കുന്നു. ചേതനയ്ക്ക് സ്റ്റേറ്റ് മാർഗ്ഗനിർദ്ദേശവും മതം അർത്ഥവും നല്കണമെന്നായിരുന്നു ആത്യന്തികമായി ഹെസ്സെ വിശ്വസിച്ചിരുന്നത്.[13]

'സ്ഫടികമണികൾ കൊണ്ടുള്ള കളി'യുടെ ഉള്ളടക്കത്തെപ്പറ്റി രണ്ടു കാര്യങ്ങൾ കൂടെ പറഞ്ഞിട്ട് ഈ അദ്ധ്യായം അവസാനിപ്പിക്കാം. ഒന്ന്, ഇതിൽ സംഗീതത്തിന് ഹെസ്സെ കൊടുത്തിരിക്കുന്ന പ്രാധാന്യം. കാസ്റ്റേലിയയെപ്പറ്റി നെച്ചിന്റെ മനസ്സിലുണ്ടായ സംശയങ്ങൾ ഒടുവിൽ

13. ഈ നിർദ്ദേശങ്ങൾ മുമ്പോട്ടു വെച്ചത് പേറ്റർ ജാക്കോബ്ബുമായുള്ള സംഭാഷണങ്ങളിൽ നിന്ന് ഉണർവ്വു നേടിയ നെച്ച് തന്നെയാണ്.

ചിന്തയും പ്രവൃത്തിയും തമ്മിൽ സംയോജിപ്പിക്കേണ്ടതിന്റെ ആവശ്യകത അയാളെ ബോധ്യപ്പെടുത്തുന്നു. ഈ ബോധ്യപ്പെടൽ (ഉണർവ്വ്) സംഗീതത്തെ ഒരു പ്രതീകമായി ഉപയോഗിച്ചാണ് ഹെസ്സെ വിവരിക്കുന്നത്. സ്റ്റെപ്പൻവോൾഫ് എന്ന നോവലിൽ ഉള്ളതുപോലെ 'സ്ഫടിക മണികൾ കൊണ്ടുള്ള കളി'യിൽ സംഗീതത്തിന് ഘടനാപരമായി വലിയ പ്രാധാന്യമില്ലെങ്കിലും മറ്റു തരത്തിൽ അതിനു പ്രസക്തിയുണ്ട്. അതിന്റെ ചരിത്രവും, സിദ്ധാന്തവും വിശകലനം ചെയ്യുന്ന ഉപന്യാസരൂപത്തിലുള്ള ഭാഗങ്ങൾ നോവലിന് ഇഴയടുപ്പം നൽകുന്നു. ഒരു പ്രതീകം എന്ന നിലയിൽ സംഗീതം 'സ്ഫടികമണികൾ കൊണ്ടുള്ള കളി'യുടെ തന്നെ മറ്റൊരു ധ്രുവമാണ്. നോവലിന്റെ ആദ്യഭാഗത്ത് സൗന്ദര്യാത്മകത മാത്രമാണു നാം കാണുന്നതെങ്കിൽ അതിന്റെ അന്ത്യഭാഗത്ത് സംഗീതത്തിന്റെ മാസ്മരശക്തിയാണ് നമുക്കനുഭവപ്പെടുന്നത്. 'സ്ഫടികമണികൾ കൊണ്ടുള്ള കളി'യുടെ അടിസ്ഥാനം തന്നെ സംഗീതമാണല്ലോ. സംഗീതത്തിൽ ജീവിതത്തിലെ രണ്ടു ധ്രുവങ്ങളും സമഞ്ജസമായി സമ്മേളിച്ചിരിക്കുന്നതുകൊണ്ട് ഒരു ധ്രുവത്തിനു മാത്രം പ്രാധാന്യം നൽകിയാൽ സംഗീതം അധഃപതിക്കുകയും അത് സൃഷ്ടിക്കുന്ന നാഗരികതയ്ക്ക് അപചയം സംഭവിക്കുകയും ചെയ്യും. ഇതാണ് 'സ്ഫടികമണികൾ കൊണ്ടുള്ള കളി'യിലൂടെ ഹെസ്സെ നമുക്കു തരുന്ന സന്ദേശം.[14]

രണ്ടാമതായി പറയേണ്ടത് ഈ നോവലിൽ സേവനത്തിന് നൽകിയിരിക്കുന്ന ഊന്നലാണ്. ധാർമ്മിക പ്രതിബദ്ധതയും സമൂഹത്തോടുള്ള ഉത്തരവാദിത്വവുമാണ് സേവനമെന്ന സങ്കല്പം കൊണ്ട് ഉദ്ദേശിച്ചിരിക്കുന്നത്. അതിന് ഈ കൃതിയിൽ വളരെ പ്രാധാന്യം നല്കിയിട്ടുമുണ്ട്. 'സ്ഫടികമണികൾ കൊണ്ടുള്ള കളി'യിലെ ആദ്യഭാഗത്ത് നാം കണ്ട സവിശേഷത ആദർശത്തെയും അധികാരശ്രേണിയെയും സേവിക്കുക എന്നതായിരുന്നു. പിന്നീടത് സമൂഹത്തെ സേവിക്കുക എന്നതായി മാറിയെന്നു മാത്രം. നെച്ചിന്റെ പ്രതിബദ്ധതയ്ക്ക് ഉദാഹരണമായി അയാൾ പ്ലിനൊയുടെ മകൻ ടിറ്റോക്ക് അദ്ധ്യയനം നല്കാൻ തയ്യാറാകുകയും ചെയ്യുന്നു.

'സ്ഫടികമണികൾ കൊണ്ടുള്ള കളി'യിൽ ആഖ്യാതാവ് പ്രതിനിധീകരിക്കുന്നതും വിവരിക്കുന്നതും ആയ കാസ്റ്റേലിയ വിഭാവന ചെയ്യുന്നത് കേവല സൗന്ദര്യത്തിന്റേതു മാത്രമല്ല, ചേതനയെയും മനുഷ്യരോടുള്ള പ്രതിബദ്ധതയെയും തമ്മിൽ രഞ്ജിപ്പിച്ചിരിക്കുന്ന ലോകമാണ്. ഇരുപതാം നൂറ്റാണ്ടിലെ പ്രതിഭാശാലികളായ യൂറോപ്യൻ സാഹിത്യകാരന്മാരായ പ്രൗസ്റ്റ്, തോമസ്മാൻ, ജയിംസ് ജോയിസ് തുടങ്ങിയവരെ ചിന്തിപ്പിച്ചിരുന്ന വിഷയങ്ങൾ തന്നെയാണ് ഇവിടെ ഹെസ്സെയും കൈകാര്യം ചെയ്യുന്നത്. അത് അതീവ ഗംഭീരമായി നിറവേറ്റാൻ അദ്ദേഹത്തിന് കഴിഞ്ഞിട്ടുമുണ്ട്.

---

14. സംഗീതത്തെ ഈ രീതിയിൽ അവതരിപ്പിക്കുന്ന ഒരു കഥാപാത്രം 'സ്ഫടികമണികൾ കൊണ്ടുള്ള കളി'യിലുണ്ട്. അത് സർവ്വകലാവല്ലഭനും, എല്ലാത്തിനേയും സമ്യക്കായി സംയോജിപ്പിക്കുന്ന ആളും, കാസ്റ്റേലിയയുടെ സൗന്ദര്യാത്മകതയിൽ തികച്ചും വിശ്വസിക്കുന്ന ദേഹവുമായ മജിസ്റ്റർ മ്യൂസിക്കെയിനാണ്.

പതിനാല്

ജീവിതവും കലയും

(ഉപസംഹാരം)

ജാഗ്രത്തായ ജനങ്ങൾ ഉൾപ്പെടെ നാം എല്ലാവരും തീവ്ര നൈരാശ്യത്തിന് അടിപ്പെട്ട് ജീവിക്കുന്നു. അപ്രകാരം നാം ദൈവത്തിനും ശൂന്യതയ്ക്കും ഇടയ്ക്ക് ജീവിക്കാൻ വിധിക്കപ്പെട്ടിരിക്കുന്നു. ഈ ധ്രുവങ്ങൾക്കിടയിൽ പെട്ടുകൊണ്ട് നാം ശ്വസിക്കുകയും, ചലിക്കുകയും, മുമ്പോട്ടും പിറകോട്ടും പോകുകയും ചെയ്യുന്നു. ഓരോ ദിവസവും നാം ജീവൻ വെടിയാൻ പ്രലോഭിപ്പിക്കപ്പെടുന്നു. എന്നാൽ വ്യക്തിയെയും കാലത്തെയും അതിവർത്തിക്കുന്ന ഒരു ശക്തി നമ്മെ താങ്ങിനിർത്തുന്നു. അക്കാരണത്താൽ തന്നെ നമുക്ക് വീരനായക പദവി ലഭിച്ചില്ലെങ്കിൽ പോലും നമ്മുടെ ദുർബ്ബലത ധീരതയായി പരിണമിക്കുന്നു. കഴിഞ്ഞ കാലത്തു നിന്നും ലഭിച്ചിട്ടുള്ളതും, ഭദ്രമായി സൂക്ഷിക്കപ്പെട്ടതുമായ വിശ്വാസത്തിന്റെ നേരിയ അംശമെങ്കിലും വരും തലമുറയ്ക്കായി നമുക്ക് നൽകാം.

(1948-ൽ ഹെസ്സെ എഴുതിയ ഒരു കത്തിൽ നിന്ന്)

ഹെസ്സെയെ സംബന്ധിച്ചിടത്തോളം കലയും ജിവിതവും തമ്മിലുള്ള ബന്ധം അഭേദ്യമായിരുന്നു. അദ്ദേഹത്തിന്റെ സംഭവ ബഹുലമായ ജീവിതത്തെപ്പറ്റി മുൻ അദ്ധ്യായങ്ങളിൽ സംക്ഷിപ്തമായെങ്കിലും പരാമർശിച്ചിട്ടുണ്ട്. ഹെസ്സെയുടെ സംഭാവനകളെക്കുറിച്ച് പൊതുവായ ചില കാര്യങ്ങൾ കൂടി പറയാം.

ആദ്യമായി യൂറോപ്യൻ സാഹിത്യത്തിന്റെ വികസനത്തിൽ ഹെസ്സെ വഹിച്ച പങ്ക് എന്തായിരുന്നുവെന്നു നോക്കാം. പത്തൊമ്പതാം നൂറ്റാണ്ടിലെ റിയലിസ്റ്റ് പ്രസ്ഥാനത്തിൽ നിന്നാണ് ആധുനിക സാഹിത്യം യൂറോപ്പിൽ പുഷ്ടിപ്പെടുന്നത്. പ്രകൃതിയേയോ സാമൂഹിക ജീവിതത്തെയോ യഥാർത്ഥമായി സാഹിത്യത്തിൽ ചിത്രീകരിക്കുക എന്ന സിദ്ധാന്തത്തെയാണ് റിയലിസമെന്നു പറയുന്നത്. ഇത് റൊമാന്റിസത്തിന് എതിരായ ഒരു കല്പനയാണെന്ന് പ്രത്യക്ഷത്തിൽ തോന്നാമെങ്കിലും റിയലിസം റൊമാന്റിസത്തിന്റെ ഒരു ഭാഗം തന്നെയാണ്. ഫ്രാൻസിലാണ് റിയലിസ്റ്റ്

പ്രസ്ഥാനത്തിന് കൂടുതൽ പ്രചാരം സിദ്ധിച്ചത്. പിന്നീട് അല്പ കാലം പ്രാബല്യത്തിലിരുന്ന നാച്വറലിസം (Naturalism) റിയലിസത്തിന്റെ ഒരു പര്യായം മാത്രമായിരുന്നു. മനുഷ്യമനസ്സിന്റെ പ്രവർത്തനമുൾപ്പെടെ സകല വസ്തുക്കളും മുൻകൂട്ടി നിർണ്ണയിക്കപ്പെട്ട ഹേതുക്കളാലാണ് നയിക്കപ്പെടുന്നതെന്ന സിദ്ധാന്തമാണല്ലോ നാച്വറലിസ്റ്റുകൾ പ്രചരിപ്പിച്ചത്.

ഫ്രാൻസിൽ പിന്നിട് അധഃപതന (decadent) സാഹിത്യംപോലെ പല നൂതന പ്രസ്ഥാനങ്ങളും ഉടലെടുത്തുവെങ്കിലും അവയെക്കുറിച്ച് ഇവിടെ പറയുന്നില്ല. പത്തൊാൻപതാം നൂറ്റാണ്ടിന്റെ ഒടുവിൽ (1880–1900) ജർമ്മനിയിലുണ്ടായ സാംസ്കാരിക നവോത്ഥാനമാണ് ഇവിടെ കൂടുതൽ പ്രസക്തം. ഈ നവോത്ഥാനത്തിന്റെ ഭാഗമായി പ്രചാരത്തിൽ വന്ന ഒരു രചനാ സമ്പ്രദായമാണ് (നോവലിനെ സംബന്ധിച്ചിടത്തോളം) ബിൽഡങ്സ് സ്ത്രോമൻ (വൈജ്ഞാനിക നോവൽ). ഇതിനു തന്നെ പല ഉപവിഭാഗങ്ങളുമുണ്ട്. ഗീഥേയുടെ വില്യം മെയ്സ്റ്റർ ഇതിനൊരു ഉദാഹരണമാണ്. ഈ കൃതിയിൽ ഗ്രന്ഥകാരൻ സമകാലീന ജീവിതത്തിലെ ധാർമ്മികാധഃപതനം വിശകലനം ചെയ്യുന്നതു കൊണ്ട് വില്യം മെയ്സ്റ്റർ ഒരു സെർട്ടോമനാണ് (Zeitroman).[1]

1910–നും 1925–നുമിടയ്ക്ക് എക്സ്പ്രഷനിസം എന്ന പ്രസ്ഥാനത്തിലും ജർമ്മനിയിലെ എഴുത്തുകാർ സജീവമായി പങ്കെടുത്തിരുന്നു. സാഹിത്യത്തിലോ കലയിലോ ആന്തരിക വികാരങ്ങൾ പ്രകടമാക്കുന്ന ഉപാധികൾക്കാണ് കൂടുതൽ പ്രാധാന്യം നൽകേണ്ടതെന്നവർ വാദിച്ചു.[2] എക്സ്പ്രഷനിസ്റ്റ് പ്രസ്ഥാനം പഴയ സംസ്കാരത്തിന്റെ തകർച്ചയേയും ആസന്നമായ ഒന്നാം ലോകയുദ്ധത്തിന്റെ കെടുതിയേയും കുറിച്ചുള്ള ജർമ്മൻ പ്രതിരകരണമായിരുന്നുവെന്ന് പറയാം. ഇവിടെ നിന്നാണ് ഹെസ്സെയുടെ എഴുത്തിന്റെ തുടക്കം. ഹെസ്സെ സ്വീകരിക്കുകയും തന്റെ സംഭാവനകൾകൊണ്ട് പുഷ്കലമാക്കുകയും ചെയ്ത മറ്റൊരു രചനാ രീതിയായിരുന്നു സിംബോളിസം (symbolism). വസ്തുക്കൾക്കൊ പ്രവൃത്തികൾക്കൊ പ്രതിരൂപാകത്മകത്വം നല്കിക്കൊണ്ടുള്ള സാഹിത്യ സരണിയാണല്ലോ സിംബോളിസം. വ്യക്തിയുടെ മൂല്യത്തെ കുറിച്ചുള്ള ഒരന്വേഷണമായതുകൊണ്ട് ഡീമിയൻ എന്ന നോവലിനെ ഈ വകുപ്പിൽപ്പെടുത്താം.

ഒന്നാം ലോകയുദ്ധത്തിനു ശേഷം യൂറോപ്പിൽ, പ്രത്യേകിച്ച് ജർമ്മനിയിൽ, പല എഴുത്തുകാരും സാഹിത്യത്തിന്റെ തന്നെ അപര്യാപ്തതയെ ചൂണ്ടിക്കാണിച്ചിരുന്നു. പ്രശസ്ത ജർമ്മൻ സാഹിത്യകാരൻ ഹെർമൻ ബ്രോക്കിന്റെ വെർജിലിന്റെ മരണം (1936) ഇതിനൊരുദാഹരണമാണ്. യുക്തിവാദത്തിന്റെ അടിസ്ഥാനത്തിലാണ് ബ്രോക്ക് ചരിത്രത്തെ

1. ഈ വിഭാഗത്തിലുള്ള ഒരു പ്രസിദ്ധ നോവലാണ് തോമസ്മാന്റെ മാജിക്മൗണ്ടൻ.
2. കവിയും ചിന്തകനുമായിരുന്ന നീചേ ഈ രീതിയിൽ ചിന്തിച്ചിരുന്നവരിൽ പ്രധാനിയായിരുന്നു.

സമീപിച്ചത്. ഈ നോവലിൽ രണ്ടു യുഗങ്ങളെക്കുറിച്ച് അദ്ദേഹം പറയുന്നു. ഒന്ന്, പേഗനിസത്തിന്റെ തകർച്ചയ്ക്കുശേഷം ഉയർന്ന ക്രിസ്ത്യൻ യുഗം. മദ്ധ്യകാലഘട്ടത്തിൽ അതിന്റെ സുവർണ്ണദശയിലെത്തിയിരുന്ന ഈ യുഗം ഇപ്പോൾ നാശോന്മുഖമായിക്കൊണ്ടിരിക്കുന്നു. രണ്ടാമത്തെ യുഗത്തിൽ (വർത്തമാനകാലം) യുദ്ധം, വ്യവസായം, സാഹിത്യം എന്നിങ്ങനെ പല ഭാഗികമായ അവസ്ഥകളാണുള്ളത്. സാഹിത്യത്തിന് മേന്മയുണ്ടെങ്കിലും അതിനു മാത്രമായി സമൂഹത്തിൽ ശക്തമായ ചലനങ്ങൾ സൃഷ്ടിക്കാൻ കഴിയുന്നില്ല. വെർജിലിനെപ്പോലെ നാം അവിടെയുമില്ല, ഇവിടെയുമില്ല എന്ന അവസ്ഥയിലാണ്. ഈ അവസ്ഥകളെ ഏകീകരിച്ചാൽ ഒരു പ്രശ്നവും പരിഹരിക്കപ്പെടില്ലെന്നും, എല്ലാ മതങ്ങളിലെയും വിശിഷ്ടാംശങ്ങൾ കോർത്തിണക്കി ഒരു പ്രത്യേക മതതത്ത്വസംഹിതക്കായുള്ള യത്നമായി അതിനെ കാണരുതെന്നും ബ്രോക്ക് നിരീക്ഷിച്ചു. നേരെമറിച്ച് അത് കൊടും നൈരാശ്യത്തിലേക്കേ നമ്മെ കൊണ്ടുചെന്ന് എത്തിക്കുകയുള്ളൂയെന്നുമായിരുന്നു അദ്ദേഹത്തിന്റെ അഭിപ്രായം.

ഇന്നത്തെ ആകുലതയ്ക്കും തീവ്രനൈരാശ്യത്തിനും എന്താണ് പരിഹാരം? ഇവിടെ ജർമ്മൻ തത്ത്വശാസ്ത്രത്തിന്റെ അംഗീകരിക്കപ്പെട്ട നിശ്ചയങ്ങളിൽ നിന്നു മാറി ഒരു പുതിയ അന്വേഷണം നടത്താനാണ് ബ്രോക്ക് ഉദ്യമിച്ചത്. ഇന്ന് നിലവിലുള്ള അവസ്ഥകളെ ഏകീകരിക്കുന്നതിനു പകരം വ്യക്തികളെ കേന്ദ്രീകരിച്ച് അവർക്കു മാനസിക പരിവർത്തനം ഉണ്ടാക്കാനാണ് ശ്രമിക്കേണ്ടതെന്ന് ഹെസ്സെ വാദിച്ചു. വ്യക്തികളിൽ കണ്ടുവരുന്ന ഐന്ദ്രികസുഖത്തോടുള്ള അഭിവാഞ്ഛയും മതാന്ധതയും കൈവെടിയാൻ അവരെ പ്രോത്സാഹിപ്പിക്കുകയാണ് വേണ്ടതെന്നും അങ്ങനെ ഔന്നത്യമുള്ള ഒരു മനുഷ്യസമൂഹത്തെ സൃഷ്ടിക്കാൻ കഴിയുമെന്നും ബ്രോക്ക് നിരീക്ഷിച്ചു. ശ്രദ്ധയോടെ വായിച്ചാൽ ഈ ആശയം ഹെസ്സെകൃതികളിലും പ്രകടമാണ്. അത് ഒരു പടികൂടെ മുന്നോട്ടെടുത്ത് അദ്ദേഹം മനുഷ്യമനസ്സിലെ ഭിന്നഭാവങ്ങളെ ആത്മീയതലത്തിൽ സമന്വയിപ്പിക്കേണ്ടതിന്റെ ആവശ്യകത ചൂണ്ടിക്കാണിക്കുകയും സ്വന്തം കൃതികളിൽ അത് പ്രതിഫലിപ്പിക്കുന്നതിനാവശ്യമായ കല്പനകൾ സൃഷ്ടിച്ചെടുക്കുകയും ചെയ്തു. ഇതാണ് യൂറോപ്യൻ സാഹിത്യത്തിന് ഹെസ്സെ നല്കിയ അതുല്യമായ സംഭാവനയെന്നു പറയാം. മാജിക് ചിന്ത, ത്രിബലകതാളം, കാസ്റ്റേലിയ എന്നീ ഭാവനാ സൃഷ്ടികളെക്കുറിച്ച് അന്യത്ര പ്രതിപാദിച്ചിട്ടുള്ളതു കൊണ്ട് ഇവിടെ അതിനു മുതിരുന്നില്ല.

യൂറോപ്പിൽ ആദ്യം നിലവിലിരുന്ന റൊമാന്റിക് പ്രസ്ഥാനവും പിന്നീടുണ്ടായ റിയലിസവും ഹെസ്സെയെ എങ്ങനെ സ്വാധീനിച്ചുവെന്നു നോക്കാം. റൊമാന്റിസിസത്തിന്റെയും റിയലിസത്തിന്റെയും പ്രവണതകൾ അദ്ദേഹത്തിന്റെ കൃതികളിൽ നമുക്കു കാണാൻ കഴിയുമെങ്കിലും ഹെസ്സെയെ ഒരിക്കലും റൊമാന്റിക്കെന്നോ റിയലിസ്റ്റ് എന്നോ തരംതിരിച്ച് പറയാൻ കഴിയില്ല. ഏതെങ്കിലുമൊരു പ്രസ്ഥാനത്തിൽ ഹെസ്സെയെ പെടുത്താമെങ്കിൽ അത് വ്യക്തിപരമായ സ്വഭാവത്തോടുകൂടിയ കൃതികളുടെ കർത്താവെന്ന നിലയിലാണ്.

റൊമാന്റിസത്തിന് പല നിർവ്വചനങ്ങളുമുണ്ടെങ്കിലും നമുക്കിവിടെ രണ്ടു തരത്തിലുള്ള റൊമാന്റിസത്തെക്കുറിച്ച് പറയാം. ഒന്ന് വംശമാതൃകയെക്കുറിച്ചുള്ള റൊമാന്റിസം. രണ്ട് ചരിത്രാധിഷ്ഠിതമായ റൊമാന്റിസം. ആദ്യത്തേത് മനുഷ്യരുടെ ജീവിത്തോടുള്ള ആന്തരികമായ കാഴ്ചപ്പാടിനെ വിഷയമാക്കുന്നു. രണ്ടാമത്തേത്, 1770-നും 1880-നുമിടയ്ക്ക് യൂറോപ്പിലുണ്ടായ നവോത്ഥാനത്തിന്റെ ഫലമായി ഉടലെടുത്ത സാഹിത്യരൂപങ്ങളെയും സ്ഥലങ്ങളെയും കുറിച്ചുള്ള ചരിത്രപരമായ റൊമാന്റിസം. (ഉദാ: മദ്ധ്യകാലഘട്ടത്തിനും പൗരസ്ത്യദേശത്തിനും ഊന്നൽ നല്കിയിട്ടുള്ള രചനകൾ, യക്ഷികഥകൾ എന്നിവ) നോവാലിസ്സ് ഒരു റൊമാന്റിക് കവിയാണെന്നു പറയുമ്പോൾ നാം അർത്ഥമാക്കുന്നത് അദ്ദേഹം ഈ രണ്ടുതരത്തിലുമുള്ള കവിയാണെന്നാണ്. തോമസ്മാൻ ഒരു റൊമാന്റിക് എഴുത്തുകാരനാണെന്നു പറയുമ്പോൾ അദ്ദേഹം ആദ്യത്തെ വിഭാഗത്തിൽപ്പെട്ടയാളാണെന്നാണ് നാം മനസ്സിലാക്കേണ്ടത്. അദ്ദേഹത്തിന്റെ നോവലുകളിൽ ചരിത്രപരമായ റൊമാന്റിസത്തിന്റെ പ്രവണതകൾ നമുക്ക് കാണാൻ കഴിയില്ല.

ഹെസ്സെയെ സംബന്ധിച്ചാണെങ്കിൽ അദ്ദേഹത്തിന്റെ ആദ്യകാല കൃതികളായ 'കാല്പനിക കവിതകൾ' (1899) അർദ്ധരാത്രിക്കു ശേഷം (1899) ഹെർമൻ ലാഷ്ചർ (1901) എന്നിവ ചരിത്രപരമായ റൊമാന്റിക് സ്വഭാവം ഉള്ളവയാണ്. അദ്ദേഹത്തിന്റെ പില്ക്കാലത്തെ പ്രധാനപ്പെട്ട നോവലുകളിലും ചരിത്രപരമായ റൊമാന്റിസം നമുക്കു കാണാൻ കഴിയും. എന്നാൽ തന്റെ ആശയ പ്രകാശനത്തിനുതകുന്ന തരത്തിൽ ഈ രീതിയിൽ ഘടനാപരമായ വ്യത്യാസങ്ങൾ വരുത്തിയിട്ടുണ്ടെന്നു മാത്രം. അദ്ദേഹത്തിന്റെ നിരവധി യക്ഷിക്കഥകളും ഈ വിഭാഗത്തിൽപ്പെടും. ഹെസ്സെയുടെ കല്പനാസൃഷ്ടികൾക്കെല്ലാം ഗാനാത്മകത്വമുള്ളതുകൊണ്ട് അവയെല്ലാം തന്നെ റൊമാന്റിക് സ്വഭാവമുള്ളതാണെന്ന പ്രസിദ്ധ നിരൂപകൻ റാൽഫ് ഫ്രീമാന്റെ അഭിപ്രായത്തിൽ കുറെയൊക്കെ വാസ്തവമുണ്ടെന്നു പറയാതെ വയ്യ. നോവലുകളുടെ പശ്ചാത്തലം നോക്കിയാൽ പൂർവ്വദേശം (സിദ്ധാർത്ഥ) മദ്ധ്യകാലഘട്ടം (നാർസിസ്സും ഗോൾഡ്മണ്ടും) കാലാതീതത (പൂർവ്വദേശത്തേക്കുള്ള യാത്ര) ഇവയിലെല്ലാം ചരിത്രപരമായ റൊമാന്റിസിസം വ്യക്തമായി നമുക്കനുഭവപ്പെടും. അദ്ദേഹത്തിന്റെ പദസഞ്ചയങ്ങളും ഗീഥേയുടേയും നോവാലിസിന്റെയും മാതൃകയിലുള്ളവയാണ്. പരമ്പരാഗതമായ റൊമാന്റിക് പ്രസ്ഥാനത്തോട് വിടപറയാതെ, ഇരുപതാം നൂറ്റാണ്ടിലെ പല എഴുത്തുകാരേയും പോലെ തന്റെ ആശയങ്ങൾക്ക് അനുയോജ്യമായ ചട്ടക്കൂട് നിർമ്മിക്കുന്നതിന് ആവശ്യമായ മാറ്റങ്ങൾ വരുത്തുക മാത്രമേ ഹെസ്സെ ചെയ്തിരുന്നുള്ളു.

ഹെസ്സെക്ക് അദ്ദേഹത്തിന്റെ സമകാലീനരുടെയും പിന്നീട് വന്ന തലമുറകൾക്കുമിടയിലുള്ള സ്ഥാനം എന്തായിരുന്നു? ഇവിടെ അദ്ദേഹത്തിന്റെ കൃതികളുടെ ഉള്ളടക്കവും ഭാവവും പരിശോധിക്കേണ്ടതുണ്ട്.

ചരിത്രപരമായ റൊമാന്റിസിസത്തിന്റെ ശൈലിയാണ് ഹെസ്സെ പിന്തുടർന്നിരുന്നത്. എങ്കിലും അദ്ദേഹത്തിന്റെ ചിന്ത മറ്റുള്ളവരുടേതുമായി താരതമ്യപ്പെടുത്തുമ്പോഴാണ് ഹെസ്സെ വംശ മാതൃകയിലധിഷ്ഠിതമായ റൊമാന്റിസിസത്തിൽ നിന്ന് വളരെയകലെയാണെന്ന് നാം മനസ്സിലാക്കുന്നത്. അദ്ദേഹത്തിന്റെ ചിന്തകൾ റിയലിസത്തിന്റെ കൂട്ടിക്കുഴച്ച ഭാഷയിൽ നമുക്കു പ്രദർശിപ്പിക്കാൻ കഴിയും. എന്നാൽ അദ്ദേഹം ഒരു റൊമാന്റിക്കോ റിയലിസ്റ്റിക്കോ ആയിരുന്നില്ല. ഹെസ്സെയുടെ കൃതികൾ റൊമാന്റിക് പ്രസ്ഥാനത്തിൽ നിന്ന് വളരെ മുമ്പോട്ടു പോയിട്ടുണ്ടെന്നും എന്നാലത് പൂർണ്ണമായും റിയലിസത്തിൽ എത്തിച്ചേർന്നിട്ടില്ലെന്നും പറയുന്നതാവും ശരി.

ഹെസ്സെയുടെ ചിന്താസരണിയെ രൂപപ്പെടുത്തിയ ഘടകങ്ങൾ

എന്തെല്ലാമെന്നും അതിൽ പ്രത്യേകിച്ച് ഭാരതീയ ദർശനങ്ങൾക്കുള്ള സ്വാധീനമെന്തെന്നും നോക്കാം. 1946നു ശേഷമുള്ള ഹെസ്സെയുടെ രചനകൾ മിക്കതും ആത്മീയ കാര്യങ്ങളെക്കുറിച്ചുള്ളവയായിരുന്നു. ആത്മസത്ത, സാന്മാർഗ്ഗികത, വ്യക്തികൾക്ക് സമൂഹത്തോടുള്ള കടപ്പാട് എന്നീ വിഷയങ്ങളിലായിരുന്നു അദ്ദേഹത്തിന്റെ താത്പര്യം. ഈ കാലയളവിലെ രചകളിൽ മുൻകാലത്ത് എഴുതിയവയിൽ നിന്ന് വ്യത്യസ്തമായ ഒരു ലയം നമുക്കു കാണാം. വിപ്ളവകാരിയായ ഒരു യുവാവിന്റെ സ്വരമല്ല, മറിച്ച് പക്വമതിയായ ഒരു ഋഷിവര്യന്റെ നിരീക്ഷണമാണ് ഇവയിലടങ്ങിയിരിക്കുന്നത്. അതുകൊണ്ടു തന്നെ ഈ കാലത്ത് എഴുതിയ രചനകൾ ആന്ദ്രേജിദ്, തോമസ്മാൻ തുടങ്ങിയ യൂറോപ്യൻ ചിന്തകരുടെ ആദരവു നേടി. ജർമ്മനിയിലെ പ്രമുഖരായ എഴുത്തുകാരെപ്പറ്റിയുള്ള ഹെസ്സെയുടെ നിരീക്ഷണങ്ങളും പഠനങ്ങളും ജർമ്മൻ സംസ്കാരത്തിന് അദ്ദേഹം നൽകിയ വിലപ്പെട്ട സംഭാവനകളായിട്ടാണ് തോമസ്മാൻ വിലയിരുത്തുന്നത്.

ഹെസ്സെയുടെ ചിന്താസരണിയെ രൂപപ്പെടുത്തിയ ഘടകങ്ങൾ പരിഗണിക്കുമ്പോൾ അദ്ദേഹത്തിന്റെ നോവലുകൾക്കു പുറമേ നിരവധി ലേഖനങ്ങളും നിരൂപണങ്ങളും, സ്മരണികകളും പഠിക്കേണ്ടതാവശ്യമാണ്. ഹെസ്സെയുടെ നോവലുകളിലെ ആശയങ്ങൾ മനസ്സിലാക്കുന്നതിനും ഈ പഠനം ഉപകരിക്കും.

ജീവിതത്തിന്റെ അവസാന ഘട്ടത്തിൽ ഹെസ്സെക്ക് പൗരസ്ത്യ സംസ്കാരത്തോടും സാഹിത്യത്തോടുമുണ്ടായ താല്പര്യവും എടുത്തു പറയേണ്ടതാണ്. ലോക സാഹിത്യത്തിലെ മികച്ച കൃതികൾ 1910നും 1955നുമിടയ്ക്കുള്ള കാലയളവിൽ അമ്പതു വാള്യങ്ങളായി ഹെസ്സെ പ്രസിദ്ധീകരിച്ചിരുന്നു. ബൈബിളിനോടൊപ്പം തന്നെ ഭാരതീയ വേദാന്ത ചിന്തകളുടെ സംഭരണിയായ ഉപനിഷത്തുകളെയും അദ്ദേഹം

ബഹുമാനിച്ചിരുന്നു. തന്റെ ഗ്രന്ഥശേഖരത്തിൽ അവർക്കും ഒരു ഉന്നത സ്ഥാനമുണ്ടെന്ന് അദ്ദേഹം ഒരു ഡയറിക്കുറിപ്പിൽ രേഖപ്പെടുത്തിയിട്ടുണ്ട്.[3]

ഹിന്ദുമതത്തെക്കുറിച്ചുള്ള ഹെസ്സെയുടെ നിരീക്ഷണം പ്രത്യേകം ശ്രദ്ധിക്കപ്പെടേണ്ടതാണ്. വേദാന്തസാരവും ബുദ്ധസന്ദേശങ്ങളും പതിനെട്ടാം നൂറ്റാണ്ടിന്റെ ആദ്യദശകങ്ങളിൽ തന്നെ ജർമ്മനിയിൽ പൊതുവേ അംഗീകരിക്കപ്പെട്ടിരുന്നുവെങ്കിലും ഒരു മതമെന്ന നിലയിൽ ഹിന്ദുത്വം പണ്ഡിതന്മാരാൽ അംഗീകരിക്കപ്പെട്ടിരുന്നില്ല.[4] ആദ്യകാലത്ത് ഹിന്ദുക്കൾ അവരുടെ മതപരമായ പ്രശ്നങ്ങൾ ധൈഷണികതലത്തിൽ പരിഹരിക്കാനാണ് ശ്രമിച്ചതെന്നും ഇപ്പോഴവർ അതിനെ എളുപ്പത്തിൽ വഴങ്ങുന്ന രീതിയിൽ കണ്ടുതുടങ്ങിയിട്ടുണ്ടെന്നുമായിരുന്നു ഹെസ്സെ നിരീക്ഷിച്ചത്.

ഹിന്ദുമതത്തിൽ താത്പര്യം കാണിക്കുന്ന ഒരു പാശ്ചാത്യപണ്ഡിതന് നേരിടുന്ന പ്രശ്നങ്ങൾ പലതാണ്. ഒന്നാമതായി ഇതിലെ ചില ആശയങ്ങൾ അയാളുടെ വിവേകബുദ്ധിയെ വ്രണപ്പെടുത്തുന്നുവെന്നതാണ്. ഭാരതീയന് ദൈവം ഒരേ സമയത്ത് തന്നെ ഔന്നത്യമുള്ളതും, ആത്മജ്ഞാനപരവും ആസന്നവുമാണ്. ഇതാണ് ഹിന്ദു മതത്തിന്റെ കാതലെന്നു തന്നെ പറയാം. അമൂർത്തമായ ചിന്തയിലും മതപരമായ അനുഭൂതികളിലും ഭാരതീയർ വളരെ സമ്പന്നരായതുകൊണ്ട് പാശ്ചാത്യന് അനുഭവപ്പെടുന്ന പ്രശ്നം ഭാരതീയനുണ്ടാകുന്നില്ല. മനുഷ്യരുടെ ശക്തിയും അറിവും ഐന്ദ്രിക ലോകത്തിലെ കാര്യങ്ങൾക്കു മാത്രമേ ഉപകരിക്കുകയുള്ളൂവെന്നും, ആത്മീയ ലോകത്തെ ധ്യാനം, സമർപ്പണം എന്നിവ കൊണ്ടാണ് സ്വാധീനിക്കേണ്ടതെന്നും ഹൈന്ദവർ വിശ്വസിക്കുന്നു. അവർ പരസ്പര വിരുദ്ധങ്ങളായ രണ്ടു ധ്രുവങ്ങളെ (ആത്മീയ ലോകത്തെയും ഐന്ദ്രിക ലോകത്തെയും) മതനിഷ്ഠകളും, പൂജാവിധികളും, പുരാവൃത്തങ്ങളും കൊണ്ട് സമന്വയിപ്പിച്ചിരിക്കുന്നു. ആത്മീയതലത്തോട് ചേർത്തു രതിസ്വഭാവുംവെച്ചിട്ടുണ്ട്.

എന്നാൽ അനശ്വരമായ സത്യം ഇതിനൊക്കെ അപ്പുറത്താണെന്നും, പാശ്ചാത്യർ ഇക്കാര്യത്തിൽ അജ്ഞരാണെന്നും ഇവിടെ പൗരസ്ത്യദേശത്തെ ചിന്തകരുടെ സംഭാവനകൾ പ്രയോജനപ്പെടുത്താൻ കഴിയുമെന്നും ഹെസ്സെ തിരിച്ചറിഞ്ഞു. ക്രിസ്തുവിൽ നിന്നും, ക്രൈസ്തവ പുണ്യവാളന്മാരിൽ നിന്നും പലതും പഠിക്കാനുള്ളതുപോലെ ചൈനീസ് തത്ത്വചിന്തകരിൽ നിന്നും ബുദ്ധനിൽ നിന്നും നമുക്ക് ധാരാളം പഠിക്കാനുണ്ടെന്ന ഉറച്ച വിശ്വാസത്തിലാണ് ഹെസ്സെ എത്തിച്ചേർന്നത്. ഔന്നത്യമുള്ള മാനവികതയുടെ പൂർവ്വ മാതൃകയാണ് ബുദ്ധശാസനങ്ങളുടെ

3. ശ്രീബുദ്ധന്റെ സന്ദേശങ്ങളും ഹെസ്സെയെ ആകർഷിച്ചിരുന്നുവെന്ന് 'സിദ്ധാർത്ഥ' വായിക്കുന്നവർക്കു മനസ്സിലാകും.

4. ഒരിക്കൽ കോപാകുലനായ ഗീഥേ ആനത്തലയും പലകൈകളുമുള്ള ബിംബങ്ങളെ ആരാധിക്കുന്നതിൽ ഹിന്ദുമത വിശ്വാസികളെ നിശിതമായി വിമർശിച്ചിരുന്നുവെങ്കിലും അദ്ദേഹത്തിന്റെ അന്തർജ്ഞാനേനയുള്ള ബോധം അതിന് എതിരായിരുന്നുയെന്നും പറയേണ്ടതുണ്ട്.

പൊരുളെന്ന് ഹെസ്സെ വിശ്വസിച്ചു. ബുദ്ധന്റെ പ്രഭാഷണങ്ങളിലെ ശാന്തതയും ഏകതാനതയും നമുക്ക് ആത്മശാന്തി നല്കുന്നുവെന്ന് അദ്ദേഹം തിരിച്ചറിഞ്ഞു. അതിലെ ആത്മജ്ഞാനപരത, ദാർഢ്യം, അതേ സമയം അനന്തമായ ക്ഷമ, ദയ ഇവയെല്ലാം മനുഷ്യമനസ്സിനെ ഉദാത്തമായ ഒരന്തരീക്ഷത്തിലേക്ക് ഉയർത്തുന്നു. ഇതാണ് മാജിക് ചിന്തയിലൂടെ ഒരു വ്യക്തിക്ക് എത്തിച്ചേരാൻ കഴിയുന്ന അനശ്വരതയുടെ തലം. ഹെസ്സെയുടെ കാസ്റ്റേലിയാ, സിദ്ധാർത്ഥ എന്ന നോവലിന്റെ അവസാനം മന്ദഹസിച്ചുകൊണ്ടിരിക്കുന്ന സിദ്ധാർത്ഥന്റെ മുഖത്തു കണ്ട ശാന്തത ഇവയെല്ലാം ആത്മജ്ഞാനം നേടിയ ഒരു വ്യക്തിയുടെ അവസ്ഥയിലേക്കാണ് വിരൽ ചൂണ്ടുന്നത്.

ഹെസ്സെയുടെ എല്ലാ നോവലുകളിലെയും പ്രധാന കഥാപാത്രങ്ങളിൽ അദ്ദേഹത്തിന്റെ ആത്മകഥാംശം നമുക്കു കാണാം. അതുകൊണ്ടു തന്നെ അവരുടെ മനോരാജ്യങ്ങളും പ്രവൃത്തികളും വിശകലനം ചെയ്താൽ ഹെസ്സെയുടെ ചിന്താസരണിയെ സ്വാധീനിച്ച മറ്റു ചില ഘടകങ്ങളെക്കുറിച്ച് നമുക്ക് കൂടുതൽ മനസ്സിലാക്കാൻ കഴിയും. ഇവിടെ ഹെസ്സെയുടെ രണ്ടു ലേഖനങ്ങൾ പ്രസക്തമാണ്. ഒന്ന്, ദസ്തയേവ്സ്കിയുടെ 'കാർമസോവ് സഹോദരന്മാർ' എന്ന നോവലിലെ വിഷയങ്ങൾ വിശകലനം ചെയ്ത് ഒന്നാം ലോകയുദ്ധത്തിന്റെ അവസാനം (1918) എഴുതിയത്. കാർമസോവിന്റെ ദർശനം ഹെസ്സെ അംഗീകരിക്കുന്നില്ല. വ്യക്തവും ഉറപ്പുള്ളതുമായ സാന്മാർഗ്ഗികതയും നീതിശാസ്ത്രവും വെടിഞ്ഞ്, സാർവലൗകികമായ ആദർശങ്ങൾക്കു വേണ്ടിയുള്ള അഭിവാഞ്ഛ തെറ്റാണെന്ന് അദ്ദേഹം സമർത്ഥിക്കുന്നു. നല്ലതും ചീത്തയും തമ്മിലും തെറ്റും ശരിയും തമ്മിലും വ്യക്തമായ വേർതിരിവു കാണാത്ത റഷ്യൻ ദൈവത്തിനു പകരം സാത്താനേയാണ് ആരാധിക്കുന്നതെന്ന് അദ്ദേഹം നിരീക്ഷിച്ചു. ഈ രീതിയിലുള്ള ചിന്ത യൂറോപ്പിലേക്ക് വ്യാപിച്ചതോടെ പരമ്പരാഗതമായ ഗ്രീക്ക്-റോമൻ, യഹൂദ-ക്രിസ്ത്യൻ പാരമ്പര്യത്തിലധിഷ്ഠിതമായ യൂറോപ്പിന്റെ അടിത്തറ ഇളകാൻ തുടങ്ങി. ഇതാണ് ഹെസ്സെയുടെ ആദ്യലേഖനത്തിലെ കണ്ടെത്തൽ.

രണ്ടാമത്തേതിൽ ദസ്തയേവ്സ്കിയുടെ തന്നെ 'മൂഢനിലെ' നായകനായ മിഷ്കിനെ പരാമർശിച്ചു കൊണ്ട് പഴയ പ്രതീകങ്ങൾക്ക് പുതിയ അർത്ഥം കണ്ടെത്താൻ ഹെസ്സെ ശ്രമിക്കുന്നു. മിഷ്കിനെ അയാളുടെ സ്നേഹിതന്മാർ ഭയക്കുകയും തെറ്റിദ്ധരിക്കുകയും ചെയ്യുന്നതെന്തുകൊണ്ടാണ്? അയാൾ യാഥാർത്ഥ്യത്തെ കാണുന്ന രീതി മറ്റുള്ളവരുടേതിൽ നിന്ന് ഭിന്നമായതുകൊണ്ടുതന്നെ. പരമ്പരാഗതമായ ചട്ടക്കൂട്ടിൽ നിന്നു നോക്കുമ്പോൾ യാഥാർത്ഥ്യങ്ങളിൽ നാം പരസ്പര വൈരുദ്ധ്യങ്ങൾ കാണുന്നു. എന്നാൽ ആ ചുറ്റുപാടിൽ നിന്ന് മാറി ചിന്തിക്കുമ്പോൾ ഈ വൈരുദ്ധ്യങ്ങളെല്ലാം മഹത്തായ ഒന്നിന്റെ ഉപചാരഘടകങ്ങളാണെന്ന് നമുക്കു മനസ്സിലാകും. ഇതിനെയാണ് മാന്ത്രികചിന്തയെന്ന സങ്കല്പം കൊണ്ട് ഹെസ്സെ വ്യക്തമാക്കുന്നത്. ആദ്ധ്യാത്മിക ജീവിതത്തെയും, അത് കണ്ടെത്തുന്നതിനാവശ്യമായ ആത്മശോധനയെ കുറിച്ചുമാണ് ഈ

സങ്കല്പത്തിലൂടെ ഹെസ്സെ നമ്മെ ബോധവാന്മാരാക്കാൻ ശ്രമിക്കുന്നത്. തീവ്രനൈരാശ്യങ്ങൾക്കും ആകുലതകൾക്കും അതീതമായ ഒരു സമഷ്ടിയുണ്ടെന്ന് അംഗീകരിക്കുകയും അനുഭൂതമായ നൈരാശ്യം അംഗീകൃത ചട്ടക്കൂട്ടിൽ നിന്ന് നോക്കുമ്പോൾ മാത്രമേ നൈരാശ്യമാകുകയുള്ളൂവെന്നും ഹെസ്സെ ഇവിടെ സമർത്ഥിക്കുന്നു. ഈ രണ്ടു ലേഖനങ്ങളിലും പ്രതിപാദിച്ചിരിക്കുന്ന വിഷയങ്ങളാണ് ഹെസ്സെയുടെ ഡീമിയൻ എന്ന നോവലിന്റെ താത്ത്വിക അടിസ്ഥാനം.

ഹെസ്സെയുടെ ധൈഷണികമായ വളർച്ചയിലെ ഒരു നിർണ്ണായക ഘട്ടത്തിലാണ് ഈ രണ്ടു ലേഖനങ്ങളും എഴുതിയത്. യൂറോപ്പിലെ മിക്ക സംസ്കാരിക നേതാക്കന്മാരും (ഫ്രാൻസിലെ റൊമയിൽ റോളണ്ട് ഒഴിച്ച്) ഒന്നാം ലോകയുദ്ധത്തെ അനുകൂലിച്ചപ്പോൾ ഹെസ്സെ അതിനെ എതിർക്കുകയാണുണ്ടായത്. ഈ നിലപാടുമൂലം ജർമ്മൻ ജനത അദ്ദേഹത്തെ ഒരു രാജ്യദ്രോഹിയായി കരുതി അധിക്ഷേപിച്ചു. ഇതുമൂലമുണ്ടായ മാനസികാഘാതത്തിൽ നിന്ന് രക്ഷനേടാനാണ് ഹെസ്സെ ഒരു മനശ്ശാസ്ത്രവിദഗ്ധന്റെ സഹായം തേടിയത്.

കലാകാരന്മാരും മനഃശ്ശാസ്ത്രവുമെന്ന ഒരു ലേഖനത്തിൽ മനശ്ശാസ്ത്രത്തിന് അദ്ദേഹത്തിന്റെ ചിന്തയെ എങ്ങനെ സ്വാധീനിക്കാൻ കഴിഞ്ഞുവെന്ന് വിശദീകരിക്കുന്നുണ്ട്. നിലവിലുള്ള അറിവ് നമുക്കു കൂടുതൽ ബോദ്ധ്യമാക്കാൻ മനശ്ശാസ്ത്രം അതിനെ വേണ്ട വിധം ക്രമീകരിക്കുന്നുണ്ടെന്ന് ഹെസ്സെ അഭിപ്രായപ്പെടുന്നു. മനശ്ശാസ്ത്രത്തിന്റെ വെളിച്ചത്തിൽ ഹെസ്സെയുടെ ചിന്താഗതി കൂടുതൽ യുക്തിവാദപരമായി എന്നു പറയാം. എന്റെ വിശ്വാസം (1931) എന്ന ലേഖനത്തിൽ ഹെസ്സെ ഇതു വ്യക്തമാക്കുന്നുണ്ട്. എല്ലാ അവസ്ഥകൾക്കും അടിസ്ഥാനപരമായ ഏകത്വമുണ്ടെന്ന് അദ്ദേഹം വിശ്വസിച്ചു. എന്നാൽ വൈരുദ്ധ്യമുള്ള അവസ്ഥകളെ സമന്വയിപ്പിച്ചെങ്കിൽ മാത്രമേ ഈ ഏകത്വം കൈവരികയുള്ളുയെന്ന് തന്റെ കൃതികളിലൂടെ ഹെസ്സെ ചൂണ്ടിക്കാണിക്കുന്നു. യുക്തിവാദവും, കാര്യകാരണങ്ങളെ ആസ്പദമാക്കിയുള്ള വാദപ്രതിവാദവും ഹെസ്സെയുടെ നോവലുകളിൽ ധാരാളമായി കാണാം. ഡീമിയനിലെ രണ്ടു ലോകവും (ആദ്യത്തെ അദ്ധ്യായത്തിൽ എമിൽ സിൻക്ലെയർ കാണുന്നത്) സിദ്ധാർത്ഥയിൽ നായകൻ ആദ്യം ചേതനയുടെ ലോകത്തുനിന്ന് ഐന്ദ്രികസുഖങ്ങളുടെ ലോകത്തേക്ക് നീങ്ങുന്നതും ഒടുവിൽ നിർവ്വാണാവസ്ഥ പ്രാപിക്കുന്നതും ശ്രദ്ധിക്കുക. രണ്ടിടങ്ങളിലുടെ ഒഴുകുന്ന നദീ പ്രവാഹമാണ് സിദ്ധാർത്ഥന് അവസ്ഥകളുടെ ഏകത്വം മനസ്സിലാക്കി കൊടുക്കുന്നത്. സ്റ്റെപ്പൻവോൾഫിലെ ഹാരിഹാലർ തന്റെ ദ്വന്ദ്വവ്യക്തിത്വത്തിനടിമപ്പെട്ട് നട്ടംതിരിയുന്ന ആളാണ്. ബൂർഷ്വലോകവും, സ്റ്റെപ്പൻവോൾഫിന്റെ ലോകവും തമ്മിലുള്ള അന്തരം അയാൾ മനസ്സിലാക്കുന്നുണ്ടെങ്കിലും ഏതു പാതയിലൂടെയാണ് സഞ്ചരിക്കേണ്ടതെന്നറിയാതെ വലയുകയാണ്. ഒടുവിൽ പൂർവ്വാപരവിരുദ്ധമായ വിഷയങ്ങളെ സമന്വയിപ്പിക്കാൻ ആത്യന്തികമായി ഉയർന്നനിലയിലുള്ളതും സങ്കീർണ്ണവുമായ ഏകത്വത്തെ കൈവരിച്ചെങ്കിൽ മാത്രമേ കഴിയുകയുള്ളുവെന്ന് മനസ്സിലാക്കുന്നു. നർസിസ്സും

ഗോൾഡ്‌മണ്ടുമെന്ന നോവലിൽ ചേതനയും പ്രകൃതിയും തമ്മിലുള്ള വാദപ്രതിവാദം ഈ രണ്ടു പാത്രങ്ങളിലൂടെ അനാവരണം ചെയ്തിരി ക്കുന്നു. ചിന്തയുടെ വിഭിന്ന ഘടകങ്ങൾ തമ്മിലുള്ള സംയോജനമാണ് ഇവിടെ പ്രതിഫലിപ്പിച്ചിരിക്കുന്നത്. അവരുടെ പ്രതീകാത്മകമായ ഏകത്വം രണ്ടുപേരുടേയും നിലനില്പിന് പരസ്പര പൂരകങ്ങളായി ഹെസ്സെ ചിത്രീ കരിച്ചിരിക്കുന്നു.

മേല്പറഞ്ഞ യുക്തിവാദ രീതിയാണ് ഹെസ്സെയുടെ പ്രധാനപ്പെട്ട ഉപന്യാസങ്ങളുടെ വിഷയവും ഘടനയും. ദസ്ത്‌യേവ്സ്കിയുടെ രണ്ടു പ്രധാനപ്പെട്ട നോവലുകളുടെ പഠനത്തിലൂടെ അദ്ദേഹം റഷ്യൻ മനു ഷ്യനേയും യൂറോപ്യൻ മനുഷ്യനെയും അവതരിപ്പിച്ചു. അവരുടെ ചിന്താ ഗതിയിലുള്ള അന്തരം മാന്ത്രിക ചിന്തയെന്ന സങ്കല്പത്തിലൂടെ പരിഹ രിക്കാൻ ശ്രമിച്ചിരിക്കുന്നു. യുക്തിവാദത്തിലൂടെ മനസ്സിലെ ഭിന്നഭാവങ്ങളെ സമന്വയിപ്പിച്ച് സങ്കീർണ്ണമായ ഒരേകത്വത്തിൽ എത്തിക്കുന്ന രീതിയിലുള്ള അപകടത്തെക്കുറിച്ച് ഹെസ്സെ തികച്ചും ബോധവാനായിരുന്നുവെന്നും ഇവിടെ പറയേണ്ടതുണ്ട്.

1930നു ശേഷമുള്ള ലേഖനങ്ങളിൽ യുക്തിവാദത്തിന്റെ സമ്മർദ്ദത്തിൽ നിന്നു വിമുക്തനായ ഹെസ്സെയെയാണു നാം കാണുന്നത്. ചിന്തയുടെ വിഭിന്ന ഘടകങ്ങൾ തമ്മിൽ സംയോജിപ്പിക്കുന്നതിന്റെ (ത്രിബലകമായ കാഴ്ചപ്പാടിന്റെ) മൂന്നാം ഘട്ടത്തെക്കുറിച്ചാണ് സൗഖ്യം, വാർദ്ധക്യം എന്നീ ഉപന്യാസങ്ങളിലൂടെ ഹെസ്സെ നമ്മോട് സംവദിക്കുന്നത്. ഇവിടെ എല്ലാ അവസ്ഥകൾക്കുമുപരിയായി ഏകത്വം ദർശിച്ച ഋഷിതുല്യനായ ഒരു മനുഷ്യസ്നേഹിയെ നാം കാണുന്നു. 'ഗ്ലാസ് ബീഡ്സ് ഗെയി'മെന്ന നോവലിലെ നെച്ചെ എന്ന കഥാപാത്രം വിഭാവന ചെയ്ത 'കാസ്റ്റേലി യ'യും ഈ അവസ്ഥയേയാണ് സൂചിപ്പിക്കുന്നത്. ഇങ്ങനെ നോക്കു മ്പോൾ മനുഷ്യന്റെ വളർച്ചയിൽ ഹെസ്സെയുടെ ത്രിബലകമായ സങ്ക ല്പം വളരെ അർത്ഥവത്താണെന്നു നമുക്കു മനസ്സിലാക്കാൻ കഴിയും.

ഇനി ഹെസ്സെ കൃതികളിൽ പ്രത്യേകിച്ച് നോവലുകളിൽ അദ്ദേഹ ത്തിന്റെ ആത്മകഥാംശം നമുക്കു വ്യക്തമായി കാണാൻ കഴിയുമെന്ന് മുമ്പു പറഞ്ഞുവല്ലോ, ഭാഷയെക്കുറിച്ചു പറയുമ്പോൾ അത് തികച്ചും അന്തർദർശനാത്മകമായ വിഷയങ്ങൾ കൈകാര്യം ചെയ്യാൻ കൂടുതൽ സൗകര്യമെന്നുള്ളതുകൊണ്ടാവാം അദ്ദേഹം അത് സ്വീകരിച്ചത്. യാഥാർ ത്ഥ്യവും വീക്ഷണവും തമ്മിലുള്ള അസമാനത നിമിത്തം ഒരു തലത്തിലെ യാഥാർത്ഥ്യം പ്രകടമാക്കുന്ന വാക്കുകൾ കൊണ്ട് മറ്റൊരുതലത്തിലെ യാഥാർത്ഥ്യം വിശദീകരിക്കുക പ്രയാസമായിരുന്നു. ഈ വൈഷമ്യം മറ്റു പല ആധുനിക യൂറോപ്യൻ സാഹിത്യകാരന്മാരെയും പോലെ ഹെസ്സെയും മനസ്സിലാക്കിയിരുന്നു. വേറൊരർത്ഥത്തിൽ പറഞ്ഞാൽ ആത്യന്തികമായ സത്യം ഒരു രൂപത്തിലും പ്രകാശിപ്പിക്കാൻ കഴിയുമായി രുന്നില്ല. അതുകൊണ്ട് അംഗീകൃത മാതൃകകളിൽ നിന്ന് വ്യത്യസ്ത മായി (നല്ല എഴുത്തിൽ നിന്ന്) പല പരീക്ഷണങ്ങളും നടത്തേണ്ടി വന്നു. (ചീത്ത എഴുത്ത്) ഈ പരീക്ഷണങ്ങളിലൂടെ ഉരുത്തിരിഞ്ഞ 'ചീത്ത

എഴുത്ത്'പല വായനക്കാർക്കും ആദ്യം അരോചകമായി തോന്നിയെങ്കിലും പിന്നീടത് പൊതുവേ സ്വീകരിക്കപ്പെട്ടു. ഇങ്ങനെ ഹെസ്സെയോടൊപ്പം രചനയിൽ പുതിയ രീതികൾ സ്വീകരിച്ചവരിൽ പ്രധാനികളാണ് ഇരുപതാം നൂറ്റാണ്ടിലെ പ്രശസ്ത യൂറോപ്യൻ സാഹിത്യകാരന്മാരായ റിൽകി, ട്രാകൽ, എലിയട്ട്, ജോയിസ് തുടങ്ങിയവർ.[5]

പതിനഞ്ചു നോവലുകൾക്ക് പുറമേ പ്രാധാന്യമർഹിക്കുന്നതായിട്ട് നൂറിലേറെ കവിതകളും അദ്ദേഹം എഴുതിയിട്ടുണ്ട്. പ്രകൃതി ദൃശ്യങ്ങൾ പകർത്തുകയെന്നതായിരുന്നു അവയിലെ പ്രത്യേകത. തോമസ്മാനുമായി അദ്ദേഹം നടത്തിയ എഴുത്തുകുത്തുകളും, നൂറ്റിമുപ്പത് പേജുകളുള്ള ഡയറിക്കുറിപ്പുകളും ഭാഷാവിദ്യാർത്ഥികൾക്ക് പ്രയോജനപ്പെടുന്നവയാണ്. ഹെസ്സെയുടേതായി നൂറിൽപരം യക്ഷിക്കഥകളും ഇരുനൂറിലേറെ ചെറുകഥകളുമുണ്ട്. ഇവയിൽ ചിലതൊക്കയെ ഇംഗ്ലീഷിലേക്ക് പരിഭാഷപ്പെടുത്തിയിട്ടുള്ളു.[6]

ഹെസ്സെയുടെ ലേഖനങ്ങളെ മൂന്നു വിഭാഗത്തിൽപ്പെടുത്താം. ഒന്ന് സാഹിത്യവിഷയങ്ങളെകുറിച്ചുള്ളവ. ഇതിൽ ഭാഷയെകുറിച്ചും നിരൂപണത്തെ കുറിച്ചുമുള്ള നിരവധി ലേഖനങ്ങളുണ്ട്. ഹെസ്സെയുടെ സ്വന്തം കൃതികളെ കുറിച്ചുള്ള ലേഖനങ്ങളും ഇതിൽപ്പെടുത്താം. ഒരു രാത്രിയിലെ ജോലി (A night's work) എന്ന ഉപന്യാസത്തിൽ സ്റ്റെപ്പൻവോൾഫിനെഴുതിയ പിൻകുറിപ്പ് (1941) ചേർത്തിരിക്കുന്നു. ക്ലിങ്ങ്സോറുടെ ഒടുവിലത്തെ വേനൽകാലം (Klingsors's last summer) എഴുതാനുണ്ടായ സാഹചര്യം മറ്റൊരു ഉപന്യാസത്തിൽ രേഖപ്പെടുത്തിരിക്കുന്നു. ഇതേ വകുപ്പിൽപ്പെടുത്താവുന്നതായി നിരവധി പുസ്തകനിരൂപണങ്ങളും പല കൃതികളെക്കുറിച്ചുള്ള ആസ്വാദനക്കുറിപ്പുകളുമുണ്ട്. അതുപോലെ ലോകസാഹിത്യത്തിൽ നിന്ന് ജർമ്മനിയിലേക്ക് തർജ്ജമ ചെയ്ത പല ഉത്തമഗ്രന്ഥങ്ങൾക്കെഴുതിയ അവതാരികകളും.

രണ്ട് വ്യക്തിപരമായ വിഷയങ്ങളെ സംബന്ധിച്ചവ. ഇത് ഹെസ്സെയുടെ വ്യക്തിപരമായ വീക്ഷണങ്ങളെയും അനുഭവങ്ങളെയും സ്പർശിക്കുന്നവയാണ്. മൂന്നാമത്തെ വിഭാഗത്തിൽപ്പെട്ടവയെ സാംസ്കാരിക നിരൂപണം, രാഷ്ട്രീയ വീക്ഷണം എന്നീ തരത്തിൽ സംഗ്രഹിക്കാം.

ഹെസ്സെയുടെ ആദ്യകാല രചനകൾ പലതും സാഹിത്യവിഷയങ്ങളെപ്പറ്റിയുള്ളവയായിരുന്നുവെങ്കിൽ 1919-1933 വരെയുള്ള കാലയളവിൽ എഴുതിയ ലേഖനങ്ങൾ തത്ത്വചിന്താപരങ്ങളായിരുന്നു. പിന്നീടുള്ളവ ജീവിതത്തെയും കലയെയും കുറിച്ചുള്ള അദ്ദേഹത്തിന്റെ വീക്ഷണങ്ങളും.

---

5. യുക്തിരഹിതമായ താരതമ്യ പഠനങ്ങൾ, കേവല പ്രതീകങ്ങൾ, ജെയിംസ് ജോയിസിന്റെ വെളിവാട് പെരുന്നാൾ, ഡോൺപാഡോസിന്റെ മോണ്ടേജ് എഫക്ട് ഇവയെല്ലാം ഭാഷയുടെ അപര്യാപ്തത മറികടക്കാൻ ഇരുപതാം നൂറ്റാണ്ടിലെ യൂറോപ്യൻ സാഹിത്യകാരൻമാർ മെനഞ്ഞെടുത്ത കല്പനാസൃഷ്ടികളാണ്.

6. ഇത് കാനഡയിലെ ഡബിൾഡേ (Double-Day Publishers Ltd.) 1975-ൽ പുസ്തക രൂപേണ പ്രസിദ്ധീകരിച്ചിട്ടുണ്ട്.

അനുസ്മരണങ്ങൾ (1945-1962)

രണ്ടാംലോകമഹായുദ്ധം അവസാനിച്ചതോടെ ഹെസ്സെ സജീവമായ സാഹിത്യ പ്രവർത്തനത്തിൽ നിന്നു വിരമിച്ചുവെന്നു പറയാം. അദ്ദേഹത്തിന് എന്നും താത്പര്യമുണ്ടായിരുന്ന ചിത്രരചനയിലും വായനയിലും എഴുത്തുകുത്തുകളിലും മുഴുകി ദിവസങ്ങൾ അതിന്റേതായ താളത്തിൽ മുന്നോട്ടുപോയി. ഈയവസരത്തിൽ ബന്ധുജനങ്ങളും കുടുംബ സുഹൃത്തുക്കളുമെല്ലാം ഹെസ്സെയുടെ മോണ്ടനോളയിലെ വസതിയിൽ നിത്യ സന്ദർശകരായിരുന്നു. ആ കൂട്ടത്തിൽ ജർമ്മനിയിൽ നിന്നു വന്ന സഹോദരിമാരായ അഡലെയും മറുലയും അനന്തരവന്മാരും പെടും. അതുപോലെ പഴയതും പുതിയതുമായ ആരാധകരും. ഇത് കുറേയൊക്കെ അദ്ദേഹത്തിന്റെ സ്വകാര്യതയെ നഷ്ടപ്പെടുത്തിയെന്നും അതിലദ്ദേഹം അസ്വസ്ഥനായിരുന്നുയെന്നും ഡയറിക്കുറിപ്പിൽ രേഖപ്പെടുത്തിയിട്ടുണ്ട്.

അഡലയുടേയും (1949) മറുലയുടെയും (1952) മരണം മൂലം ഹെസ്സെ കുടുംബത്തിൽ അദ്ദേഹം മാത്രം ജീവിച്ചിരിക്കുന്ന ഏകസന്തതിയായി. ചിരന്തന സുഹൃത്ത് ഓട്ടോഹാർട്ട്മാന്റെ മരണവും (1952) ഹെസ്സെയെ ദുഃഖത്തിലാഴ്ത്തി. അദ്ദേഹത്തിന്റെ യൗവനകാലത്തെ സ്നേഹിതന്മാരായിരുന്ന ജോസഫ് എൻഗ്ളർ, ജോർജ്ജ്റെയിൻ ഹാർട്ട് എന്നിവർ മരിച്ചതും ഈ കാലയളവിൽ ആയിരുന്നു. സാഹിത്യലോകത്തെ ആത്മമിത്രങ്ങളായിരുന്ന ആന്ദ്രേജീദിന്റെയും (1951) തോമസ്മാന്റെയും (1955) മരണവും ഹെസ്സെക്ക് ഏറ്റ കഠിനമായ പ്രഹരങ്ങളായിരുന്നു. ഹെസ്സെയുടെ പ്രധാനപ്പെട്ട പല കൃതികളുടേയും പ്രസാധകനായിരുന്ന പീറ്റർ സുഹ്ക്രാംപിന്റെ (1959) മരണവും ഹെസ്സെയെ ഹതാശയനാക്കി. എന്നാൽ ഈ സന്ദർഭങ്ങളിൽ കലയോടുള്ള സ്നേഹം മാത്രമാണ് അദ്ദേഹത്തിന് ഉത്തേജനം നല്കിയതും അങ്ങനെ ജീവിക്കാനുള്ള ആഗ്രഹത്തിന് അർത്ഥവും മാനവും നൽകിയതും.

സജീവ സാഹിത്യ രചനയിൽ നിന്ന് പിൻവാങ്ങിയെങ്കിലും ഹെസ്സെ ഒരു ദന്തഗോപുരവാസിയായി ഏകാന്തതയിൽ കഴിഞ്ഞില്ല. വീണ്ടും രാഷ്ട്രീയവും, സാമൂഹികവുമായ പ്രശ്നങ്ങളിൽ ഇടപെടേണ്ട സാഹചര്യമുണ്ടായി. രണ്ടാം ലോകയുദ്ധം കഴിഞ്ഞതോടെ ജർമ്മനിയിലെ പ്രസാധകരുമായി ചില ഒത്തുതീർപ്പുകളൊക്കെ ഉണ്ടാക്കുകയും പ്രധാന കൃതികളുടെ പുതിയ പതിപ്പുകൾ പുറത്തിറക്കാൻ ശ്രമിക്കുകയും ചെയ്തു. പക്ഷേ അതെല്ലാം ഫലത്തിൽ വരുന്നതിനു മുമ്പ് അധികാരികളുമായി വീണ്ടും ഏറ്റുമുട്ടേണ്ടി വന്നു. അദ്ദേഹത്തെ നിശ്ശബ്ദനാക്കാൻ അവർ പല വിദ്യകളും പ്രയോഗിച്ചു. ഹെസ്സെയുടെ ഒരു കവിത അദ്ദേഹത്തിന്റെ അനുമതി കൂടാതെ പ്രസ്ദിധീകരിച്ചതാണ് (1945) പ്രശ്നങ്ങളുടെ തുടക്കം. ഇതിന് കാരണക്കാരനായ അമേരിക്കൻ അധിനിവേശ സേനയിലെ ക്യാപ്ടൻ ഹാൻസ് ഹാബിയെന്ന ഉദ്യോഗസ്ഥനെ കണക്കറ്റ് ശകാരിച്ച് ഹെസ്സെ ഒരു കത്തെഴുതി. ഹെസ്സെ ദേശസ്നേഹിയല്ലെന്നും, പണക്കൊതിയനായ ഒരു കാപട്യക്കാരനാണെന്നുവരുത്തിയും ഹാബി തിരിച്ചടിച്ചു. ഹെസ്സെയുടെ കൃതികൾ അദ്ദേഹത്തിന്റെ അനുവാദത്തോടെയോ

അല്ലാതെയോ ഇനിമേൽ ജർമ്മനിയിൽ പ്രസിദ്ധീകരിക്കില്ലെന്ന് അയാൾ ഒരു പ്രസ്താവനയും ഇറക്കി. എന്നാൽ ജർമ്മനിയിലെ പ്രസാധകർ ഹാബിയുടെ അധികാര സീമക്ക് അപ്പുറത്തായിരുന്നതിനാൽ ഈ ഭീഷണി വെറും ചായക്കോപ്പയിലെ കൊടുംകാറ്റായി മാറി. മുൻകാലങ്ങളിലെപ്പോലെ ജർമ്മൻ പ്രസാധകർ ഹെസ്സെയുടെ കൃതികളുടെ പുതിയ പതിപ്പുകൾ പ്രസാധനം ചെയ്തു തുടങ്ങി. എന്നിരുന്നാലും അനാവശ്യമായിരുന്ന ഈ കലഹം ഹെസ്സെയുടെ ആരോഗ്യം വഷളാക്കി. ഇതോടെ അദ്ദേഹത്തിന് അമേരിക്കരിൽ ഉണ്ടായിരുന്ന വിശ്വാസത്തിന് ഉലച്ചിൽ തട്ടുകയും ചെയ്തു. കുറെക്കൂടെ സുതാര്യവും മാനസിക പരിഗണനയുമുള്ളതുമായ യുദ്ധാനന്തരകാലം ആസന്നമാണെന്ന് അദ്ദേഹം കരുതിയില്ല. ഒരു കാലത്ത് അമേരിക്കൻ മൂലധനം കൊണ്ടവർ യൂറോപ്പിനെ വശീകരിക്കുമെന്നും ആ ഭൂഖണ്ഡം അവരുടെ സ്വാധീനവലയത്തിൽ പെടുമെന്നുമുള്ള ആശങ്ക ഹെസ്സെ പ്രകടിപ്പിച്ചു. അമേരിക്കൻ മൂലധനത്തോടും റഷ്യൻ കമ്മ്യൂണിസത്തോടുമുള്ള അദ്ദേഹത്തിന്റെ എതിർപ്പ് ഒരുപോലെയായിരുന്നു. രണ്ടു കക്ഷികളും ക്ഷമയോ, സന്മാർഗ്ഗതയോ ഇല്ലാത്തവരും ആക്രമാസക്തരുമാണെന്ന് ഹെസ്സെ അഭിപ്രായപ്പെട്ടു. വ്യക്തികളോട് അവർ ഉദാസീനതയാണ് കാണിക്കുന്നത്. അയാൾക്ക് ഭൗതിക പുരോഗതിയോടൊപ്പം ആത്മീയമായ ഉണർവ്വ് നല്കാനും ഹെസ്സെ ഇരുകൂട്ടരോടും അഭ്യർത്ഥിച്ചു. റഷ്യൻ ജനതയ്ക്ക് സമഗ്ര പുരോഗതി വാഗ്ദാനം ചെയ്ത് അധികാരത്തിൽ വന്ന റഷ്യൻ (ബോൾഷെവിക്) ഭരണകൂടം ഒരേകാധിപത്യമായി മാറിയതിലും ഹെസ്സെ നിരാശനായിരുന്നു.

നേരേമറിച്ച്, ഗാന്ധിജി ലോകത്തിന് ഒരനുഗ്രഹമാണെന്ന് ഹെസ്സെ കരുതി. കാറൽ മാർക്സും, സ്റ്റാലിനും, ഇരുപതാം നൂറ്റാണ്ടിലെ പ്രസിഡന്റുമാരുമെല്ലാം ചേർന്നു നല്കിയ സംഭാവനകളേക്കാൾ പതിന്മടങ്ങ് മഹത്തരമാണ് ഗാന്ധിജിയുടെ സംഭാവനയെന്ന് അദ്ദേഹം വിലയിരുത്തി. ഗാന്ധിജിയുടെ രാഷ്ട്രീയ ലക്ഷ്യങ്ങളോടും അഹിംസയിലധിഷ്ഠിതമായ ഇന്ത്യൻ സ്വാതന്ത്ര്യ സമരപരിപാടികളോടും ഹെസ്സേക്ക് തികഞ്ഞ അനുഭാവമാണുണ്ടായിരുന്നത്. ഇതദ്ദേഹം സ്വീഡനിലും, സ്വിറ്റ്സർലണ്ടിലുമുള്ള പത്രമാസികകളിലൂടെ പ്രകടിപ്പിക്കുകയും ചെയ്തു. രാഷ്ട്രീയവും സാമൂഹികവുമായ പുരോഗതി നേടിയ മനുഷ്യന്റെ കഥയേക്കാൾ ധൈഷണികതയിലും കലയിലും പുരോഗതി നേടിയ മനുഷ്യന്റെ കഥയാണ് ഹെസ്സെയെ തൃപ്തനാക്കിയത്.

ജർമ്മനിയിലെ സംഭവ വികാസങ്ങളും ഹെസ്സെയെ നിരാശനാക്കുകയാണുണ്ടായത്. ഉത്സാഹത്തോടെയല്ലെങ്കിലും ജർമ്മൻ ജനതയെ നേരായ മാർഗ്ഗത്തിലേക്ക് നയിക്കുന്നതിനു വേണ്ടി ചില പൊതുപ്രസ്താവനകൾ ഹെസ്സെ നടത്താതിരുന്നില്ല. ധാർമ്മിക പുനരുദ്ധാരണത്തിനുള്ള ഒരവസരമാണിതെന്നും, ക്ഷമയോടെയും, ധൈര്യപൂർവ്വവും യാഥാർത്ഥ്യങ്ങളെ നേരിടണമെന്നും ഹെസ്സെ അവരെ ഓർമ്മിപ്പിച്ചു. ലോകജനതക്കിടയിൽ സാഹോദര്യം വളർത്തേണ്ടതാവശ്യമാണെന്ന ആശയത്തിന്

അദ്ദേഹം ഊന്നൽ നല്കി. ഇടുങ്ങിയ ദേശീയവാദത്തിനും സാങ്കേതികതയുടെ കെടുതികൾക്കുമെതിരായി ശബ്ദമുയർത്തിയ ഹെസ്സ ജർമ്മനിയിലെ ഓരോ വ്യക്തിയും ആത്മപരിശോധന നടത്തണമെന്ന് അവരോട് അഭ്യർത്ഥിച്ചു. ഇതൊന്നും ജർമ്മൻ ജനത ചെവിക്കൊണ്ടില്ലെന്നു മാത്രമല്ല അവരുടെ പരാജയത്തിന് പകരം ചോദിക്കണമെന്നുവരെ ഒരു കൂട്ടം ജർമ്മൻ യുദ്ധത്തടവുകാർ വാദിച്ചു. ഹിറ്റ്ലരെ അവർ തള്ളി പറഞ്ഞെങ്കിലും വ്യക്തികൾ അവരുടെ പാപ കർമ്മങ്ങൾ ഏറ്റു പറഞ്ഞിരുന്നില്ല. യുദ്ധകാലത്ത് അവർക്കുണ്ടായ നാശനഷ്ടങ്ങളുടെ കണക്കുകൾ നിരത്തുക മാത്രമാണു പലരും ചെയ്തത്.

ജർമ്മനിക്കു പുറത്തുള്ള ആദർശവാദികളും മൃദുലഹൃദയരുമായ ഏതാനും യുവാക്കന്മാർ മാത്രമേ ഹെസ്സെയുടെ നിലപാട് അംഗീകരിച്ചുള്ളൂ. അവർക്കു ഹെസ്സെ പക്വമതിയും, എപ്പോഴും സാന്ത്വനം നല്കുന്നവനും തുല്യ ദുഃഖിതനുമായ വ്യക്തിയായിരുന്നു. സജീവ രാഷ്ട്രീയത്തിലെ നേതൃനിരയ്ക്കു മുന്നിൽ വരുന്നതിനേക്കാൾ പിൻനിരയിൽ പ്രവർത്തിക്കാനാണ് ഹെസ്സെ ഇഷ്ടപ്പെട്ടത്.

യുദ്ധത്തിനും സാമൂഹികമായ അസമത്വങ്ങൾക്കും രാഷ്ട്രീയ അഴിമതികൾക്കുമെതിരെ ജനങ്ങളെ സംഘടിപ്പിച്ച് സമരോത്സുകരാക്കുന്നതിൽ അതീവ തത്പരനായിരുന്നു അദ്ദേഹത്തിന്റെ സ്നേഹിതനായ ഫ്രാൻസിലെ റൊമയിൻ റോളണ്ട്. എന്നാൽ ഈ കാര്യങ്ങളിൽ ഹെസ്സെ വിമുഖനായിരുന്നു. 1948ൽ അറബ് രാജ്യങ്ങൾ ഇസ്രയേലിനെ ആക്രമിച്ചപ്പോൾ അതിനെതിരായി പ്രതിഷേധം സംഘടിപ്പിക്കാൻ മാക്സ് ബ്രാൻഡ് (ജർമ്മനിയിലെ പ്രമുഖനായ ഒരു സാംസ്കാരിക പ്രവർത്തകൻ) ഹെസ്സെയോട് സഹായം അഭ്യർത്ഥിച്ചു ഇസ്രയേലിനോട് അനുകമ്പയാണുണ്ടായിരുന്നതെങ്കിലും ഹെസ്സെ അതിനു വിസമ്മതിക്കുകയാണുണ്ടായത്. അതേ വർഷം തന്നെ കിഴക്കൻ ജർമ്മനിയിലെ ആഫ്ബാവു (Auf bau) എന്ന വാരികയുടെ പത്രാധിപന്മാർ പശ്ചിമ ജർമ്മനിയുമായി ഒരു സമാധാന ഉടമ്പടിയുണ്ടാക്കാനുള്ള ശ്രമത്തിൽ ഹെസ്സെയെ സഹകരിപ്പിക്കാൻ ശ്രമിച്ചു. രാഷ്ട്രീയ വിഷയങ്ങൾ പരിഹരിക്കാൻ സാഹിത്യ സംവാദങ്ങൾ ഉപകരിക്കില്ലെന്നു പറഞ്ഞ് അദ്ദേഹം ഒഴിഞ്ഞു മാറുകയായിരുന്നു. ധാർമ്മികരോഷം പ്രകടിപ്പിക്കാനേ ഹെസ്സെ എന്നും ഔത്സുക്യം കാണിച്ചിരുന്നുള്ളൂ. മനുഷ്യൻ നന്നായാലേ സമൂഹം നന്നാവൂ എന്നദ്ദേഹം വിശ്വസിച്ചു. കലാകാരൻ സജീവ രാഷ്ട്രീയത്തിൽ നിന്നു മാറി നില്ക്കണമെന്നും മാതൃക കാട്ടിയായിരിക്കണം നയിക്കേണ്ടതെന്നുമായിരുന്നു അദ്ദേഹത്തിന്റെ നിലപാട്. ഒരു ഡയറിക്കുറിപ്പിൽ ഹെസ്സെ ഇങ്ങനെ എഴുതിയിരിക്കുന്നു. "ഭാവിയിൽ സംഭവിച്ചേക്കാവുന്ന കാര്യങ്ങളെക്കുറിച്ച് മുന്നറിയിപ്പു നല്കാനേ എനിക്കാഗ്രഹമുള്ളൂ. ഞാനൊരു മൂത്ത സഹോദരനാണെന്നും ജർമ്മനിയുടെ ഇപ്പോഴത്തെ അവസ്ഥയിൽ മറ്റുള്ളവരെപ്പോലെ ദുഃഖിതനാണെന്നും നിങ്ങൾ വിശ്വസിക്കുക. ഒരു നേതാവാകാൻ ഞാനാഗ്രഹിക്കുന്നില്ല."(1945)

ഒരിക്കലും ഇടുങ്ങിയ രീതിയിൽ ചിന്തിക്കുന്ന ജർമ്മൻകാരനായിരുന്നില്ല ഹെസ്സെ. രാഷ്ട്രീയ പ്രക്ഷോഭണങ്ങളുടെ മുൻനിരയിലേക്കിറങ്ങി വരാൻ വിമുഖത കാണിച്ചിരുന്ന ഹെസ്സെയെ യുവജനങ്ങൾ ഊർജ്ജസ്വലനായ ഒരു നേതാവായി അംഗീകരിച്ചിരുന്നുമില്ല. സാമൂഹികകാര്യങ്ങളെക്കുറിച്ച് ഹെസ്സെ എഴുതിയ ലേഖനങ്ങൾ പ്രസിദ്ധപ്പെടുത്താൻ തന്നെ ജർമ്മനിയിലെ പത്രമാസികകൾ വിസമ്മതിച്ചു. നിലവിലിരുന്ന ധാരണകളെല്ലാം അദ്ദേഹത്തെ ഞെട്ടിപ്പിക്കുകയാണുണ്ടായത്. യുദ്ധത്തിലുണ്ടായ പരാജയം കൊണ്ട് ജർമ്മനി ഒരു പാഠവും പഠിച്ചിട്ടില്ലെന്ന നിഗമനത്തിലാണ് ഹെസ്സെ ഒടുവിൽ എത്തിച്ചേർന്നത്.

സാഹിത്യാചാര്യൻ

സാഹിത്യ ജീവിതത്തിന്റെ ആദ്യ ഘട്ടങ്ങളിൽ ഹെസ്സെക്ക് ജർമ്മനിയിൽ നിന്ന് പറയത്തക്ക അംഗീകാരങ്ങളൊന്നും ലഭിച്ചിരുന്നില്ല. രണ്ടാം ലോക യുദ്ധത്തിനു ശേഷമാണ് ജർമ്മൻ ജനത അദ്ദേഹത്തിന് അർഹിക്കുന്ന ആദരം നല്കിയത്. വിവാദങ്ങൾ സൃഷ്ടിക്കാതെ ഒതുങ്ങി കഴിയുന്നവർക്കാണ് ഔദ്യോഗിക സംഘടനകൾ അവാർഡുകൾ കൊടുക്കാൻ ഇഷ്ടപ്പെട്ടിരുന്നത്. 1904-ലെ ബാൺഫെൻഡ് അവാർഡ് ഓസ്ട്രീയക്കാരും, 1936-ലെ ഗോട്ട് ഫീൽഡ് കെല്ലർ അവാർഡ് സ്വിറ്റ്സർലണ്ടുകാരുമാണ് കൊടുത്തത്. 1919-ൽ ജർമ്മനിയിലെ പ്രശസ്തമായ ഒരു സാഹിത്യ സംഘടന അദ്ദേഹത്തിന് തിയഡോർ ഫൊൺടെയിൻ അവാർഡ് നൽകിയെങ്കിലും അത് ഹെസ്സെക്ക് നേരിട്ടായിരുന്നില്ല. എമിൽ സിൻക്ലെയർ എന്ന പുസ്തകത്തിനായിരുന്നു അവാർഡ് പ്രഖ്യാപനം (ഡീമിയൻ എന്ന നോവൽ എമിൽ സിൻക്ലെയറെന്ന പേരിലും ആദ്യം പ്രസിദ്ധീകരിച്ചിരുന്നു.)

1945 മുതൽ 1962 വരെയുള്ള പതിനേഴ് വർഷങ്ങൾക്കിടയിൽ അമ്പത് കവിതകളാണ് ഹെസ്സെ എഴുതിയത്. ഗദ്യത്തിലെന്നപോലെ കവിതയിലും പുതിയ പന്ഥാവൊന്നും വെട്ടിത്തുറക്കാൻ അദ്ദേഹം ശ്രമിച്ചില്ല. പഴയ വിഷയങ്ങളും പ്രതിപാദനരീതിയും തുടരുക മാത്രമാണു ചെയ്തത്. സ്വപ്നങ്ങളും സത്യങ്ങളും ഒത്തുചേരുന്ന ഒരാത്മീയതലമാണ് ഇവയിൽ പ്രതിഫലിപ്പിച്ചത്. ചിലതിൽ ഏകാന്തതയുടെയും, സമൂഹിക വിഷാദത്തിന്റെയും വിരഹത്തിന്റെയും മറ്റെല്ലാ മാനുഷികാനുഭൂതിയുടെയും അനുരണനങ്ങൾ കാണാം. അവ മായികമായ ഔന്നത്യത്തിലേക്ക് പറന്നുയരുന്നു.

ഈ കാലഘട്ടത്തിൽ ഹെസ്സെ എഴുതിയ കവിതകളിൽ ഉദാത്തമായ മനുഷ്യമഹത്വവും നമുക്ക് കണ്ടെത്താൻ കഴിയും. കവി ഹൃദയവും, പ്രകൃതിയും തമ്മിലുള്ള ഭാവനാമധുരവും ഭാവാർദ്രവുമായ സംയോഗത്തിൽ നിന്നുണ്ടാകുന്ന അനുഭൂതികൾ അദ്ദേഹം നാമുമായി പങ്കുവെക്കുന്നു. അതുപോലെ ആശയങ്ങളുടെ ഉദ്ഗ്രഥനത്തിൽ പ്രകൃതിയുടെയും മനുഷ്യാത്മാവിന്റെയും പ്രതിച്ഛായ നമുക്കു ദൃശ്യമാക്കിതരുന്നു. ഈ

ദൃശ്യമാണ് മനുഷ്യമഹത്ത്വത്തിൽ അധിഷ്ഠിതമായ വ്യക്തിത്വം. അത് വികസിപ്പിച്ചെടുക്കാൻ വാസനാസമ്പന്നനായ ഒരു കലാകാരനേ കഴിയൂ. അങ്ങനെയുള്ള ഒരു കലാകാരനായിരുന്നു ഹെസ്സെ. അദ്ദേഹം തന്റെ കവിതകളിലെ ആശയം പലപ്പോഴും വായനക്കാർക്കു ചിത്രങ്ങളിലൂടെ വരച്ചുകാട്ടിയിട്ടുണ്ട് (ഹെസ്സെ പ്രതിഭാസമ്പന്നനായ ഒരു ചിത്രകാരനു മായിരുന്നു).

എഴുപതു വയസ്സായശേഷമാണ് പ്രസിദ്ധി ഹെസ്സെയെ തേടിയെത്തിയത്. ഗവൺമെന്റും ഉന്നത വിദ്യാഭ്യാസ സ്ഥാപനങ്ങളും, റേഡിയോയും, സമുദായത്തിലെ ഉന്നതശ്രേണിയിലുള്ളവരുമെല്ലാം അദ്ദേഹത്തിന്റെ അപദാനങ്ങളെ നിരന്തരം പുകഴ്ത്തിക്കൊണ്ടിരുന്നു. 1946-ൽ പ്രശസ്തമായ ഗീഥേ പുരസ്കാരം ലഭിച്ചു. ഈ വർഷത്തിൽ തന്നെയാണ് അദ്ദേഹത്തിന് നോബൽ സമ്മാനം കിട്ടിയതും. 1955-ൽ ജർമ്മനിയിലെ ബാൻസ്വിക്ക് നഗരം വിൽഹാം റാബി അവാർഡു കൊടുത്ത് അദ്ദേഹത്തെ ആദരിച്ചു. ആ വർഷം തന്നെ ജർമ്മൻ ഗ്രന്ഥശാലയുടെ പ്രശസ്തമായ സമാധാന പുരസ്കാരം നേടി. ഇതുപോലുള്ള നിരവധി പുരസ്കാരങ്ങൾ ഹെസ്സെയെ തേടിയെത്തിയിരുന്നെങ്കിലും അതൊന്നും നേരിട്ടു വാങ്ങിയിരുന്നില്ല. ആഘോഷങ്ങളുടെ കോലാഹലങ്ങളിൽ നിന്ന് ഒതുങ്ങി മോണ്ടനോളയിലെ ഗൃഹത്തിൽ കഴിയാനാണ് അദ്ദേഹം ആഗ്രഹിച്ചത്. ഹെസ്സെയുടെ എഴുപതാം ജന്മദിനം ജർമ്മനിയൊട്ടുക്ക് ആഘോഷപൂർവ്വം കൊണ്ടാടി. പ്രമുഖ പത്രമാസികകൾ ഈ വാർത്ത വലിയ തലക്കെട്ടോടെയാണ് പ്രസിദ്ധീകരിച്ചത്. മോൾബ്രോൺ (ഹെസ്സെ ബാല്യകാലത്ത് പഠിച്ചിരുന്ന സെമിനാരി) അനുസരണക്കേട് കാണിച്ചിരുന്ന 'കുട്ടി'യെ പ്രകീർത്തിച്ച് ഒരു പത്രപ്രസ്താവനയുമിറക്കി. അതുപോലെ ജന്മഗ്രാമമായ കാൽവ് ഹെസ്സെയെ ഒരു ഓണററി പൗരനായി പ്രഖ്യാപിക്കുകയും ചെയ്തു. (ഹെസ്സെ വളരെ വർഷങ്ങൾക്കുമുമ്പു തന്നെ ജർമ്മൻ പൗരത്വം ഉപേക്ഷിച്ചിരുന്നു).

എഴുപത്തിയഞ്ചു വയസ്സായശേഷം ചില കൃതികൾക്ക് അവതാരികയും കുറെ കവിതകളും എഴുതിയതല്ലാതെ നോവലോ ചെറുകഥകളോ ഒന്നും എഴുതിയിരുന്നില്ല. ജർമ്മനി ഹെസ്സെയെ പുനഃപ്രതിഷ്ഠിച്ചെങ്കിലും അദ്ദേഹത്തിന്റെ കൂറ് സ്വിറ്റ്സർലണ്ടിനോടായിരുന്നു.

ഹെസ്സെയുടെ മരണശേഷവും അദ്ദേഹത്തിന്റെ കൃതികൾ ജർമ്മനിയിലെ പ്രസാധകർ പുനപ്രസിദ്ധീകരിക്കയും ധാരാളം കോപ്പികൾ വിറ്റഴിയുകയും ചെയ്തു. എന്നാൽ എൺപതുവയസ്സായതോടെ ജർമ്മൻ ഭാഷ സംസാരിക്കുന്നവരുടെ ഇടയിൽ അദ്ദേഹത്തിനുണ്ടായിരുന്ന പ്രശസ്തി കുറഞ്ഞുവരികയാണുണ്ടായത്. ഹെസ്സെയുടെ ഭാഗധേയത്തിനുണ്ടായ ഉയർച്ചയും, താഴ്ചയും ആരേയും അദ്ഭുതപ്പെടുത്തുന്ന രീതിയിലുള്ളതായിരുന്നു. ഔദ്യോഗിക സംഘടനകൾക്കിടയിൽ ഹെസ്സെക്കു ലഭിച്ചിരുന്ന താത്പര്യം 1955 ഓടെ തീരെ ഇല്ലാതായി.

1957-നു ശേഷം കുറെ അവതാരികകളും എഴുത്തുകളും എഴുതിയിരുന്നു. എങ്കിലും സജീവമായ രചനയിൽ നിന്ന് ഹെസ്സെ പിൻവാങ്ങിയിരുന്നു. സാഹിത്യ നിരൂപകന്മാർ അദ്ദേഹത്തിന്റെ കൃതികൾ നിരൂപണം ചെയ്യുകയോ, അംഗീകാരം കിട്ടിയ സാഹിത്യകാരന്മാർ ശ്രദ്ധിക്കുകയോ ചെയ്തില്ല. പത്രങ്ങളും ഹെസ്സെയെ അവഗണിച്ചു. യുദ്ധാനന്തര തലമുറ സാമുദായിക-രാഷ്ട്രീയ രംഗങ്ങളിൽ സജീവമായി പ്രവർത്തിച്ചിരുന്നവരോടാണ് കൂടുതൽ താത്പര്യം കാണിച്ചത്.[7] ഹെസ്സെയുടെ പ്രശസ്തി ജർമ്മനിയിൽ കുറഞ്ഞുവെങ്കിലും വിദേശ രാജ്യങ്ങളിൽ അദ്ദേഹത്തിന് കൂടുതൽ വായനക്കാരുണ്ടായി. ഹെസ്സെയുടെ പ്രധാനപ്പെട്ട കൃതികൾ മുപ്പതിൽപരം ലോകഭാഷകളിലേക്ക് തർജ്ജമ ചെയ്യപ്പെട്ടിട്ടുണ്ട്. 1930കളുടെ ആരംഭം മുതൽ ഹെസ്സെയുടെ കൃതികൾക്ക് ജപ്പാനിൽ വമ്പിച്ച സ്വീകരണമാണു കിട്ടിക്കൊണ്ടിരുന്നത്. 1950കളോടെ സ്പാനിഷ്, പോർട്ടുഗീസ് എന്നീ ഭാഷ സംസാരിക്കുന്നവരുടെ ഇടയിലും, പിന്നീട് പോളണ്ട്, ഹംഗറി, റുമേനിയ എന്നീ ഭാഷ സംസാരിക്കുന്നവരുടെ ഇടയിലും ഹെസ്സെയുടെ കൃതികൾക്ക് നല്ല പ്രചാരമാണ് ലഭിച്ചത്. 1960കളിൽ ബർമ്മീസ്, വിയറ്റ് നാമീസ്, ചൈനീസ്, കൊറിയ എന്നീ ഭാഷകളിലേക്കും ഹെസ്സെകൃതികൾ തർജ്ജമ ചെയ്യപ്പെട്ടു. ഒരു ധാർമ്മിക ഗുരുവായിട്ടാണ് ലോക ജനത അദ്ദേഹത്തെ കണ്ടത്. യൂറോപ്പിലും അമേരിക്കയിലുമുള്ള പല പ്രധാനപ്പെട്ട യൂണിവേഴ്സിറ്റികളിലെയും ക്ലാസ് മുറികളിൽ അദ്ദേഹത്തിന്റെ കൃതികൾ കൂലംകഷമായി ചർച്ച ചെയ്തിരുന്നു.

1955 നു ശേഷം മോണ്ടനോളയ്ക്ക് പുറത്ത് ഹെസ്സെ വളരെ അപൂർവ്വമായെ പോയിരുന്നുള്ളു. രാഷ്ട്രീയ കാര്യങ്ങളിൽ സജീവമായി ഇടപ്പെട്ടിരുന്നുമില്ല. ജീവിതാന്ത്യത്തിൽ ലുക്കീമിയ എന്ന മാരകരോഗം പിടിപ്പെട്ടിരുന്നെങ്കിലും അത് ആരും അദ്ദേഹത്തെ അറിയിച്ചിരുന്നില്ല. 1962 ആഗസ്റ്റ് 8-ന് തനിക്കേറ്റവും പ്രിയങ്കരനായിരുന്ന മൊസാർട്ടിന്റെ ഒരു സംഗീതം കേട്ട് ആസ്വദിച്ചശേഷം ഉറങ്ങാൻ കിടന്നു. അടുത്ത ദിവസം രാവിലെ അദ്ദേഹം ദിവംഗതനായി.

കുറെ നാളുകൾക്കു ശേഷം ഹെസ്സെയുടെ പ്രശസ്തിക്കു മങ്ങലേക്കുമെന്നും, അദ്ദേഹം വീണ്ടും വിസ്മൃതിയിലാണ്ടു പോകുമെന്നും സംശയിക്കുന്നവരുണ്ട്. എന്നാൽ കാലാകാലങ്ങളിൽ അദ്ദേഹത്തെ വീണ്ടും കണ്ടെത്തുകയും ആരാധിക്കുകയും ചെയ്യുന്ന ഒരു തലമുറയുണ്ടാകുമെന്ന് പ്രതീക്ഷിക്കുന്നവരാണ് എണ്ണത്തിൽ കൂടുതൽ. ■

7. ബ്രെട്ടോൾഡ് ബ്രേച്ച്, ഗുന്തർഗ്രാസ്, പീറ്റർവെയിസ് തുടങ്ങിയവർ ഉദാഹരണങ്ങളാണ്.

www.ingramcontent.com/pod-product-compliance
Lightning Source LLC
LaVergne TN
LVHW041847070526
838199LV00045BA/1479
9789386440013